தமிழர் பண்பாடும் வரலாறும்

ஆங்கில மூலம்: க.அ.நீலகண்ட சாஸ்திரி
தமிழாக்கம்: சிட்டி

ஸ்ரீசெண்பகா பதிப்பகம்
32/B கிருஷ்ணா தெரு (பாண்டி பஜார்)
தியாகராய நகர், சென்னை – 600 017
போன்: 044-24331510
shreeshenbaga@gmail.com

நூலின் பெயர்	Book Name
தமிழர் பண்பாடும் வரலாறும்	Tamilar Panpadum Varalarum
ஆசிரியர்	Author:
க.அ.நீலகண்ட சாஸ்திரி	K.A. Neelakanda Sasthiri
செண்பகாவின் முதல் பதிப்பு:	Shenbagavin First Edition
ஜனவரி, 2023	January, 2023
பக்கங்கள்:	Pages:
192	192
பொருள்:	Subject:
கட்டுரைகள்	Essays
ஒளி அச்சு	Typeset
ப.ஆனந்தன், சென்னை-15	P. Anandhan, Chennai - 15
செல்: 99404 36270	Cell: 99404 36270
அட்டை வடிவமைப்பு	Wrapper Design
ராஜேஷ், 97905 24555	Rajesh, 97905 24555
வெளியீடு	Published by
ஸ்ரீசெண்பகா பதிப்பகம்,	Sri Shenbaga Pathippagam
சென்னை - 17	Chennai - 17
அச்சிட்டோர்	Printed by
சூர்யா பிரிண்டர்ஸ், மதுரை	Suriya Printers, Madurai

விலை: ரூ. 190/-

ISBN: 978-93-5815-087-2

பதிப்புரை

தமிழ் அரசுகளைப் பற்றியும், அவைகளின் அரசர்களைப் பற்றியும், மற்றும் தமிழகத்தின் பண்பாடு, வளப்பம் பற்றியும் நமக்குக் கிடைத்துள்ள மிகப் பழமையான விபரங்கள் சங்க நூல்களில் அடங்கியிருக்கின்றன. நம்முடையே நாட்டுக்கு வந்த ஐரோப்பியர்களின் வரலாறுகளிலும் இவைகள் குறிப்பிடப்பட்டுள்ளன.

மேலும் கிடைத்துள்ள கல்வெட்டுகளும் செப்பேடுகள் போன்றவைகளும் தமிழர் பண்பாட்டையும் வரலாற்றையும் அறிந்து கொள்ள பெரிதும் உதவுகின்றன.

இவற்றை அடிப்படையாக வைத்து மிகச் சிறந்த வரலாற்றாசிரியர் க.அ. நீலகண்ட சாஸ்திரி அவர்கள் ''**தமிழர் பண்பாடும் வரலாறும்**'' என்னும் இந்நூலை மிகச் சிறந்த முறையில் படைத்துள்ளார். இந்நூல் ஆராய்ச்சி மற்றும் வரலாற்றுத் துறையில் ஈடுபடும் அனைவருக்கும் பெரிதும் பயன்படும் என்று நம்புகிறோம்.

இத்தகைய சிறந்த நூலை மீண்டும் வெளியிடுவதில் நாங்கள் பெருமிதம் கொள்கிறோம். எங்களது ''**ஸ்ரீ செண்பகா பதிப்பகம்**'' சார்பில் வெளியிடும் புத்தகங்களுக்கு என்றும்போல் தரும் சிறப்பான ஆதரவை வாசகர்கள் இந்நூலுக்கும் அளிப்பார்கள் என்று எதிர்பார்க்கிறோம்.

- பதிப்பகத்தார்.

பொருளடக்கம்

பக்கம்

1. அரசியல் வரலாறு — 5
2. அரசாங்கம் — 58
3. சமூகப் பொருளாதார நிலை — 88
4. சமயம் — 124
5. இலக்கியம் — 138
6. அருங் கலைகள் — 171

தமிழர் பண்பாடும் வரலாறும்

1. அரசியல் வரலாறு

நாடு

தொன்றுதொட்டுப் பத்தாவது நூற்றாண்டு வரை தமிழ் மக்கள் வசித்துவந்த நிலப்பகுதி, இன்றைய தமிழகத்தை விட விரிவானதாகவே இருந்தது. அந்தக் காலத்தில் மலையாளம் ஒரு தனி மொழியாக இயங்கவில்லை. கர்னாடகமும் தெலுங்கும், அமைப்பிலும் சொல்லடைவிலும் இன்று இருப்பதை விட அப்பொழுது தமிழ் மொழியுடன் அதிக தொடர்பு கொண்டிருந்தன. வேங்கடமலை தமிழகத்திற்கு வடக்கு எல்லையாகக் கொள்ளப் பட்டது. இன்று கேரளப் பிரதேசமாக விளங்கும் பகுதியும் தமிழ கத்தைச் சேர்ந்திருந்தது. அத்துடன் இன்றைய மைசூர் ராஜ்யத் தின் பெரும் பகுதியும் அடங்கியிருந்தது. இந்து மகாசமுத்திரம் பாரதத்தைச் சூழ்திருந்ததால், தமிழகம் கிழக்கு நாடுகளுடனும் மேற்கு நாடுகளுடனும் வர்த்தகத் தொடர்பு கொள்ளும் வாய்ப்பு அடைந்திருந்தது. கிழக்குத் தொடர்ச்சி மலை தென்மேற்குப் பகுதியில் நெல்லூர் மாவட்டத்திற்குச் சரியாக வந்து முடிந்து, மைசூர் பீடபூமியின் எல்லையாக அமைந்து இருக்கிறது. நீலகிரி மலைப் பகுதியில் மேற்குத் தொடர்ச்சி மலையுடன் அது வந்து இணைகிறது. மேற்குத் தொடர்ச்சி மலையின் தெற்குப் பகுதியில் எட்டாயிரம் அடிக்கு மேற்பட்ட தொட்டபெட்டா, ஆனைமலைச் சிகரங்கள் அடங்கியுள்ளன. இந்த மேற்கு மலைத்தொடரில் இருபது மைல் அகலத்தில் அமைந்து இருக்கும் பாலக்காடு கணவாய் தான் கர்னாடக சமவெளிக்கும், மலையாளக் கடற் கரைக்கும் இடையே போக்குவரத்துக்கு உதவிவந்தது, அதற்கும் தெற்கே அமைந்துள்ள செங்கோட்டை, ஆரம்போலி கணவாய்கள் மிகக் குறுகியவையாக இருந்தாலும், திருநெல்வேலி மாவட் டத்துக்கும், திருவாங்கூர் பகுதிக்கும் போக்குவரத்துக்கு உதவி வந்தன. மேற்குத் தொடர்ச்சி மலையில் தேக்கு, மூங்கில், கருங்காலி போன்ற மரங்கள் செழித்து வளர்ந்திருந்தன. ஆனை மலைப் பகுதியில் பெயருக்கேற்ப யானைகள் அதிகமாக வாழ்ந்து வந்தன. தென்மேற்கு ப் பருவமழைப் பகுதியிலும் இந்த மலைத் தொடர் அமைந்திருப்பதால், அதன் இரண்டு பக்கங்களிலும்

பெய்யும் மழையின் அளவுகள் ஒன்றுக்கொன்று அதிக வித்தியாசம் உள்ளதாக இருந்தன. பருவ மழையின் ஈரத்தில் பெரும் பாகம் மேற்குப் பகுதியைச் சேர்ந்தது. கிழக்குப் பகுதியில் மழையின் அளவு குறைந்து இருந்ததோடு, மழை பெய்யும் மாதிரியிலும் அடிக்கடி மாறுதல் ஏற்பட்டது. இதன் விளைவாக அங்கு வளரும் தாவர வகைகளிலும் மாறுதல் ஏற்பட்டது. கடற்கரையோரத்தில் பெருமழை பெய்யும் வாய்ப்பு இருப்பதால், அந்தப் பகுதியில் மலைச்சாரல்களில் மரங்களும் செடிகளும் செழித்து வளர்ந்தன. கரையோரம் முழுவதும் தென்னை மரங்கள் அடர்ந்து இருந்தன. கிராமங்களில் எல்லாம் கமுகு அதிகமாக வளருகிறது. காட்டுப் பகுதிகளில் ஏலக்காய் பயிர் அதிகமாக வளருகிறது. பாரதத்தின் மற்றப் பகுதிகளில் மிளகுப் பயிருக்குப் பாதுகாப்புகள் தேவையாகும். கடற்கரையோரத்தில் இயற்கையாகவே ஈரம் நிறைந்து இருப்பதால், இங்கு பாதுகாப்புகளின்றியே மிளகு பயிரிடுவதற்கு வசிதி உண்டு.

மேற்குக் கடற்கரைப் பகுதியின் கழிமுகப் பரப்புகளில் வடக்கு, தெற்கு மார்க்கமாகப் போக்குவரத்து நடைபெறும் வசதி ஏற்படுகிறது. இந் நீர்ப்பரப்புகளினால், அப்பகுதியின் இயற்கைக் காட்சியும், கண்ணைக் கவரும் வகையில் அமைந்திருக்கிறது. அரசியல் ரீதியில் இந்தப் பகுதி தனித்து நின்றபோதிலும், ஆதிகாலத்திலிருந்தே இந்தப் பகுதிக்கும், அயல் நாடுகளுக்குமிடையே கப்பல் போக்குவரத்து மூலம் தொடர்பு ஏற்பட்டிருந்தது. சென்ற சில நூற்றாண்டுகளுக்கு முன்பு ஐரோப்பிய வியாபாரிகள் முதன் முதலில் நம் நாட்டுடன் தொடர்பு கொண்டபோது, இந்தக் கடற்கரைப் பகுதியில்தான் வந்து இறங்கினார்கள். இந்தக் கரையோரத்தின் குறுகிய நிலப்பரப்பில் பாயும் நதிகளில் பெரியாறு ஒன்றுதான் மிகவும் முக்கியமானது.

பாலாறு, பெண்ணாறு, காவேரி, வைகை, தாம்பிரபரணி ஆகிய நதிகள் எல்லாம் கர்னாடக சமவெளியில் ஓடி, வங்கக் கடலில் பாயும் முக்கிய நதிகளாகும். இந்த நதிகளின் பாசன வசதியைப் பெற்றிருக்கும் நிலப்பகுதிதான் - வரலாறு சிறந்த பழைய தென் பாரதம். பழந் தமிழ் ராஜ்யங்களின் தலைநகரங்கள், எண்ணற்ற கோவில்கள், மிகவும் தொன்மையான கலைகள் ஆகியவை இந்தப் பகுதியில்தான் நிறைந்திருந்தன. 'பொன்னி' என்று பாட்டிலும் கதையிலும் போற்றப்படும் காவேரி ஆறு, இந்தப் பகுதிக்கு அதிக வளம் தந்திருக்கிறது. காவேரிப் பள்ளத்தாக்கில்

மனித முயற்சி மூலம் பாசன அமைப்புகள் பழங்காலந்தொட்டே மேற்கொள்ளப்பட்டன. காவேரியாறு, அதன் போக்கில் மும்முறை இரண்டு நதிகளாகப் பிரிந்து, மீண்டும் கூடுகிறது. இவ்வகையில் ஸ்ரீரங்கப்பட்டணம், ஸ்ரீரங்கம் ஆகிய தீவுகள் அமைந்து இருக்கின்றன. இவ்விரண்டு இடங்களுக்கும் இடையே அமைந்துள்ள சிவசமுத்திரம் நீர்வீழ்ச்சியிலிருந்து, நூறு மைல் தொலைவில் உள்ள கோலார் தங்கவயல் பகுதிக்கு மின்சக்தி கிடைக்கிறது. 1903-ஆம் ஆண்டில் மேற்கொள்ளப்பட்ட அந்த மின்சக்தித் திட்டம் பாரதத்திலேயே முதன்முதலானது. ஸ்ரீரங்கத்திற்கு அடுத்தாற்போல் இந்த நதி மீண்டும் இரண்டாகப் பிரிந்து, கொள்ளிடம், காவேரி என்ற இரண்டு பெயர்களைப் பெறுகிறது. அதன் பிறகு காவேரி மீண்டும் பல கிளைகளாகப் பிரிந்து, தஞ்சாவூர் டெல்டா பகுதி முழுவதும் பாய்கிறது. காவேரியாற்றின் பிரவாகத்தைப் பயன்படுத்தும் பல்வேறு முயற்சிகள், சரித்திர காலத்திலேயே பல சோழ மன்னர்களால் மேற்கொள்ளப்பட்டன. இன்றைய பொறியியல் முன்னேற்றத்தின் பயனாக, இந்த முயற்சிகள் அதிக பயன் அளித்து வருகின்றன; மிகவும் திறம்படச் செயல்பட்டு வருகின்றன.

தாம்பிரபரணி நதியின் முகத்து வாரத்தில், மன்னார் வளை குடாவில் முத்துக் குளிக்கும் அலுவல் மிகவும் பிரசித்தமானது. இதுபற்றி அயல்நாட்டுப் பிரயாணிகள் பலர் மிகவும் விவரமாக வர்ணித்திருக்கிறார்கள். கிழக்குக் கடற்கரைப் பகுதியின் மட்டம் சரித்திரப் போக்கில் பலவிதமாக மாறியிருக்கிறது. பதின்மூன்றாவது நூற்றாண்டில் கொற்கை, காயல் ஆகிய இரண்டும் திருநெல்வேலியில் கடற்கரையோரத்தில் வளப்பம் செறிந்த துறைமுகங்களாக விளங்கி வந்தன. இன்று அவை இருந்த இடம் தெரியாமல் மணல் மேடுகளில் மறைந்துவிட்டன. இப் பகுதியில் கடல் கரையைவிட்டுச் சிறிது தூரம் பின்வாங்கிச் சென்றிருப்பதாகவே தெரிகிறது. இதற்கு மாறாக, காவேரிப் பூம்பட்டினம், மாமல்லபுரம் துறைமுகப் பகுதிகளில் கடல் நீர் கரையை நோக்கிப் பாய்ந்ததால், பல பகுதிகள் நீரில் மூழ்கி விட்டன. 8-வது, 9-வது நூற்றாண்டுகளிலிருந்து தமிழகத்தின் தெற்குக் கோடி கடலில் மூழ்கிவிட்டதாக பல கதைகள் வழக்கில் இருக்கின்றன.

மக்கள்

இந்திய உப கண்டத்தில் தக்காணமும், தென் பாரதமும் தான் மிகவும் பழமையான பகுதிகள் என்பது பூகர்ப்ப ஆராய்ச்சி

யாளர்களின் கருத்து. ஒரு காலத்தில் இந்து மகாசமுத்திரம் முழுவதுமே நிலப் பகுதியாக இருந்ததாகவும், அங்கு வாழ்ந்து வந்த லெமூர் என்ற மக்களையொட்டி அந்தக் கண்டத்துக்கு லெமூரியர் என்று பெயர் வழங்கி வந்ததாகவும், இன்று மடகாஸ்கர் எனும் தீவும் அந்த உபகண்டத்தின் ஒரு பகுதியாகவே இருந்தது என்றும், சில ஆராய்ச்சியாளர்கள் கருதுகிறார்கள். ஆயினும் இத்தகைய விஷயங்கள் வரலாற்றுக் காலத்தில் வாழ்ந்துவந்த தமிழ் மக்களின் பண்பாடு சம்பந்தமாக அவ்வளவு முக்கிய மானவை அல்ல. தற்காலத்தில் சில ஆராய்ச்சியாளர்கள், இந்தக் கதைகளை, தமிழகத்தின் தெற்குப் பகுதி கடலில் மூழ்கிய சம்பவத்துடனும், மொத்தம் பத்தாயிரம் ஆண்டுகள் இயங்கிவந்த மூன்று தமிழ்ச் சங்கங்கள் சம்பந்தமாகவும் இணைத்து, வரலாறு எழுத முற்படுவது பொருத்தமற்றதாகும்.

தென் பாரதத்தில் மனிதன் மூன்று லட்சம் ஆண்டுகள், அல்லது அதற்கு மேலாகவும் வாழ்ந்துவந்தன என்று கொள்ள லாம். ஆயினும் பல ஆயிரம் வருஷங்களாக அவன் நாகரிகமற்ற முறையில்தான் வாழ்ந்துவந்தான். கிடைத்த போது உணவைப் பெற்று, அருந்தி வாழ்ந்தான். பழைய கற்காலத்தில் வெறும் மரக் கிளைகளையும், கரடுமுரடான கற்களையும் கருவிகளாக உபயோகித்தான். தென் பாரதத்தில் பழைய கற்காலம் நிலவி வந்ததை ப்ரூஸ்புட் என்னும் ஆராய்ச்சியாளர் நிர்ணயித்து இருக் கிறார். அந்தக் காலத்தில் மக்கள் உபயோகித்துவந்த கருவிகள் கல்லால் செய்யப்பட்டவை. கோழிமுட்டை வடிவத்தில் இருபுறத் திலும் கத்தி போன்ற ஓரங்கள் கொண்ட கற்கள், செடிகொடி களை வெட்டுவதற்கும், இது போன்ற மற்ற அலுவல்களுக்கும் பயன்பட்டு வந்தன. இத்தகைய கருவிகள் விஷயமாக ஏற்பட்ட முன்னேற்றத்தையும், கிடைத்துள்ள அக்காலக் கருவிகளின் அமைப்புகளிலிருந்து அறிந்துகொள்ளலாம். காலப் போக்கில் இந்தக் கருவிகள் பல்வேறு வகைகளிலும், மேலும் மேலும் சிறந்த முறையிலும் செய்யப்பட்டு வந்ததைக் காணலாம். நாளடைவில், இந்தக் கருவிகளைச் செய்வதில் அக்காலத்து மக்கள் அடைந் திருந்த திறமையையும் அறியலாம். சென்னைப் பகுதியில் இவ்வாறு வழக்கில் இருந்துவந்த கற்கருவிகளில் பல வகைகள், காவேரி ஆறு, வைகை ஆற்றுப் படுகைகளில் கிடைத்து இருக் கின்றன. இத்தகைய கருவிகள் எவ்வாறு பயன்பட்டன என்பது தெளிவாகத் தெரியவில்லை. உணவுக்கான மாமிசத்தை வெட்டு

வதற்கும், செடிகொடிகளை வெட்டுவதற்கும், கிழங்குகளைத் தோண்டி எடுப்பதற்கும், இவை பயன்பட்டிருக்கலாம். தென் பாரதத் தில் நிலவிவந்த பழைய கற்கால மரபுகள் தான், பாரதம், தென் ஆப்பிரிக்கா, மேற்கு ஐரோப்பா அடங்கிய ஒரு பெரும் பகுதியிலும் இருந்துவந்தன. முதன் முதலாகப் பழைய காலத் தில் மனிதன் கற்கால வாழ்க்கையிலிருந்து முன்னேறி, நல்ல முறையில் செய்யப்பட்ட கற்கருவிகளை உபயோகிக்க ஆரம் பித்து, நெருப்பைப் பயன்படுத்தியும், மிருகங்களை வேலைக்குப் பழக்கியும், உணவுப் பயிர்களைப் பயிரிட்டும் வாழ்க்கை நடத்த ஆரம்பித்தது கி.மு. 8000 ஆண்டுக் காலத்தில்தான் என நிர்ண யிக்கப்பட்டிருக்கிறது.

நமது நாட்டில் புதிய கற்காலப் பண்பாடு பற்றிய சான்றுகள் பற்பல விதத்தில் அமைந்து இருப்பதாலும், முறைப்படி தோண்டி யெடுக்கப்பட்ட பழங்காலச் சின்னங்கள் அதிகமாகக் கிடைக் காததாலும், அந்தக் காலத்து மனித வாழ்க்கைபற்றிய வரலாற் றைச் சரியாக நிர்ணயிப்பது சற்று கடினமாகவே இருக்கிறது. தென் பாரதத்தில் சில பகுதிகளில் வரலாற்றுக் காலம் வரையில் புதிய கற்கால வாழ்வு நீடித்து வந்தது என்று வீலர் என்னும் ஆராய்ச்சியாளர், தம்முடைய ஆராய்ச்சிகளின் மூலம் தெளிவாக்கி யிருக்கிறார். புதுச்சேரிக்கு அருகேயுள்ள அரிக்கமேடு பகுதியில் தோண்டி யெடுக்கப்பட்ட சின்னங்களின் மூலமாக, கி.பி. முதல் நூற்றாண்டில் நிலவிவந்த ஒரு பண்பாட்டின் வரலாற்றை அறிய முடிகிறது. அப்பொழுது வாழ்ந்துவந்த மக்கள் அயல் நாடுகளி லிருந்து மண்பாண்டங்களை இறக்குமதி செய்துவந்ததற்குச் சான்றாக, ரோமானிய வர்த்தக நிலையம் ஒன்றும், சில ரோமானிய நாணயங்களும் தோண்டி எடுக்கப்பட்டிருக்கின்றன. சித்தள துர்க்கம் என்ற பகுதியில் புதைபொருள் ஆராய்ச்சி மூலம் கிடைத்த சான்றுகளுடன் இவைகளையும் சேர்த்துப் பார்க்கும்போது அப் பகுதியில் ஒன்றன்பின் ஒன்றாக மூன்று பண்பாடுகள் நிலவி வந்தன என்று அறியலாம். புதிய கற்காலப் பண்பாடு இங்கு நிலவிய முதற் பண்பாடாகும். இக்காலத்தில் வழவழப்பாகத் தேய்க்கப்பட்ட கைக்கோடரிகளும், கண்ணாடி போன்ற பல வகைக் கற்களினால் செய்யப்பட்ட சிறிய கற்கருவிகளும் உபயோகப்படுத்தப்பட்டன. உலோகத்தின் உபயோகத்தையும் இக்கால மக்கள் அறிந்திருந்தனர். கையால் செய்யப்பட்ட மண் பாண்டங்கள் வழக்கத்திலிருந்தன. இப்பண்பாடு சுமார் கி.மு.

1000-ல் நிலவியிருக்கலாம். இதன் பின்னர் இங்கு நடுகற்காலப் பண்பாடு தோன்றியது. இது கி.மு. 200-ல் தோன்றியிருக்கலாம் என்று சிலர் கூறுகின்றனர். இன்னும் சில நூற்றாண்டுகளுக்கு முன்னரே இது தோன்றியிருக்கலாம். இக்காலத்தில் இரும்பினாலான கருவிகளும், சக்கரத்தில் வைத்து வனையப்பட்ட மண் பாண்டங்களும் உபயோகிக்கப்பட்டன. பெரிய அளவில் திட்ட மிட்டு, நடுகற்கள், குத்துக்கற்கள், கல்வட்டங்கள் வைத்து இடு குழியிற் புதைக்கும் ஈமச் சடங்குகள் நிலவி வந்தன. இது கிறிஸ்துவுக்குப் பின்னரும் ஒரு நூற்றாண்டு வரை தொடர்ந்து வந்து, மூன்றாவதாகத் தோன்றிய வரலாற்றுக்கால பண்பாட்டுடன் இணைந்துவிட்டது. மூன்றாவதான வரலாற்றுக்கால பண்பாட்டை 'ஆந்திரப் பண்பாடு' என்பர். அரிக்கமேட்டில் கிடைத்த மண் பாண்டங்கள், ரோமானிய நாணயங்கள் இங்கேயும் கிடைத்ததால், இப்பண்பாடு கி.பி. முதல் நூற்றாண்டைச் சார்ந்தது என்று ஊகிக்கலாம். கி.பி. மூன்றாம் நூற்றாண்டுவரை இது தொடர்ந்து நிலவிவந்தது.

வரலாற்றுக்கால தமிழ் மக்கள், புதிய கற்கால மக்களின் சந்ததியர்களா, அல்லது அயல்நாட்டிலிருந்து தென் பாரதத் துக்கு வந்து சேர்ந்தவர்களா என்பது பற்றி நிர்ணயிப்பது எளிதல்ல. சிந்துநதிப் பள்ளத்தாக்கில் நிலவி வந்த செழிப்பான நாகரிகம், திராவிட நாகரிகம்தான் என்றும், புதைபொருள் ஆராய்ச்சி மூலம் அங்கு கிடைத்த பல்வேறு சின்னங்களில் காணப்படும் எழுத்துக்கள் திராவிட மக்களின் பழங்கால லிபிதான் என்றும் சில ஆராய்ச்சியாளர்கள் வாதாடுகிறார்கள். மற்றும் சிலர், 'அந்த எழுத்துக்கள் இந்திய - ஆரிய வழியைச் சேர்ந்தவை; அங்கு நிலவி வந்த பண்பாடு வேத கால நாகரிகத்தைச் சார்ந்தது' என்றும் கூறுகிறார்கள். எப்படி இருந்தபோதிலும் அங்கு கிடைத்துள்ள முத்திரைகளில் காணப்படும் எழுத்துக்களைப் படித்துப் புரிந்து கொள்ளும் வரையில், இது பற்றி ஒன்றும் முடிவாகக் கூறுவதற்கு இல்லை. தக்காணத்திலும், தென் பாரதத்திலும் சமீபத்தில் தோண்டி யெடுக்கப்பட்ட நடுகற்காலப் பகுதிகளில் கிடைத்த சான்றுகளிலிருந்தும், இடங்கள், மக்கள், பெயர்கள் பற்றிய ஆராய்ச்சி மூலமாகவும் ஒரு கருத்து வெளியிடப்படுகிறது. அதாவது, தமிழ் மக்கள் மேற்கு ஆசியா, அல்லது கிழக்கு மத்திய தரைக்கடல் பகுதியிலிருந்து கடல் மூலம் நம் நாட்டிற்கு வந்து, தென் பாரதத்தில் குடியேறினார்கள் என்பதுதான்.

தாம்பிரபரணி நதிக் கரையில் அமைந்திருந்த ஆதிச்ச நல்லூர் பகுதியில் கிடைத்துள்ள சான்றுகள் மிகவும் முக்கிய மானவைதான். ஆயினும், அவைகள் இன்னும் சரியான ஆராய்ச் சிக்கு உட்படவில்லை. அங்கு நடத்தப்பட்ட புதைபொருள் ஆராய்ச்சியும், தற்கால விஞ்ஞான உதவியுடன் நடத்தப்பட வில்லை. ஈமத்தாழிகளை உபயோகித்து அமைக்கப்பட்ட இடு குழிகள் அங்கு காணப்படுகின்றன. ஆனால் மற்ற இடங்களில் காணப்படுவதுபோன்ற நடுகற்களோ குத்துக்கற்களோ கல்வட் டங்களோ இல்லை. கறுப்பு சிவப்பு நிறத்தில் செய்யப்பட்ட கலயங்களும், இரும்புக் கருவிகளும் அங்கு கிடைத்திருக்கின் றன. ஆயினும், ஆதிச்சநல்லூரில் கிடைத்த மண்பாண்டங்கள் நடுகற்காலச் சின்னங்களைவிட மிகவும் பழமையானதாகவே இருக்கின்றன. வெண்கலப் பாத்திரங்கள், தங்கத்தாலான பட்டங்கள், இரும்புத் திரி சூலங்கள் முதலியவைகள் அங்கு கிடைத்திருக்கின்றன. இத்தகைய சின்னங்கள் கி.மு. 1200-ல் பாலஸ்தீனம், சிரியா முதலிய இடங்களில் நிலவிவந்த பண் பாட்டிலும் காணப்படுகின்றன. ஆதிச்சநல்லூர் மக்கள் நெல் பயிரிட்டு வந்தார்கள்.

நெற்பயிர் வேளாண்மையும், நடுகற்கால சின்னங்களும் தமிழ் பேசும் திராவிட மக்களுடன் தான் தென் பாரதம் வந்து சேர்ந்தன என்று ஆராய்ச்சி மூலம் நிர்ணயிப்பதற்கு வாய்ப்பு இருப்பதாகவே தோன்றுகிறது. இவ்வாறு வந்த தமிழ் மக்கள், ஏற்கனவே இந்தப் பகுதியில் வந்து வாழ்ந்துவந்த மக்களுடன் நெருங்கிய தொடர்பு கொண்டு பின்னர் வடக்குப் பகுதியிலிருந்து வந்த இந்திய - ஆரிய மக்களுடன் இணைந்து விட்டார்கள் என்றே கொள்ள வேண்டும். மைசூரிலுள்ள பிரம்மகிரி, ரெய்ச்சூர் அருகே யுள்ள மாஸ்கி, ஆகிய இடங்களில் கிடைத்திருக்கும் ஆராய்ச்சிச் சான்றுகளின் பயனாக, இந்த மக்கள் கி.மு. 300 ஆண்டுக் காலத்தில் தென் பாரதத்தில் வந்து சேர்ந்திருக்க வேண்டுமென்று கருதப்படுகிறது. பிரம்மகிரி பகுதியில் கி.மு. 800 ஆண்டுக் காலத்தில் அவர்கள் வந்திருக்கக் கூடுமென்று தோன்றுகிறது. ஆயினும், நடுகற்காலப் பண்பாடு கி.மு. 300-ல் ஆரம்பித்தது என்று வரையறுப்பது, வரலாற்றுக் காலத்தைத் தள்ளிப் போடு வதாகும். இன்னும் பல நூறு ஆண்டுகளுக்கு முன்பே இது தொடங்கியிருக்கலாம் என்பதற்கும் ஆதாரமுண்டு. ஆரியர்கள் பாரதத்துக்குள் பிரவேசித்தபோது, நாடு முழுவதிலும் திராவிட

மொழிதான் பேசப்பட்டது என்று முன்னர் கருதப்பட்டது. ஆயினும், இன்றைய ஆராய்ச்சியின் பயனாக, திராவிட மொழி இன்றைய தமிழகப் பகுதியில் மட்டுமே வழங்கிவந்தது என்றுதான் பொது வாகக் கருதப்படுகிறது. பலுச்சிஸ்தானில் ப்ராஹி என்ற இடத்தில் திராவிடப் பண்பாடு நிலவி வந்ததற்கான சான்றுகள் உள்ளன. இதைப் பார்த்தால், அந்தச் சம்பவம், வரலாற்றுக் காலத்திற்கு முன்னரே மக்கள் கடல் மூலமாகவும், தரை மூலமாகவும் வந்து சேர்ந்ததன் விளைவாகவே இருக்க வேண்டுமென்று தோன்று கிறது.

இதற்கு மாறான கருத்து ஒன்றைப் பேராசிரியர் பர்ரோ குறிப்பிட்டிருக்கிறார். அதாவது, 'வேதங்களில் கூட திராவிட மொழிக் கலப்பு இருக்கிறது. இத்தகைய கலப்பு, இன்றைய திராவிட மொழிகளைச் சேர்ந்ததல்ல. ஆகவே, வட பாரதத்தில், ஆரியர் காலத்துக்கு முன்பே ஒரு திராவிடப் பண்பாடு இருந் திருக்க வேண்டும். அது எப்படி ஏற்பட்டது என்பதை இப்பொழுது நாம் தெளிவாகத் தெரிந்து கொள்வதற்கில்லை' என்பதுதான் அவர் கருத்து. காக்கேஸியா மலைத்தொடர்ப் பகுதியில் நிலவி வந்த மொழிகளின் இயல்புக்கும் திராவிட மொழிகளின் இயல் புக்கும் ஒற்றுமை இருந்ததை ஆதாரமாகக் கொண்டு, இந்தக் கருத்தை ஒரு மொழி ஆராய்ச்சியாளர் ஆதரிக்கிறார். இதன் விளைவாக, ஆசியாவுக்கும் ஐரோப்பாவுக்குமிடையே உள்ள பகுதியில் கி.மு. ஐயாயிரம் அல்லது ஆறு ஆயிரம் ஆண்டு களுக்கு முன்பேயே ஒரு பொதுவான மொழித் தொடர் இயங்கி வந்தது இதற்குக் காரணமாய் இருக்கலாம் என்று அவர் கூறுகிறார். இந்திய ஐரோப்பிய மொழித் தொடர்பு ஏற்படுவதற்கு முன்னரே இவ்வாறு இருந்தது. கடைசியாக, தமிழ்நாட்டு அறிஞர்கள் பலர் திராவிட மக்கள் வெளிநாட்டிலிருந்து வரவில்லை; இதே மண் ணில் தோன்றி வளர்ந்த மக்கள்தான் - என்று கருதுகிறார்கள். இவைகளைப் பற்றி உருப்படியானதும், முடிவானதுமான கருத்து வெளியிடுவதற்கு இல்லை என்பதை மட்டுமே நாம் மனதில் கொள்ள வேண்டும்.

ஆரியர் நம் நாட்டுக்கு வருவதற்கு முன்பிருந்தே ஒரு செழிப்பான, வளம் பெற்ற நாகரிகம், திராவிட மக்கள் வாழ்ந்த பகுதியில் நிலவியிருந்தது என்று சொல்லுவதற்கு தொல்பொருள் ஆராய்ச்சி மூலம் போதிய ஆதாரம் கிடைக்கவில்லை. ஆரிய மக்களுடன் தொடர்பு கொண்டு, திராவிட மக்கள் தென் பாரதத்தில்

எளிய வாழ்க்கை நடத்தி வந்தார்கள்; அவர்களிடையே நாகரிக வாழ்க்கைக்கான பல அம்சங்கள் நிலவி இருந்தன - என்று கால்டு வெல் தம் மொழிகள் ஆராய்ச்சி மூலம் முடிவு செய்திருக்கிறார்.

ஆரியர்களுக்கு முன்பிருந்த தமிழ் மக்களின் வாழ்க்கை நாகரிகம் மிகுந்து இருந்ததற்கு சான்றாகவும், கால்டுவெல்லின் கருத்தை மறுத்தும், புதிய கருத்துக்களை தமிழ் மொழி ஆராய்ச்சி யாளர் எவரும் இதுவரை வெளியிடக் காணோம் ஆகவே, பாரதத் தின் மற்றப் பகுதிகளில் இருப்பதை போலவே, தமிழ் மக்களின் வரலாற்றிலும், ஆரியர்களின் வருகைதான் ஒரு முக்கிய கட்டமாக இருந்திருக்கிறது. அகஸ்தியர், இராமர் சம்பந்தமான கதைகள் தென்னாட்டில் ஆரியப் பண்பாடு பரவியதையே எடுத்துக் காட்டு கிறது. இதிகாசம் சம்பந்தமான கதைகள், வரலாறு ஆக மாட்டா என்பது தெளிவு. அவைகளை வரலாற்றுச் சம்பவங்களாக விளக்க முற்படுவதும் பயன் தரக்கூடியது அல்ல. காடுகளில் ஆரிய ரிஷிகள் ஆசிரமங்களில் வாழ்ந்து வந்ததாகச் சொல்லப்படும் கதைகள் மூலம், அவர்களுடைய பண்பாடு அமைதியான முறை யில் பரவியது என்பதை ஊகிக்கலாம். மற்றும், அத்தகைய பண்பாட்டை, மக்கள் ஏற்றுக்கொள்ளும் முறையில் பரப்பி வந்தார்கள் என்பதும் தெரிகிறது. இருவகை மக்களிடையே யும் பெரும் அளவு தொடர்பு ஏற்பட்டு இருந்தது என்பதற்கும் சந்தேகம் இல்லை. சங்க நூல் தொகுப்பு இதற்குப் போதிய சான்று அளிக்கிறது.

மனித வாழ்க்கைக்குப் பயன்படுத்தப்பட்ட பல்வேறு மலைக் குகைகளில் பிராம்மி லிபியில் தமிழ் கல்வெட்டுக்கள் கிடைத் திருக்கின்றன. இத்தகைய மலைக்குகைகள், பொதுவாக, தமிழ் மாவட்டங்களில்தான் காணப்படுகின்றன. இந்தக் கல்வெட்டுக் களின் எழுத்து, கி.மு. இரண்டாவது நூற்றாண்டுக்கும் முற்பட்ட வகையில் இருக்கிறது. பிராம்மி லிபி தமிழ் மொழிக்கேற்ப, மாற்றி உபயோகிக்கப்பட்டது என்று இந்தக் கல்வெட்டுக்களி லிருந்து தெரிகிறது. ஆயினும் அப்பொழுதே தமிழ் மொழிக்கு வடமொழித் தொடர்பும் ஏற்பட்டிருந்தது.

அரசுகள்

தமிழ் வரலாறு ஆரம்பமான காலத்திலிருந்தே சேர, சோழ, பாண்டிய அரசுகள்தான் தென் பாரதத்தில் முக்கிய அரசியல் பகுதிகளாக விளங்கி வந்தன. இவைகள் ‘சுதந்திரமான அண்டை

ராஜ்யங்கள்' என்று அசோகனுடைய கல்வெட்டுக்களில் குறிப்பிடப்பட்டிருக்கின்றன. பழந் தமிழ் இலக்கியத்தில் 'அதிகமான்' என்று கூறப்படும் சத்திய புத்திரர்களின் ராஜ்யமும் அண்டை ராஜ்யமாக குறிப்பிடப்பட்டிருக்கிறது. இதற்கும் முந்தைய வரலாறுகளில், பாண்டிய ராஜ்யத்தைப் பற்றி மெகஸ்தனீஸ் குறிப்பிட்டிருக்கிறார். இந்த கிரேக்க நாட்டுத் தூதுவர் குறிப்பிட்டிருக்கும் விவரங்களில், தென் பாரத அரசனாகிய ''ஹொராக்கிலிஸ்'' என்பவர். தம்முடைய புதல்வி பாண்டையா என்பவளை, ஒரு தென்னக ராஜ்யத்துக்கு அரசியாக அமர்த்தினார் என்பது ஒன்றாகும். இந்த ராஜ்யத்தில் கடலில் முத்துக் குளித்தல் நடைபெற்று வந்ததாகவும் அவர் குறிப்பிட்டிருக்கிறார். ''ஹெராக்கிலிஸ்'' என்று மெகஸ்தனீஸ் குறிப்பிட்டுள்ளது. வட மதுராபுரியில் மக்கள் வழிபட்டுவந்த கிருஷ்ணனைக் குறிக்கும் என்று கொள்வர். ஆயினும், பாண்டிய ராஜ்யத்தின் தலைநகரமும் மதுரை என்ற நகரமாய் இருந்ததால், மெகஸ்தனீஸ் கூறும் கதை, மதுரையில் சிவபெருமான் புரிந்த திருவிளையாடல்களுக்கும் பொருத்தமாக காணப்படுகிறது.

வடக்கிலும் தெற்கிலும் வெள்ளாறு என்ற பெயருடைய இரு நதிகள் எல்லையாக அமைந்திருக்கும் பகுதிக்கு 'சோழ நாடு' என்று பரம்பரையாகப் பெயர் வழங்கி வந்தது. வடக்கில் இருக்கும் வெள்ளாறு பரங்கிப் பேட்டைக்கருகே சமுத்திரத்தில் பாய்கிறது; தெற்கு பகுதியில் உள்ள வெள்ளாறு புதுக்கோட்டைப் பகுதி வழியாகப் பாய்ந்து, சமுத்திரத்தை அடைகிறது. மேற்குப் பக்கத்தில் அதன் கரைகள் வலுவாகக் கட்டப்பட்டு இருப்பதற்கு 'கோட்டக்கரை' என்று பெயர் வழங்கி வந்தது. இத்தகைய கரை அமைப்புக்களை இப்பொழுதும் திருச்சிராப்பள்ளி மாவட்டத்தில் குளித்தலைத் தாலூகா பகுதிகளில் காணலாம். சோழ ராஜ்யத்துக்குத் தெற்கே கன்யாகுமரிவரை பரவியிருந்த பகுதி பாண்டிய ராஜ்யமாக விளங்கியது. மேற்குக் கடற்கரைப் புறத்தில் இப்பொழுது கொல்லம் என்று வழங்கப்படும் பகுதியும் பாண்டிய ராஜ்யத்தைச் சேர்ந்ததாகவே இருந்தது. சோழ மண்டலத்துக்கு மேற்கில் பரவியிருந்த பகுதிகள் கொங்கு நாடு என்றும், வடக்கிலிருந்த பகுதி தொண்டை நாடு என்றும் பெயர் பெற்றிருந்தன. சேர ராஜ்யம், வடக்குத் திருவாங்கூர், கொச்சி, தெற்கு மலையாள மாவட்டம் ஆகிய பகுதிகளைக் கொண்டிருந்தது. சேலம் மாவட்டத்தில் கொல்லிமலைப் பகுதி வரை சேர அரசர்கள்

தங்களுடைய ராஜ்யத்தை பரவச் செய்தார்கள். ஆகவே, கொங்கு நாட்டின் பெரும் பகுதி சேர ராஜ்யத்தைச் சேர்ந்திருந்தது.

திருச்சிராப்பள்ளி நகருக்கு அருகே காவேரியாற்றின் கரையில் இருக்கும் உறையூர்தான் சோழ ராஜ்யத்தின் தலைநகரமாக இருந்தது. காவேரியாற்றின் முகத்துவாரத்தில் உள்ள புகார் என்ற காவிரிப்பூம்பட்டினம் சோழ நாட்டின் முக்கிய துறைமுகமாக விளங்கிற்று. சோழர்களின் கொடிச் சின்னமாகப் புலியும், ஆத்தி அவர்களுடைய மலர் மாலையாகவும் விளங்கிற்று. வைகை நதிக் கரையில் மதுரை பாண்டியர்களின் தலைநகரமாய் இருந்தது. அவர்களுடைய சின்னம் - மீன்; மாலை - வேப்ப மலர். கொற்கை, சாலியூர் என்ற இரண்டு முக்கிய துறைமுகங்கள் கிழக்குக் கடற்கரையில் பாண்டியராஜ்யத்தைச் சேர்ந்திருந்தன. மேற்குக் கடற்கரையில் நீரானம், விழிஞம் என்ற இரண்டு பாண்டியத் துறைமுகங்கள் இருந்தன.

சேர ராஜ்யத்தின் தலைநகரமான வஞ்சி எங்கு இருந்தது என்பது பற்றிச் சரித்திர அறிஞர்கள் பல்வேறு கருத்துக்கள் கொண்டிருக்கிறார்கள். சிலர், கிரேக்க வரலாறுகளில் முசிரி என்று குறிப்பிடப்பட்ட இந்த வஞ்சி, கண்ணனூர் அருகில் பெரியாறு முகத்துவாரத்தில் இருந்ததாகச் சொல்லுகிறார்கள். மற்றும் சிலர், திருச்சிராப்பள்ளி மாவட்டத்தில் அமராவதி நதிக்கரையில் உள்ள கரூர்தான் வஞ்சியாக இருந்தது என்று வாதிக்கிறார்கள். கரூர்தான் வஞ்சியாக இருந்தது என்பதற்கு, டாலமி எழுதி வைத்துள்ள வரலாறுகளும், கி.பி. மூன்றாவது நூற்றாண்டில் பொறிக்கப்பட்ட பிற கல்வெட்டுக்களும் சான்றுகளாக உள்ளன. மற்றும், பிற்காலத்தில் கிடைத்த ஒரு தமிழ்க் கல்வெட்டு மூலமும், கரூரே வஞ்சி மாநகரம் என்று அறியப்படுகிறது. யானையின் அங்குசமும், வில்லும் அம்பும் சேரர்களின் சின்னங்களாக விளங்கின. தென்னை ஓலையை அவர்கள் மாலையாகக் கொண்டனர். சேர ராஜ்யத்துக்கு முக்கிய நகரம் முசிரி என்றும், மற்றும் தொண்டி, மரந்தை, நரவு என்ற துறைமுகங்களும் கிரேக்க வரலாறுகளில் குறிப்பிடப்பட்டிருக்கின்றன. கரிகால சோழன் காலத்தில் காஞ்சியில் அரசு புரிந்துவந்த தொண்டைமான் வம்சத்தார், நாலாவது நூற்றாண்டு முதல் அங்கு அரசாட்சி செய்துவந்த பல்லவர்களின் மூதாதையர்கள்தான் என்று நிச்சயமாகச் சொல்லுவதற்கில்லை. 'தொண்டை' என்பது ஒரு கொடியின் பெயர். 'பல்லவம்' என்பது துளிர் என்று பொருள்படும். தொண்டைமான், பல்லவன் ஆகிய

பெயர்கள் பற்றிப் பல்வேறு கதைகள் வழங்கி வருகின்றன. இவைகளுள் பல வேற்றுமைகளும் இருக்கின்றன. தொண்டை மண்டலத்தைப் பற்றி நமக்குக் கிடைத்துள்ள மிகவும் பழமையான வரலாறுகள், இன்று மரக்காணம் என்று சொல்லப்படும் சோபட் டினம் என்ற இடத்தைப் பற்றியும் இன்றைய புதுச்சேரியைப் பற்றியுமே கூறுகின்றன.

சங்க காலம்

தமிழ் அரசுகளைப் பற்றியும், அவைகளின் அரசர்களைப் பற்றியும், மற்றும் தமிழகத்தின் பண்பாடு, வளப்பம் முதலியவை களைப் பற்றியும் நமக்குக் கிடைத்துள்ள மிகப் பழமையான விவ ரங்கள் சங்க நூல்களில் அடங்கியிருக்கின்றன. மற்றும் கி.பி. முதலாவது, இரண்டாவது நூற்றாண்டுகளில் நம்முடைய நாட் டுக்கு வந்திருந்த ஐரோப்பியர்களின் வரலாறுகளிலும் இவைகள் பற்றிக் குறிப்பிடப் பட்டிருக்கிறது. இவர்களில் மிகவும் முக்கிய மானவர் 'ப்ளினி' என்பவர். ''எத்திரியன் கடல் வரலாறு'' என்ற, ஆசிரியர் பெயர் தெரியாத, ஒரு குறிப்பிலும் இவை பற்றித் தெரிகிறது. இந்த வரலாறுகள் முதல் நூற்றாண்டில் எழுதப் பட்டவை. கிரேக்க பூகோள அறிஞரான டாலமி இரண்டாவது நூற்றாண்டில் தமிழகத்தைப் பற்றிக் குறிப்பிட்டிருக்கிறார். பாண்டிய மன்னர்கள் மதுரையில் பராமரித்துவந்த சங்கத்தில், தமிழ் மொழியின் வழி நிர்ணயிக்கப்பட்டது. அந்தக் காலத்திய நூல்கள் ''சங்க இலக்கியம்'' என்று வழங்கிவருகின்றன. அந்த இலக்கியத் தொகுப்பிலிருந்து நமக்குக் கிடைத்தது சுமார் 30,000 வரிகள் கொண்ட செய்யுட் பகுதியாகும். எட்டுத்தொகை, பத்துப் பாட்டு ஆகிய நூல்தொகுப்புக்கள் சங்க இலக்கியத்தைச் சேர்ந் தவை. சிலப்பதிகாரம், மணிமேகலை ஆகிய இரண்டு காப்பி யங்களும் சங்க இலக்கியமாகவே கருதப்பட்டுவந்தன. ஆனால், இந்த இரண்டு காப்பியங்களும், சொல்லடைவு, அமைப்பு, அவைகள் கூறும் சமுதாயத்தின் இயல்பு முதலிய விஷயங்களில் சங்க நூல்களிலிருந்து வேறு பட்டவையாக இருக்கின்றன. ஆகவே, அவைகள் சங்க இலக்கியத்திற்குப் பிற்காலத்தைச் சேர்ந்தவை என்று கருத வேண்டியிருக்கிறது. பழமை மிக்க தமிழ் இலக்கணமான தொல்காப்பியம் சங்க இலக்கியத்தைச் சேர்ந்தது என்று கொள்ளலாம்.

சுமார் பத்தாயிரம் ஆண்டுகள் இயங்கிவந்ததாகக் கூறப்படும்

மூன்று தமிழ்ச் சங்கங்களைப் பற்றி, முதன் முதலில் இறையனார் அகப்பொருளுரையில் கேள்விப்படுகிறோம்.

இந்த நூல் சிவபெருமானால் இயற்றப்பட்டது என்று சொல்லுவர். பத்தாயிரம் ஆண்டுகள் இயங்கிவந்த மூன்று சங்கங்களிலும், தேவதைகள், மன்னர்கள், ரிஷிகள் உள்பட 8,598 கவிஞர்கள் அங்கம் வகித்ததாகக் கூறப்படுகிறது. இன்றைய அறிஞர்களில் சிலர், இந்தக் கதையை அப்படியே ஒப்புக்கொண்டு, மொழிப்பற்று வேகத்தின் காரணமாக, ஆராய்ச்சிக்கு இடமே இல்லாமல் செய்து வருகிறார்கள். கடைச்சங்கம் என்று சொல்லப்படும் ஒரு சங்கத்தை மட்டும் நாம், வரலாறு ரீதியில், ஒப்புக் கொள்ளலாம். இந்தச் சங்கம் இயங்கிவந்தது பற்றி பத்தாவது நூற்றாண்டு சின்னமன்னூர் செப்பேடுகளில் கூறப்பட்டிருக்கிறது. இந்தச் சங்கத்தைச் சார்ந்த இலக்கியத் தொகை ஒன்று இருந்ததாகவும் நாம் ஒப்புக்கொள்ளலாம். சுமார் கி.பி. 470-ல் மதுரையில் வஜ்ஜநந்தி என்ற மன்னன், ஜைனர்களைக் கொண்டு திராவிடச் சங்கம் ஒன்றைப் பராமரித்து நடத்தியதாக அறிகிறோம். ஆனால், இந்த ஜைன சங்கத்தைப் பின்பற்றி, தமிழ்ச் சங்கங்களைப் பார்த்து, ஜைனர்கள் சங்கம் நிறுவினார்களா என்பது பற்றி ஒன்றும் முடிவாகச் சொல்வதற்கில்லை. சங்க காலத்தைப் பற்றி நிர்ணயிப்பதற்கு நாம் சங்ககால காப்பியங்களிலுள்ள ஒற்றுமைகளை அறிய வேண்டும். அந்த நூல்களில் பல்வேறு மன்னர்கள், சிற்றரசர்கள் முதலியவர்களைப் பற்றிய குறிப்புகள் காணப்படுகின்றன. பல பாடல்களில், அந்தந்தப் பாடலை இயற்றிய புலவரின் பெயரும், அந்தப் பாடல் எப்பொழுது இயற்றப்பட்டது என்ற விவரமும் காணப்படுகின்றன. இந்த நூல்களைத் தொகுத்த போது, இத்தகைய விவரங்கள் சேர்க்கப்பட்டன என்றுதான் சொல்ல வேண்டும். இவ்வகையில் பாடல்களில் காணப்படும் விவரங்களும் ஒப்புக்கொள்ளக் கூடியவை என்றும் சொல்லலாம். இந்தக் குறிப்புகளை ஏற்று ஆராய்ந்தால், ஒரு ஐந்து ஆறு தலைமுறை வரை, தொடர்ச்சியான பரம்பரை ஒன்று இரண்டு நூற்றாண்டு வரை இருந்து வந்ததை அறியலாம். சேர மன்னர்கள் விஷயமாக, நமக்கு வம்ச விவரங்கள் கிடைத்திருக்கின்றன. மற்ற மன்னர்கள் விஷயத்தில் ஒன்றுக் கொன்று தொடர்பற்ற பல்வேறு பெயர்கள் மட்டுமே கிடைத்திருக்கின்றன. ஆகவே, அந்தக் காலத்தைப் பற்றிய தொடர்ச்சியான வரலாறு ஒன்றைக் காண்பது கடினமாகவே இருக்கிறது. அக்காலத்தில் அரசாண்ட மன்னர்கள்

தவிர, புலவர்களை ஆதரித்த ஏழு புகழ்பெற்ற வள்ளல்களும் இருந்தனர். பாரி, ஆய், எளினி, நள்ளி, மலையான், பேஹன், ஓரி என்பவர்களே இந்த ஏழு வள்ளல்கள்.

சேர மன்னன் செங்குட்டுவன், இலங்கை மன்னன் முதலாம் கஜபாகு, இருவரும் கி.பி. இரண்டாம் நூற்றாண்டின் பிற்பகுதி யில் அரசாண்டுவந்தனர் என்று சிலப்பதிகாரத்திலிருந்து அறிய லாம். இதற்குப் பல நூற்றாண்டுகளுக்குப் பின்னர்தான் இந்தக் காப்பியம் இயற்றப்பட்டது என்பது தெளிவு. ஆயினும் காவியத் தில் உள்ளபடி மன்னர்கள் இருவரும் சமகாலத்தவர்கள் என்றே சொல்ல வேண்டும். சங்க காலத்துப் பாடல்களில், அக்காலத்திய கடல் வாணிபத்தைப் பற்றி கிடைத்திருக்கும் விவரங்களும், தென் பாரதத்தில் பல்வேறு இடங்களில் கிடைத்துள்ள ரோமா னிய நாணயங்களிலிருந்தும் இந்த ஒற்றுமை தெளிவாகிறது. புதுச்சேரிக்கு அருகே அரிக்கமேடு பகுதியில் சமீபத்தில் கண்டு பிடிக்கப்பட்ட ரோமானிய நாணய தயாரிப்புச்சாலை இதற்கு ஒரு சான்றாகும். கி.பி. முதல் நூற்றாண்டில் வழங்கி வந்த ரோமா னியக் குயவர் ஒருவரின் பெயரும் கிடைத்திருப்பதால், இந்த ரோமானிய நாணயம், தொழிற்சாலை, இவற்றின் காலத்தை நம்மால் நிர்ணயிக்க முடிகிறது. அரிக்கமேடு என்னும் பெயர், ''அருகன் மேடு'' என்ற சொல்லின் திரிபு என்பதையும் நாம் கவனிக்க வேண்டும். அங்கு கிடைத்த ஒரு பெரும் ஜைன மகாவீர விக்கிரகம், ''அருகதர்'' என்ற பெயர் கொண்டிருப்பது, இந்தப் பொருத்தத்தை விளக்கும்.

தமிழ் மன்னர்கள் எல்லாம் மிகவும் பழமை நிறைந்த வம்சா வழியைக் கொண்டிருந்தார்கள் என்று கருதப்பட்டு வந்தது. மூவேந்தர்களும், தங்களுடைய மூதாதையர்கள் மகாபாரத யுத்தத் தில் பங்கு கொண்டதாகச் சொல்லிக் கொண்டதை, சங்க காலச் செய்யுளில் காணலாம். வரலாற்றில் முதன் முதலாகப் புலப்படும் சேர மன்னன் உதியஞ் சேரல்,குருக்ஷேத்திரத்தில் இருதரப்புப் படைகளுக்கும் உணவு அளித்ததாக ஒரு கதை கூறுகிறது. அந்த மன்னனின் மூதாதையர் ஒருவர் இவ்வாறு செய்திருக்கலாம் என்று தான் இதிலிருந்து கொள்ளலாம். ஒவ்வொரு மன்னனுடைய மூதாதையர்கள் புரிந்த சாதனைகள் எல்லாவற்றையும் ஒரே மன்ன னுடைய செயலாகவே குறிப்பிடுவது கவிதை மரபு. உதியஞ் சேரல் வாழ்ந்த காலம் கி.பி. இரண்டாவது நூற்றாண்டின் முற்பகுதி யாகும். அவனுடைய குமாரன் நெடுஞ்சேரலாதன் கடலில் ஒரு

போர் புரிந்து, பல கிரேக்க, ரோமானிய வர்த்தகர்களைச் சிறை பிடித்து வந்து, பின்னர் பெருந் தொகையை கப்பமாகப் பெற்று, அவர்களை விடுவித்தான். பொதுவாக, யவன வணிகர்களை தென் கடற்கரையில் தமிழ் மக்கள் வரவேற்றனர். அப்படியிருந்தும் இவ்வாறு ஒரு போர் நடந்ததன் காரணம் தெளிவாகத் தெரிய வில்லை. நெடுஞ்சேரலாதன் இன்னும் பல்வேறு போர்களில் வெற்றி பெற்றிருந்தான். அதன் விளைவாக, ''அதிராஜன்'' என்ற பட்டம் பெற்றான். ''இமயவரம்பன்'' என்பதும் அவனுக்கு ஒரு பட்டப் பெயர். இமய மலையையே தன்னுடைய ராஜ்யத்தின் எல்லையாக அடைந்து, பனி நிறைந்த அம்மலையின் மீது தன் னுடைய சின்னமான வில்லையும் அம்பையும் பொறித்தான் என்று வரலாறு கூறும்: இது பற்றி சங்ககாலக் கதைகளில் உயர்வு நவிர்ச்சியாகக் கூறப்பட்டிருக்கிறது. கடைசியாக, அவன் சோழ மன்னனுடன் போர் தொடுத்தபோது, இரு மன்னர்களும் போர்க் களத்தில் மடிந்தார்கள். இவர்களின் மனைவிகளான அரசிகள் இருவரும், இவர்களுடன் உடன்கட்டை ஏறினார்கள்.

ஆதனுக்கு இரண்டு புதல்வர்கள். இருவரும் புகழ் பெற்ற போர்வீரர்கள். இவர்கள் இருவரில் மிகச் சிறந்தவன் செங்குட் டுவன். 'நீதியில் சிறந்த செங்குட்டுவன்' என்று பரணர் இவனைத் தான் பாராட்டியிருக்கிறார். சங்க காலத்தில் வாழ்ந்த புலவர்களி லேயே பரணர்தான் நெடுங்காலம் வாழ்ந்தவர். மோகூர் சிற்றரச னுடன் செங்குட்டுவன் போர் தொடுத்தது பற்றியும், கடல் போர் ஒன்றில் வெற்றி பெற்றது பற்றியும் பரணர் குறிப்பிடுகிறார். இந்தக் கடல்போர் வெற்றியின் பயனாக அவனுக்கு 'கடல் பிறக் கோட்டிய சேரன் செங்குட்டுவன்' என்ற பட்டமும் கிடைத்தது. பதிற்றுப்பத்து நூல் தொகுதியில் பரணர் முடிவுரை கூறும்போது மற்றும் சில விவரங்களையும் குறிப்பிட்டிருக்கிறார். இவைகளில் சில வரலாற்றுக்குப் புறம்பான கதைகள் என்று கொள்ள வேண் டும். சோழ ராஜ்யத்தில் அரச பதவிக்கான சச்சரவு ஒன்றில் செங்குட்டுவன் தலையிட்டு, ஒரு இளவரசனுக்கு முடிசூட்டிய தாக ஒரு கதை உண்டு. இதை எதிர்த்த மற்ற ஒன்பது இளவரசர் களும் தோல்வியுற்றார்கள். மற்றும் செங்குட்டுவன் வட பாரதத் திற்குப் படை செலுத்திச் சென்று, அங்குள்ள மன்னர்களைத் தோற்கடித்து, பத்தினித் தெய்வமாகிய கண்ணகிக்கு சிலை வடிப்பதற்காக கல் ஒன்றைக் கொண்டு வந்ததாகவும் கதை ஒன்று இருக்கிறது. பின்னர், பத்தினித் தெய்வத்துக்கு அவன் சேர

ராஜ்யத்தில் கோட்டம் அமைத்தான். இந்தக் கதையே சிலப்பதிகாரக் காவியத்தில் விரிவாகக் கையாளப்பட்டதா, அல்லது இதுவே சிலப்பதிகாரத்திலிருந்து எடுத்துச் சுருக்கப்பட்ட கதையா என்பது பற்றித் தீர்மானமாகச் சொல்லுவதற்கில்லை. கண்ணகி, கோவலன் பற்றிய பல குறிப்புகள், அந்தக் காவியத்துக்கும் முற்காலத்திய பல நூல்களில் காணப்படுகின்றன. ஆகவே, பத்தினிக் கடவுள் வழிபாடு விஷயத்தில் செங்குட்டுவன் வழிகாட்டினான் என்றே நாம் கொள்ளலாம்.

சேர மன்னர்களில் ஐந்து மன்னர்கள் குறிப்பிடப்படுகிறார்கள். இவர்கள் மூன்று பரம்பரையைச் சேர்ந்தவர்கள். இது தவிர, இந்த வம்சத்தின் கிளைவழியைச் சேர்ந்த மற்றொரு பரம்பரையின் மூன்று மன்னர்களும் குறிப்பிடப்பட்டிருக்கிறார்கள். இவர்களில் முதல் மன்னனான அந்துவன் சேர ராஜ்யத்தின் ஒரு பகுதியை, மற்ற தலைவழி மன்னர்களின் காலத்திலேயே ஆண்டு வந்தான். சேர மன்னர்களின் அரசு, ஒரு குடும்பச் சொத்தாகவே கருதப்பட்டு வந்தது. இதைத்தான் கௌடில்யர் ‘குலசங்கம்’ என்ற பெயரில் திறமையான அரசாங்க நிர்வாகம் என்று குறிப்பிட்டிருக்கிறார். அதே காலத்தில் அரசாண்டு வந்த சோழ மன்னர்கள், பாண்டிய மன்னர்கள் விஷயத்திலும் இதுபோன்று குடும்ப ஆட்சி நடைபெற்றுவந்தது என்று சொல்லலாம். சேர மன்னர்களின் குலத்தைச் சேர்ந்த மற்ற வம்சத்தாரில் மிகவும் சிறந்தவன் பெருஞ்சேரல் இரும்பொறை என்பவன். இந்த மன்னன் சுமார் கி.பி. 19-ஆம் ஆண்டில் ஆட்சி புரிந்துவந்தான். பெருஞ்சேரல் இரும்பொறை இன்றைய சேலம் மாவட்டத்தில் தர்மபுரி எனும் தகடூரில் ஆண்டுவந்த அதிகமான்மீது போர் தொடுத்து வெற்றி பெற்றான். இது பின்னர் இயற்றப்பட்ட ‘‘தகடூர் யாத்திரை’’ என்ற காவியத்தில் குறிப்பிடப்பட்டிருக்கிறது. இந்தக் காவியம் முழுவதும் கிடைக்கவில்லை. இதைப் பற்றி மற்ற இலக்கியங்களில் மேற்கோள் மட்டும் காணப்படுகிறது. இந்தக் காலத்தின் பிந்திய சேர மன்னர்களில் ஒருவன் யானைக்கட்சேய் என்ற மன்னன். அவன் சுமார் கி.பி. 210-ஆவது ஆண்டில் ஆண்டு வந்தான். இம்மன்னன் காலத்திய பாண்டிய அரசன் தலையாலங்கானத்துச் செருவென்ற நெடுஞ்செழியன், இவனுடன் போர் தொடுத்து, இவனைச் சிறை கொண்டு சென்றான். ஆனால், யானைக்கட்சேய் கூடிய விரைவில் விடுதலை பெற்றான். தன்னுடைய ராஜ்யத்தில்,

தன் விரோதிகள் சிம்மாசனத்தைக் கைப்பற்றுவதற்கு செய்த முயற்சியையும் தோற்கடித்து விட்டான்.

சோழ மன்னர்களில் கி.பி. 200-ல் அரசாட்சி புரிந்த கரிகாலன் தான் மிகச் சிறந்தவன். கரிகாலனுடைய தந்தை இளஞ்சேட்சென்னி ஒரு பெரும் போர்வீரன். இளம் பருவத்தில் இவனுடைய கால் தீயினால் வெந்துபோனதன் விளைவாக, இந்த மன்னனுக்குக் 'கரிகாலன்' என்ற பெயர் ஏற்பட்டது. பிற்காலத்தில் கரிகாலன் என்ற பதத்துக்கு 'எதிரிகளின் யானைப் படைக்கு எமன்' என்ற பொருள்படும் படியாக இந்தப் பதம் கொள்ளப் பட்டது. கரிகாலனுடைய இளம் பருவத்தில், அவனுடைய விரோதி கள், அவனுக்கு அரியணை கிடைக்காமல் செய்து, சிறை வைத்திருந்தார்கள். கரிகாலன் சிறையினின்றும் தப்பியதோடு, சிம்மாசனத்தை மீண்டும் கைப்பற்றிய விவரம், ''பட்டினப்பாலை'' என்ற நூலில் மிகவும் விரிவாக வர்ணிக்கப்பட்டிருக்கிறது. பத்துப் பாட்டு தொகுப்பில் ஒன்றான பட்டினப்பாலையில் காவிரிப் பூம்பட்டினத்தின் வளப்பும், சிறப்பும் நன்றாக விளக்கப்பட்டிருக் கிறது. இன்று தஞ்சாவூருக்குப் பதினைந்து மைல் தூரத்திலுள்ள, கோயில் வெண்ணி' என்று கூறப்படும் இடத்தில் கரிகாலன் முதன் முதலாகப் போரில் வெற்றி பெற்றான். இந்தப் போரில் வேளிர் தலைவர்களும், மன்னர்களும் ஆகப் பதினோரு அதிபர் கள் போர்க்களத்தில் தோல்வியுற்றார்கள் பாண்டியர்களும், சேரர் களும் தங்களுடைய பெருமையை இழந்துவிட்டார்கள். சேர மன்னன் புறங்காட்டி ஓட, அவன் முதுகில் காயம் ஏற்பட்டது. இதையொட்டி, அவன் தன்னுடைய அவமானத்தைப் பொறுக்க முடியாமல், கையில் வாள் ஏந்தி, 'வடக்கு இருந்து' உயிர் நீத்தான். ஆகவே கரிகாலனுடைய வாழ்க்கையில், வெண்ணி ஒரு முக்கிய மான கட்டமாக விளங்கிற்று. தமிழகத்தில் கரிகாலனுக்கு முழு ஆதிக்கம் பெறவும் அது உதவிற்று. 'வாகைப்பறந்தலை' என்ற இடத்தில் நடந்த போரில், கரிகாலன் தன்னை எதிர்த்த பல சிற்றரசர்களைத் தோற்கடித்துத் தங்களுடைய கொற்றக் கொடி களை இழக்கும்படிச் செய்தான். தமிழகத்திலிருந்து மக்கள் அயல் நாடுகளுக்குச் செல்வதைத் தடுப்பதற்காக அவர்களுக்குப் பல்வேறு வசதிகள் செய்து கொடுத்தான். காட்டுப் பகுதிகளை அபிவிருத்தி செய்ததோடு பாசன ஏரிகள் பலவற்றை நிறுவி, விவசாய வளர்ச்சிக்கு அடிகோலினான். கரிகாலன் வைதிக மதத் தைப் பின்பற்றி வந்தான். பல்வேறு யாகங்கள் முதலியவற்றை

அனுஷ்டித்து நல்வாழ்க்கை நடத்தினான். பிற்காலத்தில், அவனைப் பற்றிப் பல கதைகள் தோன்றின. தெலுங்கு நாட்டில் கூடப் பல்வேறு அரச குடும்பங்கள், கரிகாலனையே மூதாதையராகக் கொண்டனர். கரிகாலனுக்குப் பிறகு சோழ ராஜ்யம் சின்னா பின்னமாகி, சிற்றரசர்களின் கையில் சிக்கி, பல உள்நாட்டுச் சச்சரவுகள் ஏற்பட்டன. இதன் விளைவாக, அண்டை ராஜ்ய மன்னர்கள் சோழ ராஜ்ய விவகாரங்களில் தலையிட வாய்ப்பு ஏற்பட்டது.

பாண்டிய மன்னர்களில் மிகவும் புகழ் பெற்றவன் தலையாலங்கானத்துச் செருவென்ற நெடுஞ்செழியன். கி.பி. சுமார் 210-ல் பட்டத்துக்கு வந்தான். மாங்குடி மருதனார் இயற்றிய 'மதுரைக் காஞ்சி'யில் நெடுஞ்செழியின் முன்னோர்கள் குறிப்பிடப்பட் டிருக்கிறார்கள். அவர்களில் மிகவும் புகழ்பெற்ற இருவரில் 'முதுகுடுமிப் பெருவழுதி' என்பான் ஒருவன். முதுகுடுமிப் பெரு வழுதியைப் பற்றி ஒன்பதாவது நூற்றாண்டைச் சார்ந்த வேள்விக் குடி செப்பேடுகளில் குறிப்புகள் காணப்படுகின்றன. பெருவழுதி கடின சித்தம் படைத்த வீரன். தான் கைப்பற்றிய பகுதிகளைக் கடுமையாகவே நடத்திவந்தான். அவன் பல்வேறு யாகங்களைச் செய்ததால், 'பல்சாலை முதுகுடுமிப் பெருவழுதி' என்ற பட்ட மும் பெற்றான். மற்றொரு மன்னன் 'ஆரியப்படை கடந்த நெடுஞ்செழியன்'. இவனுடைய ஆட்சிக் காலத்தில் மதுரையில் கோவலன் மரணதண்டனை விதிக்கப் பெற்றதன் அநீதியை அறிந்து, இந்த மன்னன் மனம் உடைந்து இறந்தது பற்றி சிலப்பதி காரத்தில் குறிப்பிடப்பட்டிருக்கிறது. ஆரியப்படை கடந்த நெடுஞ் செழியன் இயற்றியதாகக் கூறப்படும் ஒரு பாடலில் 'பிறப் புக்கும், இனத்திற்கும் மேற்பட்டது அறிவு' என்று சொல்லப்பட் டிருக்கிறது.

தலையாலங்கானத்துச் செருவென்ற நெடுஞ்செழியன் இளமைப் பருவத்திலேயே பட்டத்துக்கு வந்தான். சேர, சோழ மன்னர்களும், மற்றும் ஐந்து சிற்றரசர்களும் சேர்ந்து இவனுக்கு எதிராக கூட்டுச் சேர்ந்தபோது நெடுஞ்செழியன் திறமையுடன் அந்தப் பகைமையைச் சமாளித்தான். இந்தக் கூட்டால் ஏற்பட்ட போரில், தான் வீரச்செயல் புரிந்து வெற்றி பெறப் போவதாக இளம் நெடுஞ்செழியன் சபதம் எடுத்துக் கொண்டான். இதைப் பற்றி ஒரு சிறிய செய்யுளில் மிகவும் சிறப்பாகக் கூறப்பட்டிருக் கிறது. அவனுடைய பகைவர்கள், அவன் இளைஞன் என்பதால்

அவனை எளிதில் தோற்கடித்துவிடலாமென்று நினைத்தார்கள். போரில் வெற்றியினால் ஏற்படக்கூடிய பெரும் லாபத்தைக் கருதி, அவர்கள் பாண்டிய ராஜ்யத்தின் தலைநகரை நோக்கிப் படை யெடுத்து விட்டார்கள், ஆனால், நெடுஞ்செழியன் அவர்களைத் தோற்கடித்ததோடல்லாமல், எல்லைக்கப்பால் சோழ நாட்டுக்குள் அவர்களைத் துரத்தியடித்து, தஞ்சாவூர் மாவட்டத்தில், திருவாரூருக்கு எட்டு மைல் தூரத்தில் உள்ள தலையாலங்கானம் என்ற இடத்தில் நடந்த ஒரு பெரும் போரில் அவர்களை முற்றிலும் தோற்கடித்தான். இந்தப் போரில் அவன் சேர மன்னன் யானை கட்சேயைச் சிறைபிடித்தான். மாங்குடி மருதனார் இந்தப் போரைப் பற்றிக் குறிப்பிட்டு, நெடுஞ்செழியனைக் 'கொற்கைக்கு உரியோன்' என்றும், 'தென் பரதவர் போரேறே' என்றும் கூறுகிறார். தென்னாட்டுக் கடற்கரையில் முத்துக் குளிக்கும் தொழிலில் ஈடுபட்டிருந்த மக்கள், நெடுஞ்செழியனின் படையில் ஒரு பகுதியினராக இருந்தார்கள் என்பது இதிலிருந்து தெரிகிறது.

வேளிர் குறுநில மன்னர்களில் மிகவும் புகழ் பெற்றவர்கள் ஆய், பாரி என்ற இருவர். இவர்கள் இருவரையும் பற்றி பல புலவர்கள் பல்வேறு காப்பியங்களில் குறிப்பிட்டிருக்கிறார்கள். வேளிர் ரிஷி ஒருவரின் யாகசாலையில் ஹோம குண்டத்திலிருந்து தோன்றியவர்கள் என்று இவர்கள் கூறிக்கொண்டார்கள். மற்றும் அகஸ்தியர், விஷ்ணு முதலியவர்களுடன் தொடர்பு கொண்டிருந்ததாகவும், அவர்களிடையே பல கதைகள் உண்டு. வேளிர் முன்னோர்களில் ஒருவர், தவம் செய்து கொண்டிருந்த ரிஷி ஒருவரைத் தாக்க வந்த புலி ஒன்றைக் கொன்று, ரிஷியைக் காப்பாற்றியதாக ஒரு கதை. இதை மைசூரில் பிற்காலத்தில் ஆண்டுவந்த ஹோய்சல வம்சத்தாரும், தங்களுடைய முன்னோர்கள் செய்த சாதனையாகக் கொண்டார்கள். ஆய் சிற்றரசனின் நிலப்பரப்பு பொதிய மலையைச் சுற்றியிருந்தது. மேற்குத் தொடர்ச்சி மலையின் தெற்குக் கோடியிலுள்ள பொதியமலைப் பகுதியில் ஆதிக்கம் செலுத்திவந்த ஆய் சிற்றரசனைப் பற்றி டாலமி குறிப்பிட்டிருக்கிறார். பெட்டிகோமலை, கன்யாகுமாரி ஆகிய பகுதிகளும் ஆய்ராஜ்யத்தில் அடங்கியிருந்தன என்பது டாலமியின் கூற்று.

இந்தக் குலத்தைச் சேர்ந்த மன்னர்கள் எல்லோருமே, தங்களுடைய பெயருக்கு முன்பு ''ஆய்'' என்ற முதற் பெயரைச் சேர்த்துக் கொண்டார்கள். 'ஆய் அந்திரன்' என்ற மன்னனின்

பெயர் 'வீரன்' என்ற பொருள்படும். இது வடமொழிப் பதம் போல் தோன்றுகிறது. இந்த மன்னன், தான் ஆதரித்துவந்த புலவர்களுக்கு யானைகளைப் பரிசாகக் கொடுத்தான். இவனுடைய அரசாட்சியில் கொங்கர்களைத் தோற்கடித்த ஒரே ஒரு போர் தான் குறிப்பிடப்பட்டு இருக்கிறது. அந்தணப் புலவர் கபிலரின் ஆப்த நண்பனாகிய பாரி, பிரான்மலை அல்லது கொடுங்குன்றம் என்ற மலையைச் சுற்றிய பாண்டிய நாட்டுப் பகுதியை ஆண்டு வந்தான். அரண் நிறைந்த அந்த மலையைச் சுற்றிலும் இருந்த 300 கிராமங்கள் அவனுடைய ஆதிக்கத்தில் இருந்ததாகத் தெரிகிறது. இந்த நாட்டைப் பற்றியும், பாரியைப் பற்றியும் பல்வேறு பாடல்கள் பாடிய கபிலர், பாரியின்மீது சேர, சோழ, பாண்டிய மன்னர்கள் ஒன்று சேர்ந்து போர் தொடுத்தபோது, அருகிலிருந்து பாரிக்கு யோசனை கூறி, நெடுஞ்காலம் இந்த மன்னர்களை எதிர்த்து நிற்க, பாரிக்கு உதவி செய்தார். கடைசியில் பாரி ஒரு சதியின் விளைவாகக் கொல்லப்பட்டபோது, அவனுடைய இரண்டு புதல்விகளையும் காப்பாற்றும் பொறுப்பைக் கபிலர் ஏற்றுக்கொண்டார். அவர்களுக்குத் தக்க முறையில் மணம் செய்விக்க எவ்வளவோ முயன்றும் வெற்றி பெறாததால் கபிலர் உண்ணாவிரதம் பூண்டு உயிர்நீத்ததாகக் கூறப்படுகிறது. ஆயினும், பிற்காலத்திய கல்வெட்டின் மூலம் அறியப்படும் விவரங்களிலிருந்து கபிலர் உயிர் நீப்பதற்கு முன்பு, முள்ளூர் மலையமான் என்பவனுக்குப் பாரியின் புதல்விகளில் ஒருத்தியை மணம் செய்துவைத்ததாகத் தெரிகிறது. ஆனால், இந்த இரண்டு கதைகளுக்குமே ஆதாரம் இருப்பதாகத் தெரியவில்லை. பதிற்றுப் பத்து நூலில் காணப்படும் ஒரு பாடலிலிருந்து, கபிலர் பிற்காலத்தில் செல்வக்கடுங்கோவாழியாதன் என்ற சேர மன்னனின் ஆதரவை நாடியதாகத் தெரிகிறது. அப்பொழுது இருந்த தகடூர்த் தலைவன், அதிகமான் நெடுமான் அஞ்சி என்பவன். இவனைப் பற்றி ஔவையார் பாடியிருக்கிறார். இந்த மன்னன் தான் பெருஞ் சேரல் இரும்பொறை என்ற சேர மன்னனை எதிர்த்தவன். அதிகமானின் வம்சத்தார் கடவுள் வழிபாடு, பல்வேறு யாகங்கள் முதலியன புரிந்து, விண்ணுலகத்திலிருந்து கரும்பை மண்ணுலகத்துக்கு கொண்டு வந்தவர்கள் என்றும், பல காலம் திறமையுடன் ஆட்சி புரிந்தவர்கள் என்றும் ஔவையார் கூறுகிறார். பாண்டியர், சோழர் இரு மன்னர்களின் உதவி கிடைத்தும், சேரனுடன் ஏற்பட்ட போரில் அதிகமான் வெற்றி அடையவில்லை. ஆகவே, அவன்

சேரனுடைய ஆதிக்கத்தை ஏற்றுக்கொண்டு, பின்னர் சேர மன்ன னுக்காக போர் புரிந்து, போர்க்களத்திலேயே உயிர் இழந்தான். இவனுடைய மரணத்தைப் பற்றி ஔவையார் குறிப்பிடுகிறார். ஆனால், எந்தச்சேர மன்னனுக்கு இவன் அடங்கியிருந்தான் என்பது பற்றியோ, எந்தப் போரில் இறந்தான் என்பது பற்றியோ விவரங்கள் இல்லை. தமக்கு ஆதரவு அளித்த அதிகமான் இறந்த பின்னர், தம்முடைய வாழ்நாட்கள் பயனற்றுப் போயின என்று ஔவையார் பாடியிருக்கிறார்.

வேளிர் தலைவர்களைவிட மிகவும் முக்கியமான வம்சத் தினர் திரையர்கள். விஷ்ணுவை மூதாதையாகக் கொண்ட இந்தத் தலைவர்கள், கடல்திரை மூலம் கிடைத்தவர்கள் என்ற பொருள் படும்படியாக 'திரையர்கள்' என்று பெயர் கொண்டிருந்தார்கள். தொண்டைமான்கள் என்றும் இவர்களுக்குப் பெயருண்டு. இவர் களுடைய நாட்டுக்குத் தொண்டை மண்டலம் என்ற பெயர் ஏற்பட்டது. இது பற்றிய கதையொன்று, 'சோழ இளவரசன் ஒருவனுக்கும் நாகர் குலப் பெண் ஒருத்திக்கும் ஏற்பட்ட உறவின் விளைவாகப் பிறந்த குழந்தையொன்று, தொண்டைக் கொடி ஒன்றை அடையாளமாக கழுத்தில் சுற்றிக் கடலில் மிதக்க விடப்பட்டது' என்று கூறுகிறது. திரையர்கள், தொண்டை மான்கள், மேற்கே வேங்கட மலையிலிருந்து கிழக்குக் கடற்கரை வரை ஆட்சிபுரிந்துவந்ததாக அறிகிறோம். தொண்டைமான் இளந்திரையன் கரிகால சோழனின் சமகாலத்தவன். இவ்விருவரை யும் பற்றி பத்துப்பாட்டில் ருத்திரங்கண்ணனார் என்ற ஒரு புலவர் பாடியிருக்கிறார். தொண்டைமான் இளந்திரையன், கரிகாலனுடைய உறவினன் என்றோ, கரிகாலனின் ஆதிக்கத் துக்கு உட்பட்டு இருந்தவன் என்றோ சொல்வதற்கு ஒருவித ஆதாரமும் எங்கும் கிடைக்கவில்லை. இளந்திரையனும் ஒரு சிறந்த புலவன். தான் பாடிய பாடல் ஒன்றில், அரசாட்சி செய்யும் மன்னன் தன்னுடைய மக்களின் நலனுக்காக நல்லாட்சி புரிய வேண்டியதன் அவசியத்தைப் பற்றி கூறியிருக்கிறான். வரலாற்றுக் காலத்திய பல்லவர்கள் திரையர்களின் உறவினர்களா என்பது சர்ச்சைக்குரிய விஷயம்.

இன்றைய திண்டிவனம் எனும் கிடங்கில், மரக்காணம் என்ற எயிர்ப்பட்டணம், ஆமூர், வேலூர் முதலிய பகுதிகள் அடங்கிய ஒரு நிலப்பரப்பை ஆண்டுவந்த நல்லியக்கோடன் என்ற ஒரு சிற்றரசன் ஆட்சியுடன், கி.பி. 300வது ஆண்டு வாக்கில், சங்க

காலம் முடிவடைகிறது என்று சொல்லலாம். அவன் காலத்தில் 'சேர, சோழ, பாண்டிய ராஜ்யங்களின் தலைநகரங்களில் தர்மம் மறைந்து விட்டது; புலமைக்கும், கலைக்கும் ஆதரவு அளிப்பவர்கள் மறைந்து விட்டனர்' என்று நத்தத்தனார் என்னும் புலவர், நல்லியக் கோடனைப் பற்றி சிறுபாணாற்றுப்படையில் குறிப்பிடுகிறார்.

சங்க காலத்திற்குப் பின்

சங்க காலத்திற்குப் பின்னர், தமிழ் அரசியல் வரலாற்றில் ஒரு பெரும் வறட்சி தோன்றியதாகத் தெரிகிறது. தக்காணத்தில் சாதவாகனர்கள் சந்ததிக்குப் பிறகு, பல்லவர்கள் மட்டுமே கிருஷ்ணா, துங்கபத்ரா நதிகளுக்குத் தெற்கு வரையில் கைப்பற்றி, காஞ்சிபுரத்தைத் தலைநகராகக் கொண்டு ஆண்டு வந்தார்கள். தமிழர்களின் நாகரிகம் வடமொழியின் தொடர்பால் மாறுதல் அடைந்துவந்தது. பல்லவர்களுடைய பழைய கல்வெட்டுக்கள் தெலுங்கு நாட்டில் கிடைத்தவை; ப்ராகிருதம் என்னும் மொழியில் செதுக்கப்பட்டவை. இவைகள் கி.பி. மூன்றாவது, நாலாவது நூற்றாண்டுகளைச் சேர்ந்தவை. 'பல்லவம்' என்பது ஒரு வடமொழிச் சொல்; 'துளிர்' என்ற பொருள் கொண்டது. மகாபாரத வீரன் அஸ்வத்தாமாவும் விண்ணுலக மங்கை ஒருத்தியும் உறவு கொண்டதன் பயனாக, பிறந்தகுழந்தையை பல்லவம் அல்லது துளிர்கள் நிறைந்த பேழையில் தாங்கியதால் அந்த வம்சத்தாருக்கு 'பல்லவர்' என்று பெயர் ஏற்பட்டதாக ஒரு வரலாறு உண்டு. பல்லவர்களுக்கு காளை மாடு சின்னமாக விளங்கிற்று.

நாலாம் நூற்றாண்டின் மத்தியில், காஞ்சி மன்னன் விஷ்ணு கோபன், குப்த சாம்ராஜ்யத்தின் சக்கரவர்த்தியான சமுத்திர குப்தனுடன் போர் தொடுத்தான். விஷ்ணு கோபனுக்கு, அவனுடைய ஆதிக்கத்திற்கு உட்பட்ட உக்கிரசேனன் உதவி செய்தான். இப்படி சமுத்திரகுப்தன் படையெடுத்து வந்த பிறகு, பல்லவர்கள் தங்களுடைய மேற்குப் பகுதிகளின் ஆதிக்கத்தை இழந்துவிட்டார்கள். அந்தப் பகுதிகளை கதம்பர்களும், கங்கர்களும் பிடித்துக் கொண்டார்கள். மிகவும் குறுகிவிட்ட பல்லவ ராஜ்யத்தை ஆண்டு வந்த மன்னர்களின் உறவுகளைப்பற்றி வடமொழியில் பொறிக்கப்பட்ட பல செப்பேடுகள் (கி.பி. 350-ஆம் ஆண்டுக்குப்பின் இரண்டு நூற்றாண்டு வரை) விவரங்கள் தருகின்றன. இந்தச் செப்பேடுகளின்படி, பல்லவ மன்னர்கள் ஹிந்து மதத்தைப் பின்பற்றியவர்கள்

என்றும், அவர்களுடைய நிர்வாக முறை பற்றியும் விவரங்கள் கிடைத்திருக்கின்றன. இதைத் தவிர, அரசியல் பற்றி இந்தச் செப்பேடுகளில் விவரங்கள் கிடைக்கவில்லை.

தமிழகத்தின் தெற்குக் கோடியில், சங்க காலத்துக்குப் பின் சில நூற்றாண்டுகள் என்ன நடந்தது என்றே தெரியாத விதத்தில் வரலாறு இருள் சூழ்ந்து காணப்படுகிறது. ஆறாவது நூற்றாண்டின் பிற்பகுதியில் இந்தப் பகுதியின் வரலாறு பற்றிய விவரங்கள் மீண்டும் கிடைக்கின்றன. களப்பிரர்கள் என்ற கொடுங்கோலர்கள் படையெடுத்து வந்து, அரசியல் நிர்வாகம் முழுவதையும் அழித்துவிட்டார்கள் என்று கேள்விப்படுகிறோம். அதன் பின்னர் சிம்மவிஷ்ணு பரம்பரையைச் சேர்ந்த பல்லவர்கள் தமிழ் நாட்டிலும், மேற்குத் தக்காணத்தில் துங்கபத்திரா நதிக்கப்பால் பாதாமி சாளுக்கியர்களும் ஒரு சமயத்தில் மீண்டும் எழுச்சிபெற்ற பிறகுதான் அரசியல் வரலாறு ஒருவாறு திரும்பவும் நிலைபெறுகிறது. களப்பிரர்களைப் பற்றி நமக்கு முடிவாக ஒன்றும் தெரியவே இல்லை. பாண்டியர்களின் 9-ஆம் நூற்றாண்டு வேள்விக்குடி செப்பேடுகளில் இவர்கள் 'கலி அரசர்கள்' என்று குறிப்பிடப் படுகிறார்கள். இவர்களை ஒருவராலும் எதிர்த்து நிற்க முடியவில்லை. தங்களுடைய கொடுமை நிறைந்த சக்தியினால் பல அதிராஜர்களை முறியடித்து, சமுதாயத்தையே குலைத்து விட்டார்கள். பல தர்ம ஸ்தாபனங்களை அழித்ததோடு, பிராமணர்களுக்கும், ஆலயங்களுக்கும் மான்யமாகக் கொடுக்கப்பட்ட சொத்துக்களையும் பறிமுதல் செய்தார்கள் என்று குறிப்பிடப் பட்டிருக்கிறது. அந்தக் காலத்தில் களப்பிரர் குலத்தலைவனான அச்சுதவிக்ராந்தன் என்பவனுடைய ஆதரவைத் தாம் பெற்றிருந்ததாக, காவேரிப் பகுதியில் வாழ்ந்துவந்த பௌத்த மத்தினரான புத்த தத்தர் எழுதியிருக்கிறார். அச்சுத விக்ராந்தன் தமிழகத்து மூவேந்தர்களையும் சிறை பிடித்து வைத்திருந்தான் என்று பிற்காலத்திய தமிழ் இலக்கிய வரலாறு கூறுகிறது. இவன் நந்திமலை அதிபன் என்ற முறையில், இவனைப்பற்றி பல பாடல்கள் பாடப் பட்டன. பத்தாவது நூற்றாண்டைச் சேர்ந்த தமிழ் இலக்கண ஆசிரியர் அமிதசாகரர் என்பவர் மேற்கோள் காட்டியிருக்கிறார். அச்சுதன் பெரும் நீதிப் பொறுப்பு கொண்டு, ஒரு பகுதியில் அரசாட்சி புரிந்த, புத்தமதத்தைச் சேர்ந்த மன்னன் என்றும், களப்பிரர்கள் மேற்கொண்ட அரசியில் புரட்சி மத வேற்றுமையின் விளைவாக ஏற்பட்டது என்றும் நாம் ஊகிக்கலாம். 12-ஆம்

நூற்றாண்டின் பிற்பகுதியில் வாழ்ந்த சைவப் பெரியார் சேக்கிழார், கூற்றுவன் என்ற மன்னனைப் பற்றிக் குறிப்பிடுகிறார். தொண்டை நாட்டில் களந்தை என்ற இடத்தில் இவன் அரசாட்சி புரிந்ததாகக் குறிப்பிடுகிறார். பின்னர் இவன் 63 நாயன்மார்களில் ஒருவராக மாறியதையும் குறிப்பிடுகிறார். திருப்பதி மலை உட்பட்ட ஒரு பகுதியில் ஆதிக்கம் செலுத்திய களவர், அவர்களுடைய தலைவன் புள்ளி, முதலியவர்களைப் பற்றியும் குறிப்புக்கள் காணப்படுகின்றன. களவர் - களப்பிரர் என்பவர்கள் பெரும் பகுதியில் வாழ்ந்துவந்த குலத்தார். அவர்கள் அன்னிய மதங்கள் பலவற்றுடன் பற்றுக் கொண்டதால், அரசியல் அடிப்படையிலும், சமுதாய ரீதியிலும் புரட்சிகள் ஏற்பட்டன என்று கருதலாம். எப்படியிருந்தபோதிலும், இந்தக் குழப்பத்தின் விளைவாக சோழர்கள் முற்றிலும் மறைந்துவிட்டார்கள். பின்னர் 9-வது நூற்றாண்டு வரை சோழர்களைப் பற்றியே நாம் கேள்விப்படவில்லை. ஆயினும், இந்தச் சோழர்களின் ஒரு கிளை ராயலசீமாவில் ஆட்சி புரிந்த தெலுங்குச் சோழர்களே என்று, ஏழாவது நூற்றாண்டில் சீனயாத்ரீகர் இயூன்-சங் குறிப்பிட்டிருக்கிறார் சோழ சாம்ராஜ்ய மன்னர்களின் முன்னோர்களில் ஒருவனாகக் கருதப்படும் செங்கணானைப்பற்றி பல்வேறு கதைகள் உண்டு. இவன் எந்தக் காலத்தில் வாழ்ந்தவன் என்பது பற்றித் திடமாக சொல்லுவதற்கில்லை.

குழப்பம் மிகுந்த இந்த இடைக்காலத்தில் புத்த மதம், ஜைன மதம் இரண்டும் தலை தூக்கி நின்றன. இந்தக் காலத்தில் தமிழ் இலக்கியம் செழித்து வளர்ந்தது. பதினெண் கீழ்க்கணக்கு என்ற இலக்கியத் தொகுப்பில் அடங்கிய நூல்கள் பெரும்பாலும் இந்தக் காலத்தில் இயற்றப்பட்டவை. தொல்காப்பியம், இந்தக் காலத்தைச் சார்ந்தது என்று சொல்லலாம். சிலப்பதிகாரமும், மணிமேகலையும், இதையடுத்த பிற்காலத்தியவை. இந்த நூல்களை இயற்றிய புலவர்களில் பலர், பிற மதங்களைச் சேர்ந்தவர்கள். இந்த மதங்களைப் பற்றி சங்க நூல்களில் நாம் அதிகம் கேள்விப்படுவது இல்லை. இது ஒரு விசேஷமான முரண்பாடு. இந்தப் பின்னணியில்தான், இதற்கடுத்த காலத்தில் ஹிந்து மத மறுமலர்ச்சி ஏற்பட்டது.

பாண்டியர்களும் பல்லவர்களும்

ஆறாவது நூற்றாண்டின் பிற்பகுதியில் களப்பிரர் ஆட்சி முறியடிக்கப்பட்டவுடன் பாண்டியர்களும், பல்லவர்களும்

மீண்டும் தங்கள் ராஜ்யங்களைப் பெற்றார்கள். பின்னர் இருநூற்று ஐம்பது ஆண்டுகள் இவ்விரு வம்சத்தார்களும், தமிழகத்தை இரண்டு பிரிவுகளாக ஆண்டுவந்தார்கள். பாண்டியர்கள் மதுரையைத் தலைநகரமாகவும், பல்லவர்கள் காஞ்சீபுரத்தைத் தலைநகரமாகவும் கொண்டிருந்தார்கள். இவ்விரண்டு வம்சத்தாரிடையே போர் நிகழ்ந்துவந்தது. இவ்விரு ராஜ்யங்களின் எல்லையும் அடிக்கடி காவேரிக்கு வடக்கிலும் தெற்கிலும் மாறிமாறி வந்துகொண்டிருந்தது. பல்லவர்கள் தெற்கே பாண்டியர்களுடன் போரிடுவதுடன், துங்கபத்ராவின் அக்கரையில் இருந்த பகைவர்களுடனும் போரிட வேண்டியிருந்தது. முதலில் பாதாமி சாளுக்கியர்களுடனும், பின்னர் இராஷ்டிரகூடர்களுடனும் அவர்கள் போர் தொடுக்க வேண்டிய்தாயிற்று. பல்லவர்களுடைய இயல்பான பகைவர்கள் பாண்டியர்களுடைய நண்பர்கள் ஆனார்கள். பாண்டிய ராஜ்யத்தின் அண்டை ராஜ்ய மன்னர்களான இலங்கை அரசர்கள் பல்லவர்களுக்கு ஆதரவு அளித்தார்கள்.

பாண்டிய அரசு, மீண்டும் தோன்றி வளர்ந்தபோது, அந்த வம்சத்தின் முதல் மூன்று மன்னர்களைப் பற்றி நமக்கு அதிக விவரங்கள் தெரியவில்லை. கி.பி. 590 முதல் 620 வரை அரசாண்ட பாண்டிய அதிராஜன் கடுங்கோன், 620 முதல் 645 வரை அரசாண்ட மாறவர்மன் அவனி சூளாமணி, 645 முதல் 670 வரை அரசு புரிந்த செழியன் வானவன் சேந்தன் என்ற ஜெயந்தவர்மன் ஆகிய மூன்று அரசர்களின் விவரம் கிடைக்கவில்லை, 'அதிராஜன்' என்ற பட்டம் பெற்றிருந்ததால், பாண்டிய அரசன் தன்னுடைய ஆதிக்கத்தின் கீழ் பல சிற்றரசர்களைக் கொண்டிருந்தான் என்பது விளங்கும். சேந்தன்வானவன் பட்டம் பெறுவதற்கு முன்னர், சேர மன்னர்களுடன் போர் புரிந்து வெற்றி பெற்றிருந்தான்.

ஆயினும், அதே காலத்தில் அரசாண்டு வந்த பல்லவ மன்னர்களைப் பற்றி நமக்குப் போதிய விவரங்கள் கிடைத்திருக்கின்றன. 560 முதல் 580 வரை அரசாண்ட சிம்ம விஷ்ணுதான் பல்லவ வம்சத்தை ஸ்தாபித்தான். கிருஷ்ணா நதி முதல் காவேரி நதிவரை பரவியிருந்த நிலப்பரப்பு முழுவதையும் அவன் ஆண்டுவந்தான். 'அவனிசிம்மன்' என்ற பட்டத்தையும் பெற்றான். அவன் விஷ்ணுவை வழி பட்டு வந்தான். அவனுடைய குமாரன் முதல் மகேந்திரவர்மன் 580 முதல் 630 வரை அரசாண்டான். மகேந்திரவர்மன் பல வகைகளிலும் திறமை பெற்றிருந்தான்.

வரலாற்று மன்னர்களில் மிகவும் புகழ் பெற்றவர்களில் இவனும் ஒருவன். போர்வீரன், கவிஞன், இசைக் கலைஞன், சமய சீர்திருத் தவாதி என்ற வகையில் இந்த மன்னன் பல்வேறு துறைகளில் பல சாதனைகளைப் புரிந்தான். சாளுக்கிய மன்னன் இரண்டாம் புலிகேசி காஞ்சீபுரத்தைக் கைப்பற்றுவதை மகேந்திரவர்மன் புள்ளலூர் போரில் வெற்றி பெற்றுத் தடுத்தான். ஆயினும் படை யெடுத்து வந்த சாளுக்கிய மன்னன் ஏற்கனவே கைப்பற்றிய வட பகுதிகளை மகேந்திரவர்மனால் மீட்க முடியவில்லை. மகேந்திரவர்மன் முதலில் ஜைன மதத்தைத் தழுவி வந்தான். பின்னர், திருநாவுக்கரசு நாயனாருடன் தொடர்பு கொண்டதன் பயனாக, சைவ மதத்தை ஏற்றுக்கொண்டான். அப்பர் என்று புகழ் பெற்ற திருநாவக்கரசு நாயனாரே முதலில் சமணராக இருந்து, பின்னர் சைவ நாயன்மார்களில் ஒருவராகத் திகழ்ந்தவர். புதிய பக்தி இயக்கத்தில் சைவ மதத்தைப் பிரசாரம் செய்த வர்களில் அப்பர் மிகவும் சக்தி வாய்ந்தவர். மகேந்திரவர்மன் தீவிர சமயவாதம், ஒழுங்கீனமான மத நடவடிக்கைகள் முதலிய வற்றை வெறுத்தான். தான் எழுதிய 'மத்த விலாசம்' என்ற நகைச் சுவை நாடகத்தில் மகேந்திரவர்மன், காபாலிகர்கள், புத்த பிக்ஷுக்கள் முதலியவர்களைப் பற்றி பரிகாசமாக எழுதியிருக் கிறான். மத்தவிலாசம் என்ற நாடகத்தில் அன்றைய மதவெறி காணப்படாமல் இருப்பது ஒரு விசேஷம். விசித்திர சித்தன், குணபரன் என்ற பட்டங்களையும் மகேந்திரவர்மன் பெற்றிருந் தான். கட்டிடக் கலை, இசை முதலிய துறைகளிலும் அவன் திறமை பெற்றிருந்தான். அவனுடைய காலத்தில் பல்லவ ராஜ்யம், தென் கிழக்காசிய நாடுகளுடனும் கலாசாரத் தொடர்பும், வர்த்தக உறவும் பெற்றிருந்தது. இன்று கம்போடியா என்று வழங்கும் கம்புஜ நாட்டின் மன்னன் சித்ரசேனன், மகேந்திரவர்மன் என்ற பட்டத்தை ஏற்று, தன்னுடைய நாட்டில் ஒரு குன்றின் மீது கோவில் அமைத்து, சிவலிங்கத்தைப் பிரதிஷ்டை செய்தான். மகேந்திரவர்மன், திருச்சிராப்பள்ளியில் மலைக் கோட்டையில் சிவலிங்கத்தைப் பிரதிஷ்டை செய்தது போலவே சித்ரசேனனும் செய்திருந்தான்.

மகேந்திரவர்மனுடைய குமாரன் முதலாம் நரசிம்மவர்மன் மகாமல்லன் கி.பி. 630 முதல் 668 வரை ஆட்சி புரிந்தபோது, சாளுக்கிய மன்னன் மீண்டும் பல்லவ நாட்டின் மீது படையெடுத்து வந்தான். காஞ்சீபுரத்திற்கு அருகே இருபது மைல் தொலைவில்

உள்ள மணிமங்கலம் என்ற இடத்தில் நடந்த போரில் புலிகேசியின் படை தோல்வியுற்றது. அந்த வெற்றியோடு, நரசிம்மவர்மன் சாளுக்கிய நாட்டின் மீதே படையெடுத்துச் சென்று, தலைநகரான வாதாபியை முற்றுகையிட்டுக் கைப்பற்றினான். அப்பொழுது நடந்த போரில் புலிகேசி (கி.பி. 642) உயிர் இழந்தான். இந்தப் போரில் நரசிம்மவர்மனுக்கு, சிங்களத்திலிருந்து வந்து சரண்புகுந்த மானவர்மன் என்ற இளவரசன் உதவி செய்தான். மானவர்மனுக்கு உதவி செய்யும் பொருட்டு, நரசிம்மவர்மன் இலங்கையை எதிர்த்து, இரு முறை கடற்படைகளைச் செலுத்தினான். இரண்டாவது முறை படையெடுத்ததன் பயனாக, மானவர்மனுக்கு இலங்கையின் அரசு பீடம் கிடைத்தது. ஆனால், அவன் மீண்டும் பதவியிலிருந்து வெளியேற்றப்பட்டான். நரசிம்மவர்மன் காலத்துக்குப் பின்னர் மானவர்மன் மீண்டும் பல்லவ நாட்டில் சரண் புகுந்தான்.

சீன பௌத்த பிக்ஷு இயூன் சங் தென் பாரதத்தில் கி.பி. 641-42 ஆண்டுகளில் சுற்றுப் பியாணம் செய்தார். அப்பொழுது அப்பகுதி முழுவதும் சமண மதம் செழித்து விளங்குவதைக் கண்டார். நரசிம்மவர்மன் மாமல்லபுரம் துறைமுகத்தை அபிவிருத்தி செய்தான். அங்கு சிற்பச் செல்வம் நிறைந்த பல்வேறு குகைக் கோவில்களையும், ரதங்களையும் அவன் நிர்மாணித்தான். இந்தப் பேரரசனின் குமாரன் இரண்டாம் மகேந்திரவர்மன் பட்டத்துக்கு வந்து, இரண்டாண்டு காலம்தான் ஆட்சி புரிந்தான். அவனுக்குப் பின் முதலாவது பரமேஸ்வர வர்மன் 670 முதல் 700 வரை அரசு புரிந்தான். இதற்குள் சாளுக்கியர்கள், மீண்டும் ஒற்றுமை பெற்றுப் பலமடைந்தார்கள். இரண்டாம் புலிகேசியின் புதல்வர்களில் மிகவும் திறமைவாய்ந்த முதலாம் விக்கிரமாதித்தன் இந்த ஒற்றுமைக்குக் காரணமாயிருந்தான். சாளுக்கியர்கள் மீண்டும் பல்லவர்கள் மீது போர் தொடுத்தார்கள். தெற்கே பாண்டிய மன்னன் சேந்தனின் புதல்வனான அரிகேசரி பராங்குச மாறவர்மனுடன் சாளுக்கியர்கள் நட்புறவு கொண்டார்கள். கி.பி. 670 முதல் 710 வரை அரசு புரிந்த முதலாம் மாறவர்மன் பெரும் போர் வீரன். பல்லவ ராஜ்யத்தின் மீது படையெடுத்து, பாண்டிய ராஜ்யத்தை விருத்தி அடையச் செய்ய வேண்டும் என்பது அவனுடைய ஆசை. சாளுக்கிய முதலாம் விக்கிரமாதித்தனுடைய நண்பர்களாகிய மைசூர் ராஜ்ய கங்கர்கள், பல்லவ இரண்டாம் மகேந்திரவர்மனைத் தோற்கடித்து, பரமேஸ்வரவர்மன் காலத்திலேயே

காஞ்சீபுரத்திற்கு படையெடுத்து வந்து விட்டார்கள். இந்தப் படையெடுப்பை பல்லவர்களால் தடுத்து நிறுத்த முடியவில்லை. விளந்தை என்ற இடத்தில் நடந்த போரில் விக்கிரமாதித்தனுடைய நண்பனான கங்க மன்னன் பூவிக்கிரமன், பல்லவ மன்னனிட மிருந்து உக்ரோ தயம் என்ற விலை உயர்ந்த வைரம் பதிக்கப் பட்ட ஒரு மாலையைக் கைப்பற்றினான். அதே சமயத்தில் பாண்டிய மன்னன் தெற்கிலிருந்து படையெடுத்து வந்தான். பாண்டியப் படைகளை முதலில் எதிர்த்து நிறுத்த முயன்ற பரமேஸ்வரன், நெல்வேலி, சங்கரமங்கை என்ற இடங்களில் நடந்த போர்களில் தோல்வியுற்றான். இதற்குள் சாளுக்கிய விக்கிரமாதித்தன் பல்லவ மன்னனைப் பின்தொடர்ந்து வந்து, காவேரிக் கரையில் உறையூரில் பாசறை நிறுவினான். தோல்வி களால் சிறிதும் ஊக்கம் இழக்காத பரமேஸ்வரவர்மன் சாளுக்கிய ராஜ்யத்தின் தலைநகரான வாதாபிக்கே ஒரு படையை அனுப்பி, சாளுக்கியர்களின் கவனத்தைத் திருப்பினான். பின்னர் நிகழ்ந்த போரில் திருச்சிராப்பள்ளி மாவட்டத்தில் பெருவளநல்லூர் என்ற இடத்தில் விக்கிரமாதித்தனை அவன் கடுமையாகத் தோற்கடித்தான்.

தெற்குக் கடற்கரையோரத்தில் முத்துக்குளிக்கும் வேலையில் ஈடுபட்டிருந்த பரதவர்மேலும், தெற்கு திருவாங்கூர் மக்கள்மீதும் போர் தொடுத்து வெற்றி பெற்ற பாண்டிய மன்னன் அரிகேசரிதான், சைவ புராணங்களில் கூறப்படும் கூன் பாண்டியன் என்று தோன்றுகிறது. இந்த மன்னனும் திருஞான சம்பந்தரால் ஜைன மதத்திலிருந்து மீட்கப்பட்டு, சைவ மதத்தை தழுவியவன். அரிகேசரியின் மகன் கோச்சடையன் ரணதீரன், 710 முதல் 730 வரை, மங்களூர்வரை படையெடுத்துச் சென்று, பாண்டிய ராஜ்யத்தை கொங்கு நாடுவரை பரவச் செய்து, பொதிய மலையை ஆண்ட ஆய் சிற்றரசர்களையும் அடக்கி, ''ரணதீரன்'' என்ற தன்பெயரை அர்த்தமுடையதாகச் செய்தான். ரணதீரனின் புதல்வன் மாறவர்மன் முதலாம் இராஜசிம்மன் (730 - 765) தன்னுடைய தந்தைக்கு உட்பட்ட கொங்கு நாட்டின் மீதும், பல்லவர்களுடனும் போர் தொடுத்து, பாண்டிய ராஜ்யத்தைப் பரவச் செய்வதில் ஈடுபட்டான்.

பல்லவ நாட்டில் முதலாம் பரமேஸ்வர வர்மனுக்குப் பின், இரண்டாவது நரசிம்ம வர்மன் இராஜசிம்மன் பட்டத்துக்கு வந்தான் (700 - 728). அமைதியை நாடிவந்த இந்த மன்னர் காலத்தில் சாளுக்கியர்களுடன் நடந்து வந்த சச்சரவு தொடரவில்லை. இந்த மன்னனின் ஆட்சிக் காலம் மிகவும் செழிப்பாகவே இருந்தது. சைவ

மதத்தைப் பின்பற்றிய இந்த மன்னன், பல்வேறு ஆலயங்களை நிறுவுவதில் கவனம் செலுத்தினான். இலக்கியம் வளருவதற்கும் வசதி ஏற்பட்டது. சமஸ்கிருத புலவர் தண்டி, ராஜசிம்மன் அரச சபையில் பல காலம் இருந்துவந்தார். கடல் மார்க்க வர்த்தகம் வளர்ச்சி அடைந்தது. சீனாவுடன் அரசியல் தொடர்பு ஏற்பட்டது. ராஜசிம்மனுக்குப் பின்னர் இரண்டாம் பரமேஸ்வரவர்மன் சிம்மா சனம் ஏறினான் (728 - 731). ராஜசிம்மனின் மற்றொரு புதல்வன் மூன்றாம் மகேந்திரவர்மன் தந்தைக்கு முன்னரே காலமாகிவிட் டான். இரண்டாம் பரமேஸ்வரவர்மனுக்குப் பின்னர் நேரடியாகப் பட்டத்துக்கு வரக்கூடியவர்கள் ஒருவரும் இல்லை. சிம்மாசனத் துக்கான போட்டிகளும் பல ஏற்பட்டன. பல்லவ ராஜ்யத்தின் அதிகாரிகள், அறிஞர் குழுக்குளுடனும், மக்களுடனும் கலந்து ஆலோசித்து, பல்லவ வம்சத்தின் மற்றொரு கிளை வம்சத்தி லிருந்து, பரமேஸ்வர வர்மன் என்று பெயர் கொண்ட ஒரு சிறுவனை மன்னனாகத் தேர்ந்தெடுத்தார்கள். இந்த மன்னன்தான் பின்னர், நந்திவர்ம பல்லவ மன்னன் என்ற பெயர் அடைந்தான். இவன் பதவி அடைவதற்கு மிகவும் கடுமையாகப் பாடுபட வேண்டியிருந்தது. பாண்டிய மன்னன் ஆதரவையும், ராஜ்யத் துக்குள்ளேயே மற்றொரு கட்சியின் ஆதரவையும் பெற்றிருந்த சித்ரமாயன் அரசு பதவிக்காகப் போட்டியிட்டான். அதன் விளை வாக ஏற்பட்ட போரில் நந்திவர்ம பல்லவ மன்னன் பாண்டிய ராஜசிம்மனால் பலமுறை தோற்கடிக்கப்பட்டான். நந்திவர்மன் கும்பகோணத்திற்கு அருகே நந்திபுரம் என்ற இடத்தில், ஒரு கோட்டைக்குள் சரண் புகுந்தான். இந்தக் கோட்டையைப் பாண்டி யன் முற்றுகையிட்டபோது, பல்லவ தளபதி உதய சந்திரன் பகைவர்களை முறியடித்து, சித்திரமாயனைக் கொன்று, நந்தி வர்மனை விடுவித்தான். நந்திவர்மன் அஸ்வமேத யாகம் செய் வதற்காக அனுப்பிய குதிரையைக் கைப்பற்றிய குறுநில மன்னன் பிருதிவி வியாக்ரன் என்பவனையும், உதயசந்திரன் தண்டித்தான். தான் செய்த குற்றத்துக்கு தண்டனையாக பிருதிவி வியாக்ரன், கீழ் சாளுக்கிய மன்னன் மூன்றாம் விஷ்ணுவர்த்தனன் தனக்கு அளித்திருந்த பகுதியையும் இழந்தான்.

கி.பி. 740-ஆம் ஆண்டுக்கு முன், சாளுக்கிய இரண்டாம் விக்கிரமாதித்தன், தன்னுடைய ஆதிக்கத்தின்கீழ் இருந்த கங்க மன்னன் ஸ்ரீபுருஷன் என்பவனின் உதவியைக் கொண்டு பல்ல வர்கள் மீது மீண்டும் போர் தொடுத்தான். நந்திவர்மன் தோல்வி

யுற்றான். பல்லவத் தலைநகரைக் கைப்பற்றிய சாளுக்கிய மன்னன் மிகவும் கண்ணியத்துடன் நடந்து கொண்டான். முதலாம் நரசிம்மவர்மன் பாதாமியைக் கைப்பற்றியதற்குப் பழி தீர்ப்பது ஒன்றுதான் இரண்டாம் விக்கிரமாதித்தனுடைய நோக்கமாய் இருந்தது. நரசிம்மவர்மன் செய்தது போலவே, விக்கிரமாதித்தனும், காஞ்சிபுரத்தில் கைலாசநாதர் கோவிலில் தன்னுடைய வெற்றியைப் பற்றிய கல்வெட்டு ஒன்றைப் பொறித்த பின், தன்னுடைய நாட்டுக்குச் சென்றுவிட்டான் சிறிது காலத்திற்குப் பின்னர், இரண்டாம் விக்கிரமாதித்தனுடைய குமாரன் இரண்டாம் கீர்த்திவர்மன் மீண்டும் பல்லவ நாட்டின் மீது படையெடுத்தான். அப்பொழுது நிகழ்ந்த போரில் சாளுக்கிய மன்னன், பல யானைகளையும் பெரும் அளவு பொன் ஆபரணங்களையும் கைப்பற்றிச் சென்றான்.

பாண்டிய மன்னன் ராஜசிம்மன், தன்னுடைய ராஜ்யத்தை காவேரிக்கு அப்பால் கொங்கு நாட்டுக்குள் பரவச் செய்தான். இதன் விளைவாக, அவன் கங்க மன்னன் ஸ்ரீபுருஷன், சாளுக்கிய மன்னன் இரண்டாவது கீர்த்திவர்மன் இருவருடனும் போரிட வேண்டியிருந்தது. இவ்விருவரையும் அவன், 'வெண்பை' என்ற இடத்தில் தோற்கடித்தான். இந்தப் போருக்குப் பின் ஏற்பட்ட உடன்பாட்டின்படி, கங்க மன்னன், ராஜசிம்மனுடைய புதல்வனுக்குத் தன்னுடைய புதல்வியை மணம் செய்விக்க ஒப்புக்கொண்டான்.

சாளுக்கிய மன்னன் சக்தி இழந்தபோதிலும், அவனுக்கு ராஷ்ட்ரகூட மன்னன் தந்திதுர்க்கன் உதவி இருந்தது. சாளுக்கிய மன்னனின் ஆதிக்கத்தின்கீழ் இருந்த ராஷ்ட்ரகூட மன்னன் எப்படியாவது விடுதலை அடைய வேண்டுமென்று துணிந்து பல்லவ நாட்டின்மீது படையெடுத்தான். தலைநகரமான காஞ்சிபுரத்துக்கு அருகே மிகவும் திறமையுடன் போரிட்டதின் விளைவாக, இரண்டாம் நந்திவர்மனுடன் ஒரு உடன்பாடு செய்து கொண்டு, அவனுக்குத் தன்னுடைய புதல்வி ரேலா என்பவனை மணம் செய்வித்தான்.

770-ல் நந்திவர்மன் ஸ்ரீபுருஷனை 'விளந்தை' என்ற இடத்தில் நடந்த போரில் தோற்கடித்து, முன்னர் பல்லவர்கள் இழந்த 'உக்ரோதயம்' என்ற வைரம் பதித்த மாலையை மீண்டும் பெற்றான். மீண்டும் கங்க நாட்டின் சில பகுதிகளையும் கைப்பற்றி, பல்லவ ஆதிக்கத்தின்கீழ் இருந்த பாண சிற்றரசனுக்குக் கொடுத்து விட்டான். இரண்டாம் நந்திவர்மனுக்கும், பாண்டிய மன்னன்

ஜடில பராந்தகன் என்ற வரகுணனுக்கும் பகைமை இருந்தது. முதலாம் வரகுண பாண்டியன் (765- 815) முதலாம் ராஜசிம்மனின் புதல்வன். வரகுணன் ஒரு பெரும் போர்வீரன். பல்லவர்களுடன் நிகழ்ந்த போரில் அவன் வெற்றி அடைந்தான். திருவனந்தபுரத் துக்குப் பத்து மைல் தெற்கேயுள்ள 'விழிஞம்' என்ற கோட்டையை யும் அவன் கைப்பற்றி, தென் திருவாங்கூர் ஆய்குலத்தாரின் மலைப்பகுதிகளைத் தன் ஆளுகைக்குள் கொண்டு வந்தான். வரகுணனுடைய புதல்வன் ஸ்ரீமாறன் ஸ்ரீவல்லபன் (815-862) காலத்திலும் பாண்டிய ராஜ்யம் விரிவடைந்தது. இந்த மன்னன் இலங்கை மீது படையெடுத்து, இலங்கை மன்னன் முதலாம் சேனனுடன் போர் புரிந்து, வட பகுதி முழுவதையும் பாழாக்கி, தலை நகரையும் கைப்பற்றினான்.

நந்திவர்ம பல்லவ மன்னன் 795-ஆம் ஆண்டு வரை அரசு புரிந்தான். அவன் காலத்தில்தான் வைஷ்ணவப் பெரியார் திருமங்கை யாழ்வார் வாழ்ந்துவந்தார். தீவிர வைஷ்ணவனான நந்திவர்மன் காஞ்சிபுரத்தில் வைகுந்தப் பெருமாள் கோவிலை நிறுவினான். இந்தக் கோவிலின் சுவர்களில் பல்லவ வம்சத்தாரின் வரலாறு முழுவதும், சிற்பங்களாகச் செதுக்கப்பட்டிருக்கிறது. பல கல்வெட்டுகள் பல்லவ வரலாற்றை விளக்குகின்றன. நந்திவர்ம னுக்குப் பின்னர் அவனுடைய புதல்வன் தந்திவர்மன் (795 - 846) அரசாண்டான். முதலாம் வரகுண பாண்டியன் படையெடுத்ததன் காரணமாக பல்லவர்கள், தஞ்சாவூர், திருச்சிராப்பள்ளி பகுதி களில் தங்களுடைய ராஜ்யத்தின் பெரும் பகுதியை இழந்தார்கள். அவர்கள் ராஷ்ட்ரகூடர்களுடன் கொண்டிருந்த வம்ச உறவுகூட அரசியல் பகைமையைக் குறைக்கவில்லை. தந்திவர்மன், ராஷ்ட்ர கூட மன்னனான மூன்றாம் கோவிந்தனுக்கு காஞ்சிபுரத்திலேயே தலைவணங்க வேண்டியதாயிற்று. தந்திவர்மன் காலத்தில் தான் சுந்தரமூர்த்தி நாயனார், சேரமான் பெருமான், ஆதிசங்கரர் மூவரும் தோன்றினார்கள்.

தந்திவர்மனுக்குப் பின்னர், அவனுடைய குமாரன் மூன்றாம் நந்திவர்மன் (846 - 869) பதவிக்கு வந்தான். அவன் கங்கர் களுடனும், சோழர்களுடனும், ராஷ்ட்ர கூடர்களுடனும் இலங்கை மன்னனுடனும் நட்புறவு கொண்டு, ஒரு ஐக்கியம் ஏற்படுத்தி, பரவிவரும் பாண்டிய ராஜ்யத்தின் ஆதிக்கத்தைக் குறைக்க முயன் றான். தன்னுடைய ஆட்சிக் காலத்தின் ஆரம்பத்திலேயே அவன், வடஆற்காடு மாவட்டத்தில், வந்தவாசி தாலுக்காவில், 'தெள்ளாறு' என்ற இடத்தில் பாண்டிய மன்னன் ஸ்ரீமாறன் ஸ்ரீவல்லபனைப்

பெரும்போர் ஒன்றில் தோற்கடித்தான். இந்த இடத்தில் போர் நிகழ்ந்ததிலிருந்து பாண்டிய ராஜ்யம் எவ்வளவு தூரம் பரவி யிருந்தது என்பதும், நந்தி வர்மனுக்குத் துணை அரசர்கள் கிடைத் ததன் காரணமும் நன்றாய் விளங்கும். தெள்ளாற்றுப் போரில் கிடைத்த வெற்றியை யொட்டி, அவன் பாண்டியப் படைகளை, பின்தொடர்ந்து விரட்டியடித்து, வைகையாறு வரை பாண்டிய ராஜ்யத்துக்குள்ளேயே படைகளை நடத்திச் சென்றான். ஆனால் ஸ்ரீமாற ஸ்ரீவல்லபன், 859-ஆம் ஆண்டில் கும்பகோணத்துக்கு அருகே நந்திவர்மனை தோற்கடித்துவிட்டான். நந்திவர்மன் திறமை மிக்க அரசன். கலை, இலக்கியங்களின் போஷகன். அவன் காலத்தில் பல்லவ கடற்படையொன்று இருந்தது. மலாய் நாட்டின் மேற்குக் கடற்கரையோரத்திலிருந்து கிடைத்திருக்கும் கல்வெட்டு ஒன்றிலிருந்து அவனுடைய ஆட்சி கடல் கடந்து பரவியிருந்தது என்பது தெளிவாகிறது. அவன் ராஷ்ட்ரகூட அரச னின் புதல்வி சங்கா என்பவளை மணந்தான். அவர்களுக்குப் பிறந்த நிருபதுங்கன் என்ற இளவரசன் பின்னர் பட்டத்துக்கு வந்தபோது, கும்பகோணத்துக்கு அருகே தன்னுடைய தந்தைக்கு ஏற்பட்ட தோல்விக்குப் பழிதீர்த்துக் கொண்டான். காவேரியாற்றின் கிளையான அரசலாற்றங்கரையில் நிகழ்ந்த போரில் நிருபதுங்கள் பாண்டிய மன்னனைத் தோற்கடித்தான். அதே சமயத்தில் இலங்கை மன்னன், முதலாம் சேனனின் மருமகன் இரண்டாவது சேனன் (851 - 885) பாண்டிய இளவரசன் ஒருவனின் உரிமையை ஆதரித்து, பாண்டிய நாட்டின் மீது படையெடுத்து வந்தான். அப்பொழுது நிகழ்ந்த போரில் தலைநகர் மதுரை பாழடைந்தது. ஸ்ரீமாறன் போர்க் களத்தில் காயமுற்று மரணமடைந்தான். அவனுடைய மகன் இரண்டாம் வரகுணவர்மன், 862-ஆம் ஆண் டில் சிங்கள தளபதியின் உதவியுடன் அரச பதவிக்கு வந்தான். இந்த இளவரசனுக்காகத்தான், இரண்டாம் சேனன், பாண்டிய நாட்டின்மீது படையெடுத்து வந்தான் என்று தெரிகிறது. இரண் டாம் வரகுணவர்மன் பட்டத்துக்கு வந்ததும், அவனைப் பல்லவ நிறுபதுங்களும் ஆதரித்தான். இதன் விளைவாக, சிறிது காலம் பாண்டியர்களும் பல்லவ ஆதிக்கத்துக்கு உட்பட்டு இருக்க வேண்டிதாயிற்று.

சோழர்கள் தோற்றம்

ஏறக்குறைய இதே சமயத்தில், பல காலம் மறைந் ருந்த சோழர்கள் மீண்டும் பலம் பெற்றார்கள். பல்லவ ஆதிக்கத்தின் கீழ் ஒரு குறுநில மன்னனாக இருந்து வந்த விஜயபாலன்,

பாண்டியர்களின் துணைத் தலைவர்களான முத்தரையர்களிட மிருந்து தஞ்சாவூரைக் கைப்பற்றினான். ஒன்பதாம் நூற்றாண்டின் மத்தியில் தஞ்சாவூர் சோழனுடைய தலைநகரமாக இருந்தது. இதையடுத்துப் பாண்டிய மன்னன் இரண்டாம் வரகுணன், வடக்கே படையெடுத்துச் சென்று, பல்லவ ஆதிக்கத்தைக் குலைக்க முயன்றான். ஆனால் நிருபதுங்கனின் புதல்வன் இள வரசன் அபராஜிதன் விஜயாலயனின் புதல்வனாகிய முதலாம் ஆதித்த சோழனின் உதவியுடனும், கங்க மன்னன் முதலாம் பிருதிவிபதியுடனும் வரகுணனை எதிர்த்தான். கும்பகோணத் துக்கு அருகே, ஸ்ரீ புறம்பியம் என்ற இடத்தில் 885-ஆம் ஆண்டு ஒரு பெரும் போர் நிகழ்ந்தது. கங்க மன்னன் போரில் உயிர் இழந்தான். ஆனால், பாண்டிய மன்னன் தோல்வியுற்றான். சோழ னின் உதவிக்குக் கைமாறு செய்யும் விதத்தில், பல்வ மன்னன் ஆதித்த சோழனுக்கு ஒரு பகுதியை அளித்தான். ஆயினும், ஆதித்தனுக்குப் பல்லவ ஆதிக்கத்தின்கீழ் நீடிக்க விருப்பமில்லை. பல்லவ மன்னன் பலம் இழந்துவிட்டான் என்பதை உணர்ந் தான். தொண்டை மண்டலத்தின் மீது படையெடுத்துச் சென்று, அபராஜிதனைப் போரில் கொன்று, பல்லவ நாடு முழுவதை யுமே ஆதித்தன் கைப்பற்றி விட்டான். அதன் பின்னர் சோழ ராஜ்யம் ராஷ்ட்ரகூட ராஜ்யம் வரை பரவியது.

பிறகு, பாண்டிய மன்னன் பராந்தக வீர நாராயணனுடன் (880 - 900) ஆதித்த சோழன் போர் புரிந்து, கொங்கு நாட்டைக் கைப்பற்றினான். இரண்டாம் வரகுணவர்மனின் இளைய சகோதர னான வீரநாராயணன் அவன் பின்னர் பட்டத்துக்கு வந்தான். அவன் கங்கர்கள் நாட்டின் மீதும் தன்னுடைய ஆதிக்கத்தைப் பரவச் செய்தான். ஆதித்தனின் மனைவிகளில் ஒருத்தி ராஷ்ட்ரக் கூட இளவரசியாவாள். ஆதித்தனின் மகன் பராந்தகன் கேரள மன்னன் ஒருவனின் புதல்வியை மணந்தான். காவேரி நதிக்கரை முழுதிலும், சிவாலயங்களை நிறுவிய புகழை ஆதித்தன் பெற்றி ருந்தான். காளஹஸ்தி அருகே தொண்டை மாநாடு என்ற இடத் தில் இறந்து போனபோது, அவனுக்காக அங்கு ஒரு கோவிலை அவன் புதல்வன் பராந்தகன் நிறுவினான். பராந்தகன் 907-ஆம் ஆண்டில் பட்டத்துக்கு வந்தான்.

907 முதல் 955 வரை அரசாண்ட முதலாம் பராந்தகன் காலத் தில் சோழ நாட்டில் முதலில் சுபிட்சம் நிலவியிருந்தது. பின்னர் ஏற்பட்ட குழப்பம் முப்பதாண்டு காலம் நீடித்தது. அவன் பின்னர்

பட்டத்துக்கு வந்த முதலாம் இராஜராஜன் தான் சோழ நாட்டின் உண்மையான ஸ்தாபகன் என்று கூற வேண்டும். பராந்தகன் தன்னுடைய ஆட்சிக் காலத்தின் ஆரம்பத்திலேயே பாண்டிய நாட்டின் மீது படையெடுத்தான். 900 - 920-ஆம் ஆண்டு வரை பாண்டிய மன்னன் இரண்டாம் இராஜசிம்மனுக்கு இலங்கை மன்னன் ஐந்தாம் காச்யபன் உதவி செய்தான். ஆயினும், இவ் விரண்டு படைகளையும் பராந்தகன் வெள்ளூர் என்ற இடத்தில் தோற்கடித்துவிட்டான். இராஜசிம்மன் இலங்கைக்குத் தப்பி யோடிச் சென்று, பின்னர் அங்கிருந்து கேரளம் சேர்ந்தான். இதற்குப் பிறகு சோழநாட்டின் மீது ராஷ்ட்ரக்கூட இரண்டாவது கிருஷ்ணன் படையெடுத்து வந்ததைப் பராந்தகன் சமாளிக்க வேண்டியதாயிற்று. ஆதித்த சோழனுக்கு, ராஷ்ட்ரக்கூட மனை விக்குப் பிறந்த, கன்னரதேவன் என்பான் ஒருவன் இருந்தான். அவனுக்கு சோழ முடிசூட்டுவதற்கு ராஷ்ட்ரகூட மன்னன் போர் தொடுத்தான். ராஷ்டரகூட மன்னனுக்கு பாணர்களும், வைதும்பர் களும் உதவி செய்தார்கள். சோழ ஆதிக்கத்தின்கீழ் இருந்த கங்க சிற்றரசன் இரண்டாம் பிருதிவிபதி செய் நன்றியுடன் பராந்தக னுக்கு உதவி புரிந்தான். வள்ளாலம் என்ற இடத்தில் நிகழ்ந்த போரில், படையெடுத்து வந்த ராஷ்டரக்கூட மன்னன் தோற் கடிக்கப்பட்டான். அதன் பிறகு சோழ ராஜ்யத்தில் 25 ஆண்டு காலம் அமைதி நிலவியதால், வாழ்க்கை செழிக்கத் தொடங்கிற்று. இலக்கியம் வளர்ந்தது. அந்தச் சமயத்தில்தான் வேங்கடமாதவன் காவேரிக்கரையில், ரிக்வேதத்திற்கு பாஷ்யம் இயற்றினான்.

சோழ ராஜ்யத்தின் வட மேற்குப் பகுதியில் மீண்டும் குழப்பம் ஏற்பட்டது. கங்க சிற்றரசன் இரண்டாம் பிருதிவிபதி 940-ல் இறந்துவிட்டான். அவனுடைய ராஜ்யத்தில் அகதிகளாக இருந்த பாணர்கள், வைதும்பர்கள் சதி செய்து, ராஷ்ட்ரக்கூட மன்னன் மூன்றாம் கிருஷ்ணனையும், அவனுடைய சகோதரியின் கணவனான கங்க சிற்றரசன் இரண்டாம் பூதுகனையும் சோழ நாட்டின்மீது படையெடுக்கத் தூண்டினார்கள். அரக்கோணத் துக்கு அருகே 949-ஆம் ஆண்டில் தக்கோலம் என்ற இடத்தில் நடந்த போரில் பராந்தகன் படுதோல்வியடைந்தான். அவனுடைய மூத்த குமாரன் ராஜாதித்தன் போரில் உயிர் துறந்தான். ராஷ்ட்ரக் கூட மன்னன் மூன்றாவது கிருஷ்ணன் சில காலம் சோழ ராஜ்யத் தின் ஒரு பகுதியை அரசாண்டு வந்தான். காஞ்சி, தஞ்சாவூர் இரண்டையும் கைப்பற்றியதாக அவன் பெருமை கொண்டான்.

அப்பொழுது பாண்டியர்கள் மீண்டும் தலையெடுக்கத் தொடங்கினார்கள்.

இந்தத் தோல்வியிலிருந்து முதல் இராஜராஜ சோழன் காலத்தில்தான் சோழர்கள் மீண்டும் தலைதூக்க முடிந்தது. பராந்தகனுடைய கொள்ளுப் பேரனாகிய முதலாவது இராஜராஜன் 985 முதல் 1014 வரை ஆண்டுவந்தான். இராஜராஜனை சோழ ராஜ்யத்தின் உண்மையான ஸ்தாபகன் என்று சொல்லவேண்டும். இவன் பெரும் போர்வீரன். ராஜ தந்திரியும் கூட, தமிழகம் முழுவதையும் ஒரே அரசியல் அமைப்பாக இணைத்து, திறமையான நிர்வாகத்தை உண்டாக்கினான். பல்லவ மன்னன் மூன்றாம் நந்திவர்மன் ஆரம்பித்த கடற்படையை மீண்டும் துவக்கினான். அதன் உதவியுடன் தான் இலங்கையின் வடக்குப் பகுதியையும் பல்பழம்தீவு பன்னீராயிரம் என்ற தீவுகளையும் வென்று, சேரனுடைய கடற்படையை முறியடித்தான். இதன் விளைவாக, மேற்குக் கடற்கரையில் உள்ள விழிஞும் என்ற துறைமுகத்தையும், தன்னுடைய ராஜ்யத்துக்குள் சேர்த்துக் கொண்டான். இன்று மைசூர் ராஜ்யமாக விளங்கும் பகுதியின் பெரும்பாகமும், சோழனின் கீழ் கட்டுப்பட்டு வந்தது. இவ்வகையில் கல்யாணி சாளுக்கியர்களின் ராஜ்யத்துக்கு சோழ ராஜ்யம் அண்டை ராஜ்யமாக விளங்கிற்று. கல்யாணி சாளுக்கியர்கள் இரண்டாம் தைலன் (973 - 997) கீழ் மீண்டும் தலையெடுத்தார்கள். அவனுடைய குமாரன் - அவனுக்குப் பின் பட்டத்துக்கு வந்தவனாகிய சத்தியாஸ்ரயன், இராஜராஜ சோழனின் முக்கிய பகைவனாக விளங்கினான். வேங்கியைத் தலைநகராகக் கொண்ட கிழக்கு சாளுக்கிய ராஜ்யத்துக்கு, இராஜராஜன், இரு சகோதரர்களான சக்திவர்மன், விமலாதித்தன் ஆகிய இருவரையும் ஒருவர் பின் ஒருவராக மன்னர்களாக நியமித்தான். சத்தியா ஸ்ரயன் வேங்கியின் மீது படையெடுத்தபோது, இராஜராஜன் தன்னுடைய புதல்வன் இராஜேந்திரனை அனுப்பி, அவனை அடக்கச் செய்தான். இந்தப் போரின் விளைவாக வேங்கியிலிருந்து சத்தியாஸ்ரயன் பின்வாங்க வேண்டியதாயிற்று. இராஜராஜன் தான் ஈடுபட்ட போரிலிருந்து பெரும்பாலான பொருள்களை லாபமாக அடைந்தான். இந்தப் பொருள்களைக் கொண்டுதான் தலைநகராகிய தஞ்சாவூரில் இராஜராஜேஸ்வரம் என்ற புகழ்பெற்ற கோவிலை கட்டினான். 1012-ஆம் ஆண்டில், இராஜேந்திரன் இளவரசுப் பட்டம் பெற்றான். கடல் சூழ்ந்த ஸ்ரீவிஜய ராஜ்யத்துடன் நட்புறவு ஏற்பட்டது. கடல்கடந்து வரும் வழியில் முதல் துறைமுகமாயிருந்த

நாகப்பட்டினத்தில் ஸ்ரீ விஜய மன்னனுடைய தந்தையின் ஞாபகார்த்தமாக ஒரு விஹாரமும் அமைக்கப்பட்டது.

இராஜேந்திரன் தன்னுடைய தந்தைக்குப் பின்னர், 1014-ஆம் ஆண்டில் பட்டத்துக்கு வந்தான், அவனுடைய குமாரன் முதலாம் இராஜேந்திரன் நான்கு ஆண்டுக்குப் பின்னர் இளவரசுப் பட்டம் பெற்றான். இராஜராஜன் இலங்கை மீது படையெடுத்ததைத் தொடர்ந்து இராஜேந்திரன் போர்தொடுத்து, தன்னுடைய தந்தை ஆரம்பித்து வைத்த வேலையை முடித்தான். ஆயினும் இலங்கையர்கள் இத்தகைய அன்னிய ஆட்சியை எளிதில் ஏற்றுக் கொள்ளவில்லை. முதலாம் விக்கிரமபாகு, 1029-ஆம் ஆண்டில் இலங்கையின் தெற்குப் பகுதியில் தன்னுடைய ஆட்சியை நிறுவினான். பாண்டிய கேரளப் பகுதிகள், அரசப் பிரதிநிதிகளின்கீழ் தனிப் பிரிவுகளாக விளங்கின. இந்தப் பகுதியின் இராஜப் பிரதிநிதி 'சோழ பாண்டியன்' என்ற பட்டத்துடன் மதுரையைத் தலைநகராகக் கொண்டு நிர்வாகத்தை நடந்திவந்தான். சாளுக்கிய விமலாதித்தன் 1018-ல் காலமானபோது, வேங்கியில் அரச பதவிக்கான சச்சரவுகள் ஏற்பட்டன. இந்தச் சச்சரவுகளில் இராஜேந்திரன் தலையிட்டு, மேற்கத்திய சாளுக்கியர்களையும், அவர்களைச் சார்ந்தவர்களையும் எதிர்த்தான். அதே சமயத்தில் அவன் வடகிழக்கு பாரதத்தில் கங்கை வரை தன் படையை நடத்திச் சென்று, கங்கை கொண்ட சோழன் என்ற பட்டத்தைப் பெற்றான். இந்தச் சம்பவத்தை நிலை நாட்டுவதற்காக அவன், திருச்சிராப்பள்ளி மாவட்டத்துக்கும், தென்னாற்காடு மாவட்டத்துக்குமான எல்லையருகே கங்கைகொண்ட சோழபுரம் என்ற புதிய தலைநகரை நிர்மாணித்தான். அதன் பிறகு, ஸ்ரீவிஜய இராஜ்யத்துடன் பெரும் கடற்போர் ஒன்று நிகழ்ந்தது. இந்த ராஜ்யத்துடன் முன்னர் ஏற்பட்டிருந்த நட்புறவு நிலைகுலைந்து போய் விட்டது. வங்கக் கடலை சோழ ராஜ்யத்தின் ஒரு பகுதியாக ஆக்கிவிட வேண்டுமென்று இராஜேந்திரன் ஆசைப் பட்டதன் விளைவால் இவ்வாறு ஏற்பட்டிருக்கலாம்; அல்லது சோழ இராஜ்யத்துக்கும், சைனாவுக்கும் இடையே இருந்த தொடர்பைத் தடுத்துவிடுவதற்கு ஸ்ரீவிஜய இராஜ்யம் முனைந்தது காரணமாய் இருக்கலாம். இவ்விஷயமாக ஏற்பட்ட யுத்தத்தில் சோழன் பெரும் வெற்றி அடைந்தான். சோழ ஆதிக்கத்தை ஏற்றுக்கொண்ட ஸ்ரீ விஜய இராஜ்யம் மீளவே முடியவில்லை.

இராஜேந்திரனுடைய ஆட்சியின் கடைசிக் காலத்தில் வேங்கி சாளுக்கியர்களுடன் மீண்டும் போர் ஏற்பட்டது. இந்தப் போர் 1044-ஆம் ஆண்டு பட்டத்துக்கு வந்த இராஜாதிராஜன் காலத்திலும் தொடர்ந்தது. இருதரப்பிலும் மிகக் கடுமையுடன் நடத்தப்பட்ட இந்தப் போரில், சாளுக்கியத் தலைநகரான கல்யாணபுரம் பாழாக்கப்பட்டது. இராஜாதிராஜன், தன்னுடைய வெற்றியைக் கொண்டாடுவதற்காக, அங்கு வீர அபிஷேகம் நடத்தி, விஜய இராஜேந்திரன் என்ற பட்டத்தை ஏற்றுக் கொண்டான். சாளுக்கிய மன்னன் முதலாம் சோமேஸ்வரன் இந்தத் தோல்வியினால் சிறிதும் மனம் தளராமல் தொடர்ந்து நடத்திய போரில், 1053-ஆம் ஆண்டில் ரெய்ச்சூருக்கு அருகே கொப்பத்தில் நடந்த போரில், இராஜாதிராஜன் காயமுற்று உயிர் இழந்தான். இராஜாதிராஜனின் சகோதரன் இரண்டாம் இராஜேந்திரன் படையின் தலைமையை ஏற்று, தொடர்ந்து போரிட்டு, சோழர்களை மீட்டான். இன்று கோலாப்பூர் என்று வழங்கும் கொல்லாபுரத்தில் ஒரு வெற்றித்தூணை நிறுவிவிட்டு, கங்கை கொண்ட சோழபுரத்துக்குத் திரும்பி வந்தான். ஆனால், சோமேஸ்வரன் வேங்கியிலும், கங்கவாடியிலும், இந்தப் போரைத் தொடர்ந்து நடத்தினான். 1062-ஆம் ஆண்டில் ‘கூடல் சங்கமம்’ என்ற இடத்தில் சோமேஸ்வரன் மீண்டும் தோல்வியடைந்தான். 1063-ஆம் ஆண்டில் இரண்டாம் இராஜேந்திரன் காலமானபோது, அவனுடைய சகோதரன் வீர இராஜேந்திரன் பட்டத்துக்கு வந்தான். அப்பொழுதும் சாளுக்கியப் போர் மிகவும் கடுமையாக தமிழகத்தைச் சுற்றி நடந்து வந்தது. முதலாம் சோமேஸ்வரன், தீராத நோய்வாய்ப்பட்டு வருந்தியபோது, துங்க பத்ரா நதியில் மூழ்கி இறந்துவிட்டான். ஆனால், போர் மேலும் தொடர்ந்தது. சோமேஸ்வரனின் புதல்வர்கள் இருவருக்குள் ஏற்பட்ட சச்சரவினால், அதிகக் குழப்பம் ஏற்பட்டது. சாளுக்கிய இளவரசர்களில் இளையவனான விக்கிரமாதித்தனின் இராஜதந்திரம் மூலம் ஒருவித முடிவு ஏற்பட்டது. வீர இராஜேந்திர சோழன் விக்கிரமாதித்தனுடன் சமாதான உடன்பாடு செய்துகொண்டு, தன்னுடைய புதல்விகளில் ஒருத்தியை அவனுக்கு மணம் செய்வித்தான். மற்றொரு புதல்வியைக் கலிங்க மன்னன் இராஜராஜனுக்கு மணம் செய்வித்தான். கலிங்க மன்னன் விக்கிரமாதித்தனுக்குப் போரில் உதவி செய்தவன். இந்த உடன்பாட்டின் மூலம், வேங்கி இராஜராஜனின் புதல்வனும், சோழ மன்னன் முதலாம் இராஜேந்திரனின் பேரனுமான கிழக்கு சாளுக்கிய இராஜேந்திரனுக்கு

நஷ்டம் ஏற்பட்டது. ஏனெனில், அவனுக்கே, உரித்தான வேங்கி இராஜ்யம் அவனுடைய தந்தையின் மாற்றாந்தாய் மகனான ஏழாவது விஜயாதித்தனுக்கு சேர்ந்துவிட்டது. ஆயினும் 1070-ஆம் ஆண்டில் வீர இராஜேந்திரன் காலமானபோது, இராஜேந்திர னுக்கு நல்ல வாய்ப்பு ஏற்பட்டது. வீரராஜேந்திரனுடைய மகன் அதிராஜேந்திரன் சோழ மன்னனாகப் பட்டம் ஏற்றுக்கொண்டான். அப்பொழுது ஏற்பட்ட ஒரு மக்கள் எழுச்சியின் விளைவாக அதிராஜேந்திரன் உயிர் இழந்தான். இதற்குள் இராஜேந்திரன், விஜயாதித்தனுடன் போர் தொடுத்து, வேங்கியைக் கைப்பற்றி விட்டான். அப்பொழுது மன்னனின்றி இருந்த சோழ சிம்மா சனத்தை இராஜேந்திரன் கைப்பற்றி, முதலாம் குலோத்துங்கன் என்ற பட்டத்துடன் அரசப் பதவியேற்றான். விக்கிரமாதித்தனின் மூத்த சகோதரன், இரண்டாம் சோமேஸ்வரன், குலோத்துங்கனின் நண்பனாக இருந்தான். ஆயினும், பின்னர் ஏற்பட்ட போரில் விக்ரமாதித்தனை எதிர்த்து, குலோத்துங்கன் வெற்றி அடைந்து, அவனைத் துங்கபத்ரா நதிக்கு அருகாமையில் கோலார்வரை துரத்திச் சென்றான் சோமேஸ்வரனுக்கு நல்ல வெற்றி கிடைக்க வில்லை. விக்கிரமாதித்தன் அவனைப் பதவியிலிருந்து நீக்கி, சிறையில் வைத்துவிட்டான். 1076-ஆம் ஆண்டில் விக்கிரமாதித்தன் சாளுக்கிய சக்கரவர்த்திப் பட்டம் பெற்றான்.

பிற்கால சோழர்கள்

முதலாம் குலோத்துங்கன், விக்கிரமாதித்தன் இருவரும் சுமார் ஐம்பது ஆண்டுகள் சமகால மன்னர்களாக ஆட்சி புரிந்தார் கள். இருவரும் திறமைமிக்க ராஜதந்திரிகள். தங்களுடைய சக்தி யின் அளவை நன்றாக அறிந்தவர்கள். முடிந்த மட்டில் போர் நிக ழாமல் பார்த்துக்கொண்டார்கள். 1072-ஆம் ஆண்டில் இலங்கை மன்னன் முதலாம் வீரபாகு சுதந்திரப் பிரகடனம் செய்தான். இதைக் குலோத்துங்கன் அங்கீகரித்தான். ஆனால், பாண்டிய ராஜ்யத்திலும், கேரளத்திலும் ஏற்பட்ட கிளர்ச்சிகளை குலோத் துங்கன் அடக்க, அங்கு ராணுவ காவல் நிலையங்களை நிறுவி, புதிய சாலைகளை அமைத்து, தன்னுடைய ஆதிக்கத்தை வலுப் படுத்தினான். 1077-ஆம் ஆண்டில் சீனாவுக்கு குலோத்துங்கன் ஒரு தூது கோஷ்டியை அனுப்பினான் ஸ்ரீ விஜய ராஜ்யத்தி லிருந்தும் ஒரு தூது கோஷ்டியை வரவேற்றான். வேங்கியில் குலோத்துங்கனுடைய புதல்வர்கள், ஒருவர் பின் ஒருவராக ராஜப்

பிரதிநிதிகளாக நிர்வாகம் நடத்திவந்தார்கள். அவர்களில் ஒருவனான விக்கிரம சோழன். கோலனு தலைவர்களுடனும், கலிங்க நாட்டின் தலைவன் அனந்தவர்மன் சோடகங்கன் என்பவனுடனும் 1097- 1110 ஆண்டுகளில் போராடவேண்டியிருந்தது. மைசூர் என இன்று அறியப்படும் கங்கவாடியில் ஹோய்சலர்கள் எழுச்சியினால் சோழ ஆதிக்கம் முடிவு அடைந்துவிட்டது. (1101 - 1142), 1118-ஆம் ஆண்டில் விக்கிரம சோழன் வேங்கியை விட்டு நீங்கிய பின்னர், விக்கிரமாதித்தன் வேங்கியில் மீண்டும் தன்னுடைய ஆதிக்கத்தை நிறுவினான். சோழ ராஜ்யம், தமிழகம் மட்டிலுமே பரவியிருந்தது. முன்னர் இருந்ததை விட, அந்த ராஜ்யம் ஒன்றாக இணைக்கப்பட்டு விளங்கிற்று. குலோத்துங்கனைப் பற்றி, கல்வெட்டுக்கள் ''சுங்கம் தவிர்த்த சோழன்'' என்று கூறுகின்றன. சுங்கம் போன்ற போக்குவரத்து வரிகளை நீக்கி, குலோத்துங்கன் இத்தகைய பட்டத்தைப் பெற்றிருக்க வேண்டும் ஆனால், இது பற்றிய விவரங்கள் நமக்குத் தெளிவாகத் தெரியவில்லை.

1127-ஆம் ஆண்டில் விக்கிரமாதித்தன் இறந்த பின்னர் அவனுடைய புதல்வன் மூன்றாம் சோமேஸ்வரன், கல்யாணியில் பட்டத்தை ஏற்றான். இந்த சோமேஸ்வரன் பலவீனமானவன். ஆதலால், விக்கிரமசோழன் (1120 - 1133) வேங்கியின் மீது மீண்டும் சோழ ஆதிக்கத்தை ஏற்படுத்த வாய்ப்புக் கிடைத்து. கோதாவரிக் கரையில் நடந்த போரின் விளைவாக அவன், மைசூரைச் சேர்ந்த கோலார் பகுதியை மீட்டுக் கொண்டான். விக்கிரம சோழனுடைய புதல்வன் இரண்டாம் குலோத்துங்கன் (1133 - 1150), பேரன் இரண்டாம் ராஜராஜன் (1146 - 73), இவருடைய ஆட்சிக் காலத்திலும் பல்வேறு குறுநிலத் தலைவர்கள் தோன்றிவிட்டார்கள். அவர்கள் தங்கள் இஷ்டம்போல நிர்வாகத்தை நடத்தி, மத்திய ஆட்சிப் பீடத்தின் அதிகாரத்தை சக்தியற்றதாகச் செய்துவிட்டார்கள். தன்னுடைய உறவினனான இரண்டாம் ராஜாதிராஜனை, இரண்டாம் ராஜராஜன், 1166-ஆம் ஆண்டில் இளவரசனாகத் தேர்ந்தெடுத்தான். முதலாம் குலோத்துங்கன் காலத்திலேயே சிறிது சுதந்திரம் கொண்டாடி வந்த பாண்டியர்களிடையே ஏற்பட்ட பதவிப் பூசல்களின் விளைவாக, சோழர்கள் ஒருபுறமும், இலங்கை மன்னன் முதலாம் பராக்கிரம பாகு (1153 - 1186) மற்றொரு புறமும் தலையிட ஏற்பட்டது. 1169-ஆம் ஆண்டிலிருந்து 1177-ஆம் ஆண்டுவரை பல்வேறு சச்சரவுகளும், கலகங்களும் ஏற்பட்டன. இறுதியில் சோழ

மன்னனின் ஆதரவுடன் வீரபாண்டியன் மதுரையில் பாண்டிய மன்னனாகப் பட்டம் ஏற்றான். அவனுடைய எதிரி குலசேகரன் நாடு கடத்தப்பட்டான். சோழ ராஜ்யத்தில் இரண்டாம் இராஜாதி ராஜனுக்குப் பிறகு, மூன்றாம் குலோத்துங்கன் பட்டத்துக்கு வந்தான். (1178 - 1216). மூன்றாம் குலோத்துங்கனுக்கும், இரண் டாம் ராஜாதிராஜனுக்கும் இருந்த உறவு என்ன என்பது தெளி வாகத் தெரியவில்லை. வீரபாண்டியன் தனக்கு எதிராகத் துரோகம் செய்து, இலங்கை மன்னன் பராக்கிரமபாகுவுடனும், வேனாட் டுத் தலைவனுடனும் சேர்ந்து சதி செய்வதை மூன்றாம் குலோத் துங்கன் உணர்ந்தான். இதையொட்டி அவன், பாண்டிய நாட் டுக்குள் படையெடுத்துச் சென்று, வீரபாண்டியனை நாட்டி னின்றும் வெளியேற்றி விட்டு, முன்னர் நாடு கடத்தப்பட்ட குலசேகரனின் புதல்வன் விக்கிரம பாண்டியனுக்குப் பட்டம் சூட்டினான். மற்றொரு போரில் மூன்றாம் குலோத்துங்கன் சேரர் களுடனும், ஹோய்சல மன்னனான இரண்டாம் வல்லாளனுட னும் போர் தொடுத்து கொங்கு நாட்டையும், தகடூரையும் மீட்டு, 1193-ஆம் ஆண்டில் கரூரில் விஜயாபிஷேக வெற்றி விழா கொண்டாடினான். வல்லாளனுடன் செய்துகொண்ட உடன்பாட் டின் பயனாக, அந்த ஹோய்சல மன்னனுக்கு, சோழ இளவரசி ஒருத்தியை மணம் செய்வித்தான். இதற்கிடையில் ஜடாவர்மன் குலசேகரன் என்ற புதிய பாண்டிய மன்னன், ஒருவன் கலகம் செய்தான். இதையொட்டி நடந்த போரில் மதுரை பாழாக்கப் பட்டு, ஜடாவர்மன் குலசேகரன் கடுமையாகத் தண்டிக்கப்பட் டான். 1205-ஆம் ஆண்டில் நடந்த இப்போரில் மதுரையில் பாண்டியர்களின் கொலு மண்டபம் தகர்க்கப்பட்டது. ஜடாவர்மன் குலசேகரன், தண்டிக்கப் பட்டாலும், அரசுப் பதவியை மீண்டும் அனுபவிக்க அனுமதிக்கப்பட்டான். ஆயினும், வஞ்சம் தீர்க்கும் போருக்கான காரணங்கள் தோன்றிவிட்டன.

சோழர்களின் க்ஷீணம்

இராஜாதிராஜனுக்குப் பிற்காலத்தில் நெல்லூரைச் சேர்ந்த தெலுங்குச் சோழர்கள், மூன்றாவது குலோத்துங்கனின் ஆதிக் கத்தை ஒருவாறு ஏற்றுக்கொண்டிருந்தார்கள். என்றாலும், இராஜாதி ராஜன் காலத்திலேயே சோழ ஆதிக்கம் வடக்கு ஆந்திரப் பகுதி களில் நிலவியதாகச் சொல்வதற்கு இல்லை. மூன்றாவது குலோத் துங்க சோழன், காகதீய மன்னன் கணபதியுடன் போர்தொடுத்துப்

பகைமைகொள்ள நேரிட்டது. குலோத்துங்கன் தன்னுடைய ஆட்சியின் கடைசி காலத்தில் மாறவர்மன் சுந்தர பாண்டியன் ஆரம்பித்த பழி தீர்க்கும் சச்சரவை சமாளிக்க வேண்டியிருந்தது. பாண்டிய மன்னன் மாறவர்மன் சுந்தரபாண்டியன் குலோத்துங்கனைத் தோற்கடித்து அவனையும், அவனுடைய குமாரனையும் நாட்டை விட்டு வெளியேற்றி விட்டான். உறையூரையும், தஞ்சாவூரையும் பாழாக்கி, கும்பகோணத்துக்கு அருகில் ஆயிரத்தளி என்ற சோழனுடைய முடிசூட்டு மண்டபத்தில் வீராபிஷேகம் செய்து கொண்டான். சுந்தர பாண்டியன், சிதம்பரத்துக்குச் சென்று நடராஜரை வழிபட்டான். அங்கிருந்து திரும்புகையில், புதுக்கோட்டைப் பகுதியில் பொன்னமராவதியில் பாசறை நிறுவி, குலோத்துங்களையும், அவனுடைய புதல்வனையும் வரவழைத்தான். இதற்குள் குலோத்துங்கன், இரண்டாம் வல்லாள மன்னனை நாடியிருந்தான். குலோத்துங்கனும், அவனுடைய குமாரனும் சுந்தர பாண்டியனுக்குப் முறைப்படி பணிந்து, அவனுடைய ஆதிக்கத்தின்கீழ், சோழ ராஜ்யத்தை மீண்டும் பெற்றார்கள். இதையொட்டி சுந்தர பாண்டியனுக்கு ''சோனாடு வழங்கி அருளிய'' என்ற பட்டப் பெயர் ஏற்பட்டது. குலோத்துங்கன் 1218-ம் ஆண்டில் காலமானான். அவனுடைய குமாரன் மூன்றாம் ராஜராஜன் (1216 - 1256) சுந்தர பாண்டியனுக்குக் கப்பம் கட்டுவதை நிறுத்தி, அவனுடைய கோபத்துக்குள்ளானான். மீண்டும் பாண்டியன் படையெடுப்பு ஏற்பட்டு, கும்பகோணத்திற்கு அருகே ஆயிரத்தளியில் மற்றொரு விஜயாபிஷேகம் நிகழ்ந்தது. ஹோய்சல மன்னன் இரண்டாம் நரசிம்மனுடன் மூன்றாம் இராஜராஜன் நட்புகொள்ள முயன்றதை, பல்லவத்தலைவன் கோப்பெருஞ்சிங்கன் தடுத்து விட்டான். கோப்பெருஞ் சிங்கன் பாண்டியர்களுடைய நண்பன். அவன் இராஜராஜனை தெள்ளாற்றுப் போரில் முறியடித்து, அவனை சேந்த மங்கலத்தில், கோட்டையில் சிறை வைத்து விட்டான். ஹோய்சல மன்னன் மீண்டும் சோழனுடைய உதவிக்கு வந்து, திறமையாகப் போர் நடத்தி, இராஜராஜனை மீட்டுவிட்டான். 1231-ஆம் ஆண்டில், தென்னகத்தின் ராஜவம்சத்தாரிடையே ஏற்பட்ட திருமண உறவுகளின் பயனாக, பாண்டியர்கள், சோழர்கள், ஹோய்சலர்களிடையே அமைதி ஏற்பட்டது.

இராஜராஜன், சோழ ராஜ்யத்தின் மன்னனாக இருந்து ஆட்சி புரிந்தபோது, 1243-ஆம் ஆண்டு வரை, கோப்பெருஞ்சிங்கன் கூட சோழனின் ஆதிக்கத்தை ஏற்றுக்கொள்ள வேண்டியதாயிற்று.

1246-ஆம் ஆண்டில் மூன்றாம் ராஜேந்திரனை யுவராஜாவாக நியமித்தபோது, ஒரு மாறுதல் ஏற்பட்டது, மூன்றாம் ராஜேந்திரன் இரண்டு பாண்டிய மன்னர்களுடன் போர் தொடுத்து வெற்றி பெற்றான். ஆனால், ஹோய்சல மன்னன் சோமேஸ்வரன் (1235 - 1262) பாண்டியனின் உதவிக்கு வந்து, சோழ மன்னன் அதிக சக்தி பெறுவதைத் தடுத்துவிட்டான். ஆனால், 1251-ஆம் ஆண்டில் ஜடாவர்மன் சுந்தர பாண்டியன் பாண்டிய மன்னனாக பட்டம் ஏற்றவுடன் ஹோய்சலர்களும், சோழர்களும் மீண்டும் ஒன்று சேர்ந்துவிட்டனர்.

ஜடாவர்மன் சுந்தரபாண்டியன், அவனுக்குப் பின்னர் பட்டத்துக்கு வந்த மாறவர்மன் குலசேகரன், (1268 - 1310) இவர்களுடைய ஆட்சிக் காலத்தின்போது, சுமார் ஒரு நூற்றாண்டு காலம் பாண்டியர்கள் தமிழகத்தில் பூரண ஆதிக்கம் செலுத்தி வந்தார்கள். வடக்கே நெல்லூரிலிருந்து தெற்கே இலங்கை உள்பட, பாண்டிய ஆதிக்கம் பரவியிருந்தது. நெல்லூரில் சுந்தர பாண்டியன் ஒரு வீராபிஷேகம் செய்து கொண்டான். ஹோய்சலர்கள் தக்காண பீடபூமிப் பகுதியில் ஒடுக்கப்பட்டார்கள். குலசேகரன் 'திரிபுவன சக்ரவர்த்தி' என்ற பட்டத்தை ஏற்றான். குலசேகரனுடைய ஆட்சியின் கடைசிக் காலத்தில் தன்னுடைய காமக்கிழத்திக்குப் பிறந்த குமாரன் வீரபாண்டியனுக்கு அதிக செல்வாக்கை அளித்தான். அதன் விளைவாக அரசு பதவிக்கான சச்சரவு ஏற்பட்டது. பட்டத்துக்குரிய இளவரசன் சுந்தர பாண்டியன் தோல்வியுற்று, மாலிக்காபூர் என்ற முஸ்லீம் தலைவனின் உதவியை நாடினான். உள்நாட்டுச் சச்சரவுகளில் மாலிக்காபூருக்கு அக்கறை கிடையாது. சென்ற இடமெல்லாம் கொள்ளையடிப்பதுதான் மாலிக்காபூரின் வேலை. பெரிய நகரங்களையெல்லாம் பாழாக்கி சூறையாடி, பெரும்பாலான கொள்ளைப் பொருள்களுடன் அவன் தில்லிக்குத் திரும்பினான். 600 யானைகள், 96 மணங்கு பொன் ஆபரணங்களும் முத்துக்களும் நிறைந்த பல நூற்றுக் கணக்கான பெட்டிகள், இருபதினாயிரம் குதிரைகள் முதலியவைகளுடன் மாலிக்காபூர் தில்லிக்குத் திரும்பினான்.

இதன் பின்னர், சச்சரவும் குழப்பமும் அதிகமாக நிலவத் தொடங்கிற்று. துக்ளக் மன்னர்களுடைய படை, தென்னகத்தின் மீது படையெடுத்து வந்தது. சிறிது காலம் மதுரையைச் சுற்றிய பகுதி முழுவதும், தில்லி சுல்தானின் ஆதிக்கத்துக்கு உட்பட்டிருந்தது. ஆயினும், 1329-ஆம் ஆண்டு வரை தில்லி சுல்தானின்

ஆதிக்கம் நல்ல முறையில் அமையவில்லை பின்னர், அந்தப் பகுதியின் நிர்வாகி ஜலாலுதின் அஹாசென் ஷா, மதுரை சுல்தான் என்ற முறையில் சுதந்திரமாக ஆட்சி தொடங்கிவிட்டான். தானே நாணயங்களை அச்சடித்து வெளியிட்டான். மதுரை சுல்தானின் ஆட்சிக் காலம் மிகவும் குறுகியது. அவர்களுக்கும், மக்களுக்கும் ஒருவித தொடர்பும் ஏற்படவில்லை. 1370-ஆம் ஆண்டில் விஜய நகர ராஜ்யத்தின் இளவரசர்களில் ஒருவரான குமார கம்பனன் சுல்தானின் ஆட்சியை ஒழித்துவிட்டான்.

விஜயநகரம்

தமிழகத்துக்கு வடக்கே 1336-ஆம் ஆண்டில் விஜயநகர சாம்ராஜ்யம் தோன்றியதற்குக் காரணம், தெலுங்கு, கன்னடப் பகுதிகளில் முஸ்லிம் படையெடுப்பு ஏற்பட்டதுதான். விஜயநகர ராஜ்யத்துக்கு வடக்கே, 1347-ஆம் ஆண்டில் முஸ்லீம்கள் பாமினி ராஜ்யத்தை ஸ்தாபித்தார்கள். இவ்விரு ராஜ்யங்களிடையே நெடுங் காலம் போர் நிகழ்ந்தது. இந்தப் பகைமை 17-ஆம் நூற்றாண்டு வரை நீடித்தது.

விஜயநகர சாம்ராஜ்யத்தின் ஆதிக்கத்தின் கீழ், பாண்டி யர்கள் மீண்டும் மதுரையில் ஆட்சி பீடத்தைக் கைப்பற்றினார் கள். ஆயினும், பாண்டிய வம்சம் க்ஷீணத்துவந்ததாலும், விஜய நகர சாம்ராஜ்யத்தின் கொள்கையின் விளைவாக, பாண்டியர்கள் தெற்குப் பகுதியிலேயே அடங்கியிருக்க வேண்டியதாய் இருந்த தாலும், பாண்டிய ஆட்சி மீண்டும் பரவ இயலவில்லை. பாண்டி யர்களின் ஆதிக்கம் திருநெல்வேலி ம்ாவட்டத்தில் மேற்குப் பகுதிகளில் பெரும்பாலும் தென்காசியைச் சுற்றியே நிலவிற்று. தென்காசியில் பாண்டிய மன்னர்கள் கலை, இலக்கியம் முதலிய துறைகளில் 17-ஆம் நூற்றாண்டின் முற்பகுதியில் புகழ் பெற்றி ருந்தார்கள். இதற்கு முந்திய காலத்திலும், விஜயநகர சாம்ராஜ் யம் ஆதிக்கம் பெற்றிருந்த போதிலும், காவேரிக்குத் தெற்கே அதனுடைய ஆதிக்கம் அவ்வளவு உறுதியாக நிலைபெற வில்லை. 1463-64-ஆம் ஆண்டில் ஒரிஸ்ஸாத் தலைவன் கபிலேஸ் வர கணபதி விஜயநகர ராஜ்யத்தின் மீது படையெடுத்து வந்ததன் விளைவாக, தென்னகம் விஜயநகர ஆதிக்கத்தை விட்டு விடுதலை பெற்றது. அந்த நூற்றாண்டின் இறுதியில்தான் விஜயநகர ராஜ்ய தளபதி நரஸ நாயகா தெற்கே படை நடத்திச் சென்று, திருச்சிராப் பள்ளி தஞ்சாவூர் பகுதிகளின் பிரதிநிதியாக இருந்த கோனேரி

ராஜா என்ற அதிகாரியின் ஆணவத்தை அடக்கினான். இந்தத் தலைவனைப் பற்றி ஸ்ரீரங்கத்தைச் சேர்ந்த வைஷ்ணவர்கள் பல புகார்கள் கூறியிருந்தார்கள். நரஸ நாயகன், தன்னுடைய படையெடுப்பினால், கன்யாகுமரி வரை இருந்த பகுதியை விஜயநகர ஆதிக்கத்தின்கீழ் கொண்டு வந்து, சேர சோழ மன்னர்களையும், மதுரையில் அரசாட்சி புரிந்த மானபூஷனனையும், விஜயநகர ஆதிக்கத்தை ஏற்றுக்கொள்ளச் செய்தான். 1529-42-ஆம் ஆண்டு வரை ஆண்டுவந்த அச்சுதன் காலத்தில் தெற்கே ஒரு பெரிய கலகம் நிகழ்ந்தது. உமத்தூர் தலைவன், தெற்கு திருவாங்கூர் மன்னன் ஆகிய இருவருடனும் சேர்ந்து, சாளுவ வீர நரசிம்மன் இந்தக் கலகத்தைத் துவக்கினான். அச்சுதன் கலகக்காரர்கள் மீது படையெடுத்துச் சென்று, ஸ்ரீரங்கத்தில் பாசறை நிறுவினான். அவனுடைய மைத்துனனான சாளகராஜு திருமலை என்பவன் தாம்பிரபரணி நதிக் கரையில், கலகக்காரர்களை முறியடித்து வென்று, அங்கு ஒரு வெற்றித்தூண் நிறுவினான். கலகக்காரர்களால் துன்புறுத்தப்பட்ட பாண்டிய மன்னனுக்கு ராஜபீடம் மீட்டுத் தரப்பட்டது. விஜயநகர மன்னனுக்கு, பாண்டியனின் குமாரி திருமணம் செய்விக்கப்பட்டாள்.

அச்சுதராயன் காலத்திலும், அதற்குப் பின்னரும் போர்ச்சுக்கீசியர்கள் தென்னகத்தின் கடற்கரையில் வந்து சேர்ந்து, கோட்டைகளை நிறுவத் தொடங்கினார்கள். விஜய நகர ஆதிக்கத்தைச் சேர்ந்த குறுநில மன்னர்களுடன் அவர்கள் அடிக்கடி போர் தொடுத்தார்கள். பாரதப் பிரஜைகளைக் கொலை செய்து, கொள்ளையடிப்பதை ஒரு உரிமையாகவே போர்ச்சுகீசியர்கள் கொண்டாடினார்கள். கோவிலில் புகுந்து கொள்ளையடிப்பதைத் தொழிலாகக் கொண்ட அவர்கள், திருப்பதி க்ஷேத்திரத்தையும் கொள்ளையிட்டார்கள். செயின்ட் பிரான்ஸிஸ் க்ஸேவியர் தலைமையில் ரோமன் கத்தோலிக்க பாதிரிமார்கள், பாரத மக்கள் பல்லாயிரக் கணக்கானவர்களை கிறிஸ்துவ மதத்தில் சேரும்படி செய்தார்கள். மன்னர் வளைகுடாவுக்கு அருகே வாழ்ந்து வந்த பரதவர்கள் பலரை இவ்வாறு மதம் மாறச் செய்து அவர்கள் போர்ச்சுக்கீசிய மன்னனுக்கு விஸ்வாசப் பிரமாணம் எடுத்துக்கொள்ளும்படி செய்து, அவர்களுக்கு முஸ்லீம் வர்த்தகர்களும், ஹிந்து அதிகாரிகளும் கொடுமை இழைக்காமல் பார்த்துக்கொண்டார்கள். கத்தோலிக்க பாதிரிமார்கள் கோவில்களை இடித்துத் தள்ளி, கரையோரங்களில் மாதா கோவில்களை நிறுவினார்கள். காஞ்சீபுரக் கோவில்களைக்

கொள்ளையடிப்பதற்கு, கோவாவில் ஒரு திட்டம் உருவாகியது. பொறாமையின் விளைவாக பல குறுநிலத் தலைவர்கள் கலகம் செய்து, போர்ச்சுகீசியர்களுடன் சேர்ந்து கொண்டார்கள்.

இந்தக் குழப்பத்தை தவிர்ப்பதற்காக, விஜயநகர சாம்ராஜ்யத்தின் ஆட்சிப் பீடத்தில் இருந்த ராமராஜன் தன்னுடைய ஒன்று விட்ட சகோதரன் சின்னத் திருமலையை தெற்கே படையெடுத்துச் சென்று, நிலைமையை சீர்ப்படுத்தச் செய்தான். முதலில் சந்திரகிரிக் கோட்டை கலகக்காரர்களிடமிருந்து கைப்பற்றப்பட்டது. பின்னர், அப்படைகள் சோழ ராஜ்யத்துக்குள் புகுந்து, புவனகிரி கோட்டையை தகர்த்தது. சின்னத் திருமலையின் படைகள், பின்னர் கடற்கரையோரமாகச் சென்று, காவேரியைக் கடந்து நாகூரை அடைந்தது. அங்கு கலகக்காரர்களால் பாழாக்கப்பட்ட அரங்கநாதர் ஆலயம் மீண்டும் சீரமைக்கப்பட்டது. தஞ்சாவூர், புதுக்கோட்டையை சேர்ந்த உள்நாட்டுத் தலைவர்கள் அடக்கப்பட்டார்கள். அவர்கள் செலுத்தாமலிருந்த கப்பத்தொகை மீண்டும் பெறப்பட்டது. தெற்குக் கோடியில் பட்டத்தை இழந்த பாண்டியன் அரசப் பதவிக்கு மீட்கப்பட்டான். கயத்தாறு, தூத்துக்குடி பகுதிக்கு தலைவனாக இருந்த பெத்தும் பெருமாள் என்பவன் ஒடுக்கப்பட்டான். அதற்குப் பின்னர் ஏற்பட்ட படையெடுப்பில் திருவாங்கூரும் பணிந்தது. கன்னியாகுமரியில் ஒரு வெற்றித் தூண் நிறுவப்பட்டது. விஜயநகரத் தலைநகருக்கு திரும்புவதற்கு முன் சின்னத் திருமலை தன்னுடைய சகோதரன் வித்தலாவை, கைப்பற்றப்பட்ட பகுதிகளுக்கு ராஜப் பிரதிநிதியாக நியமித்தான்.

தலைக்கோட்டைப் போரில், 1565-ஆம் ஆண்டில், விஜயநகர சாம்ராஜ்யம் தோல்வியுற்றபோது, அந்த ராஜ்யத்தின் மன்னன் ராமராஜன் இறந்துவிட்டான். அதன் பிறகு அவனுடைய சகோதரன் திருமலை எஞ்சியிருந்த சாம்ராஜ்யத்தை ஒன்றுசேர்த்து, பராமரிக்க பெரிதும் முயன்றான். செஞ்சி, தஞ்சாவூர், மதுரை ஆகிய இடங்களிலிருந்த ராஜப் பிரதிநிதிகள் மந்திரிகளாகவே இயங்க ஆரம்பித்தார்கள். ஒவ்வொருவரும் 'நாயகர்' என்ற பட்டத்துடன் சுயேச்சையாக ஆட்சிபுரிய முனைந்தனர். வேலூர், மைசூர், இக்கேரி ஆகிய இடங்களிலிருந்த நாயகர்கள் விஜயநகர ஆதிக்கத்தை அங்கீகரித்து நடந்துவந்தார்கள். திருமலை மிகவும் கண்ணியமாக நடந்துகொண்டு, தெற்கே சுயேச்சையாக ஆண்டுவந்த நாயகர்களின் அதிகாரத்தை அங்கீகரித்தான். இதன் பலனாக, அவர்களுடைய நட்பு அவனுக்குக் கிடைத்தது. 1586 - 1614-ஆம்

ஆண்டுவரை ஆண்டுவந்த வேங்கட மன்னன் காலத்தில், தென் னகத்தில் நிர்வாகம் புரிந்துவந்த மூன்று நாயகர்களும், வேலூர் லிங்கம நாயகனுடன் சேர்ந்துகொண்டு கலகம் செய்தார்கள். உத்திர மேரூரில், முற்றுகையிட்டுப் பெரும் போர் நிகழ்ந்தது. செங்கற்பட்டு, மதுராந்தகம் உள்பட்ட பெரும்பேட்டின் அமர நாயகன் வேலுகோடி யாசம நாயுடுவின் உதவியுடன் விஜயநகர மன்னன் இந்தக் கலகத்தை அடக்கிவிட்டான். நீண்ட முற்றுகைக் குப் பின் பதிலாக வேலூரையே தலைநகரமாகக் கொண்டான்.

வேங்கடன் காலத்தில் டச்சுக்காரர்களும், ஆங்கிலேயர்களும் கிழக்குக் கடற்கரையில் குடியேற ஆரம்பித்தார்கள். 1605-ஆம் ஆண்டில் டச்சுக்காரர்கள் கோல்கொண்டா கடற்கரையில் இரண்டு இடங்களில் குடியேறி, செஞ்சி பகுதியில் தேனப்பட் டணம் என்ற இடத்தைப் பெற்றார்கள். இரண்டு ஆண்டுகளுக்குப் பின்னர், வேங்கட மன்னனின் அனுமதியுடன் பழவேற்காடு பகுதி யையும் பெற்றார்கள். ஆங்கிலேயர்களும் 1612-ஆம் ஆண்டில் கோல்கொண்டா கடற்கரையில் குடியேறினார்கள். 1621-ஆம் ஆண்டில் டச்சுக்காரர்களின் அனுமதியுடன் வந்து, பழவேற்காடு பகுதியில் வர்த்தகம் தொடங்கினார்கள். அதன் பின்னர், வடக்கே நகர்ந்து, 1640-ஆம் ஆண்டில் சென்னைக்கு வந்து சேர்ந்தார்கள்.

1614-ஆம் ஆண்டில் வேங்கட மன்னன் இறந்த பிறகு ஏற்பட்ட உள்நாட்டுச் சச்சரவின் விளைவாக, மதுரையும் செஞ்சி யும் ஒரு பக்கத்திலும், தஞ்சாவூர் மறுபக்கத்திலும் நின்று போர் தொடுக்கவேண்டி நேரிட்டது. 1616-ஆம் ஆண்டில் கல்லணைக்கு அருகே 'தொப்பூர்' என்ற இடத்தில் நடந்த போரில் தஞ்சாவூர்ப் படைகள் வெற்றி பெற்றன. ஆயினும், மதுரை இந்த ஆதிக் கத்தை அங்கீகரிக்கவில்லை. 1629-ஆம் ஆண்டு பல கலகங்கள் நிகழ்ந்தன. இளவரசன் ராமன் அதற்கடுத்த ஆண்டு காலமான போது, அவனுடைய ஒன்றுவிட்ட சகோதரன் பெத்தவேங்கடன் என்பவனை, தனக்குப் பின்னர் சிம்மாசனத்துக்கு நியமித்தான். ஆயினும் ராமனுடைய சிற்றப்பன் ஒருவன், இந்த நியமனத்தை எதிர்த்துக் கலகம் விளைவித்தான். 1635-ஆம் ஆண்டில் நடந்த கலகத்தில் செஞ்சி நாயகன் ராமனுடைய சிற்றப்பனை போர்க் களத்தில் கொன்றுவிட்டான். இந்தச் சச்சரவைக் காரணமாகக் கொண்டு, பீஜப்பூர் கோல்கொண்டா சுல்தான்கள் தென்னக ராஜ் யங்களில் தலையிட ஆரம்பித்தார்கள். நாயகர்கள் மட்டுமின்றி, ராஜ குடும்பத்தைச் சேர்ந்தவர்களும், இந்த சுல்தான்களுடன் சதி

புரியத் தொடங்கினார்கள். கோல்கொண்டா படைகள் கிழக்குப் பகுதியைத் தாக்கின. வேங்கட மன்னன் சித்தூர் மாவட்டத்தில் நாராயணவனம் என்ற காடுகளில் சரண்புகுந்தான். அங்கு அவன் 1652-ஆம் ஆண்டில் காலமானான். அவனுடைய மருமகன் மூன்றாம் ஸ்ரீரங்கன் பின்னர் பட்டத்துக்கு வந்தபோது, ஏற்கனவே ஏற்பட்டிருந்த சதியையும், குழப்பத்தையும் அவனால் நிர்வகிக்க இயலவில்லை. கோல்கொண்டா, பீஜப்பூர் இரண்டுக்கும் ஏற்பட்ட சச்சரவினால் அவனுக்கு சிறிது அவகாசம் ஏற்பட்டது. ஆயினும், முஸ்லீம்கள் விரைவில் ஒன்றாகி விட்டனர். ஹிந்துக்களை ஒன்று சேர்ப்பதற்கு ஸ்ரீரங்கன் செய்த முயற்சி பலிக்கவில்லை. கர்னாடக சாம்ராஜ்யத்தைப் படையெடுத்து வென்று, அதைத் தங்களுக் குள்ளேயே பகிர்ந்து கொள்ளலாம் என்று தக்காண முஸ்லீம் களுக்கு முகலாய சாம்ராஜ்யம் அனுமதி அளித்திருந்தது. 1646-ஆம் ஆண்டில் ஸ்ரீரங்கன் வேலூரில், தன்னுடைய ஆதிக்கத்தின் கீழ் இருந்தவர்களின் எதிர்ப்பினால் தோல்வியடைந்தான். பீஜப்பூர் படைகளும் வேலூரை முற்றுகையிட்டுவிட்டான். ஸ்ரீரங்கன் வேலூரைவிட்டு வெளியேறி, முதலில் தஞ்சாவூரிலும், பிறகு மைசூரிலும் சரண் அடைந்தான். மைசூரில் அவன் சில குறுநிலத் தலைவர்களுடன் சேர்ந்து, மீண்டும் வேலூரைக் கைப்பற்று வதற்குக் கனவு கண்டுகொண்டிருந்தான். ஆனால், 1672-ஆம் ஆண்டில் அவன் காலமாகி விட்டான். 1652-ஆம் ஆண்டிலேயே கர்னாடகத்தில் முஸ்லீம் ஆதிக்கம் பூர்த்தி அடைந்துவிட்டது.

தென்னக நாயகர்களின் ஆட்சியில் இருந்துவந்த பகுதி களில் மதுரைதான் விஜயநகர சாம்ராஜ்யத்தின் ஆதிக்கத்தில் முதன் முதலாக ஒரு சுதந்திரப் பகுதியாக வளர்ச்சி அடைந்தது. இந்தச் சம்பவம், கிருஷ்ணதேவராயர் ஆட்சிக் காலத்தின் கடைசி யில் ஏற்பட்டது என்று ஒரு சாரார் கொள்வர். இருந்தபோதிலும், வரலாற்று அடிப்படையில் அதற்குச் சான்றுகள் இல்லை. அச்சுத ராயன் ஆட்சிக் காலத்தின் ஆரம்பத்தில், தெற்கே சாளுவ வீர நர சிம்மன் கலகம் செய்த பிறகு, சீரமைப்புக்கான முயற்சிகள் மேற் கொள்ளப்பட்டன. திருச்சிராப்பள்ளிக்கும், கன்யாகுமரிக்கும் இடையேயுள்ள பகுதியையும், சேலம், கோயமுத்தூர் பகுதியை யும் விஸ்வநாத நாயகன் பெற்றான். தஞ்சாவூர், செவலப்ப நாயகன் காலத்தில், அவனுடைய நிர்வாகத்தில் இருந்தது. அவன் அச்சுத ராயன் பட்டமகிஷியின் சகோதரி ஒருத்தியை மணம் செய்து கொண்டான். விஸ்வநாதன், தன்னுடைய பகுதியை 72 பாளை யங்களாகப் பிரித்தான். இந்தப் பாளையங்களை, தலைமுறை

தலைமுறையாக வரும் தலைவர்களின் நிர்வாகத்தில் அமைத்தான். இந்தப் பாளையத் தலைவர்கள், தங்களுடைய பகுதிகளில் சட்டம், ஒழுங்கு முதலிய விஷயங்களைப் பராமரிப்பதுடன், நாயக மன்னனுக்கு ஆண்டுதோறும் கப்பம் கட்டிவந்தார்கள்.

1565-ஆம் ஆண்டில் நடந்த தலைக்கோட்டைப் போருக்குப் பின்னர்தான் மதுரைக்கு உண்மையில் சுதந்திரம் கிடைத்தது. அப்பொழுது விஸ்வநாதனுடைய குமாரன் முதலாம் கிருஷ்ணப்பன் ஆட்சி புரிந்துவந்தான். (1564 - 1572). விஜயநகர சாம்ராஜ்யத்துடன் ஒருவிதமான தொடர்பு இருந்துவந்தது. 1650-ஆம் ஆண்டில் மறவர் பகுதியையும், சேதுபதி குலத்தைச் சேர்ந்தவர்கள் சீரமைத்தார்கள். அதே சமயத்தில்தான் இத்தாலிய கத்தோலிக்க பாதிரியார் ராபர்ட்-டீ-நோபிலி மதுரை வந்து குடியேறி, மக்களின் பழக்க வழக்கங்களைக் கடைப்பிடித்து, மக்களிடையே கிறிஸ்துவ மதத்தைப் பரப்ப முயன்றார். ஆயினும், அவருக்கு அதிக வெற்றி கிடைக்கவில்லை. 1623-ஆம் ஆண்டு முதல் 1659-ஆம் ஆண்டு வரை ஆண்டுவந்த திருமலை நாயகன்தான், மதுரை நாயகர்களில் மிகவும் பிரசித்தி பெற்றவன். அவன் இருமுறை திருவாங்கூர் மீது படை நடத்திச் சென்றான். சேதுபதியைத் தனது ஆதிக்கத்தின்கீழ் கொண்டுவந்தான். தலைநகரமாகிய மதுரையில் பல்வேறு அழகான கட்டிடங்களை நிர்மாணித்தான். அவனுடைய சாதனைகளில் மிகவும் முக்கியமானவை திருமலை நாயகன் அரண்மனையும், மீனாட்சி சுந்தரேஸ்வரர் ஆலயமும் ஆகும். திருமலை நாயகனும், விஜயநகர சாம்ராஜ்யத்தின் ஆதிக்கத்தை எதிர்த்தான். முஸ்லீம் ராஜ்யத்துடன் அரசியல் உறவு கொண்டு, மைசூருடன் போர் தொடுத்தான். போர்ச்சுகீசியர்கள் டச்சுக்காரர்கள், கத்தோலிக்க பாதிரியார்கள் முதலியவர்கள் விஷயத்தில் திருமலை நாயகன் தெளிவான கொள்கையைக் கடைப்பிடிக்கவில்லை. பிரபல சமஸ்கிருத அறிஞர் நீலகண்ட தீக்ஷிதர், அவனுடைய ஆதரவைப் பெற்றிருந்தார்.

திருமலை நாயகனின் குமாரன் முதலாம் சொக்கநாத நாயகன் காலத்தில் (1659 - 82), பீஜப்பூர் படையெடுப்பினால், அந்தப் பகுதி மிகவும் பாதிக்கப்பட்டது; பஞ்சமும் ஏற்பட்டிருந்தது. சொக்கநாதன், தன்னுடைய தலைநகரை மதுரையிலிருந்து 1665-ஆம் ஆண்டில் திருச்சிராப்பள்ளிக்கு மாற்றினான். தஞ்சாவூர் மீது போர் தொடுத்து, வென்று, விஜயராகவனிடமிருந்து அந்த நகரைக் கைப்பற்றினான். அவனுடைய மாற்றாந் தாய் சகோதரன்

அழகிரியை, அப்பகுதிக்கு 1673-ஆம் ஆண்டில் கவர்னராக நியமித்தான். அழகிரி, சொக்கநாதனுடன் சச்சரவு மேற்கொண்டதன் விளைவாக, பீஜப்பூர் பிரதிநிதியாக இருந்த எக்கோஜியால் தஞ்சாவூரிலிருந்து அகற்றப்பட்டான். பீஜப்பூர் ஆதிக்கம், 1676-77-ஆம் ஆண்டில் சிவாஜி கர்னாடகத்தின் மீது படையெடுத்த போது, முடிவு அடைந்துவிட்டது. சேலம், கோயமுத்தூர் பகுதிகளை, சொக்கநாதனிடமிருந்து மைசூர் கைப்பற்றியது. உள்நாட்டுச் சண்டை, மைசூரின் பகைமை, மகாராஷ்டிரர்களுடைய படையெடுப்பு முதலிய சம்பவங்களால் சொக்கநாதனின் ஆட்சிக் காலத்தின் கடைசிப் பகுதியில் மிகவும் குழப்பம் ஏற்பட்டது. 1682-ஆம் ஆண்டில் அவன் மனம் உடைந்து காலமானான். அவனுக்குப் பிறகு அவனுடைய ராஜ்யம் சீர்குலைந்து போயிற்று. ஔரங்கசீப்பின் படைகள் தக்காணத்தின் மீது படையெடுத்து வெற்றிபெற்றபோது, குழப்பம் மேலும் அதிகரித்தது. 1693-ஆம் ஆண்டில் மதுரையும், தஞ்சாவூரும் ஔரங்கசீப்பின் ஆதிக்கத்துக்கு உட்பட்டன. 1686-ஆம் ஆண்டில் புதுக்கோட்டைத் தொண்டைமான்கள் சுயேச்சையாக ஆதிக்கம் செலுத்த ஆரம்பித்தார்கள். 1689 - 1706-ஆம் ஆண்டுவரை மதுரையில் அரச பதவியில் இருந்த ராணி மங்கம்மாள் பல்வேறு சீர்திருத்தங்களை மேற்கொண்டாள். சாலைகள், கோவில்கள், குளங்கள், சத்திரங்கள் முதலியவைகள நிர்மாணிக்கப்பட்டன. அவளுக்குப் பின்னர் ஆட்சிக்கு வந்த மீனாட்சி, சந்தா சாஹேப்பால் மோசம் செய்யப்பட்டு சிறை வைக்கப்பட்டாள். மீனாட்சி விஷம் உண்டு தற்கொலை செய்து கொண்டாள்.

1541 - 80-ஆம் ஆண்டுவரை ஆண்டுவந்த தஞ்சாவூர் நாயகன் செவலப்பன், தஞ்சாவூருக்கருகே வல்லத்திற்குப் பதிலாகத் திருச்சிராப்பள்ளியைக் கொடுத்து, மதுரை விஸ்வநாத நாயகனுடன் உறவு கொண்டான். தஞ்சாவூர் நாயகர்கள் சுதந்திரம் பெற்றிருந்தபோதிலும், விஜயநகர சாம்ராஜ்யத்துக்கு விஸ்வாசம் காட்டிவந்தார்கள். தேவையானபோது, சாம்ராஜ்யத்துக்கும் உதவி செய்தார்கள். இந்த வம்சத்தில் மிகவும் திறமையாக ஆண்டு வந்தவன் ரகுநாத நாயகன். (1600 - 34). சமஸ்கிருத மொழியில் அறிவு படைத்தவன்; பல ஆசிரியர்களைப் போஷித்து வந்தான். அவனுடைய குமாரன் விஜயராகவன் (1633- 73) மற்ற நாயகர்கள், முஸ்லீம்கள், ஐரோப்பியர்கள் முதலியவர்களால் ஏற்பட்ட குழப்பங்களைச் சமாளிக்க முடியாமல் தவித்தான். சிறிது காலம் தஞ்சாவூர்

பீஜப்பூர் ஆதிக்கத்தின் கீழ் இருந்தது. ஏற்கனவே குறிப்பிட்டபடி, மதுரை சொக்கநாத நாயகன் படையெடுத்தபோது, விஜயராகவன் போரில் உயிர் இழந்தான். எக்கோஜி என்பவன் பட்டத்தைக் கைப்பற்றியபோது, நாயகர்களுடைய ஆதிக்கம் முடிவு அடைந்து விட்டது. (1676). அதன் பின்னர் எக்கோஜியின் சந்ததியார், கர்னாடக நவாப் ஆதிக்கத்தின் கீழும், பின்னர் கிழக்கு இந்தியக் கம்பெனியின் ஆதிக்கத்தின் கீழும் நிர்வாகத்தை நடத்தி வந்தார் கள். 1799-ஆம் ஆண்டில் வைஸ்ராய் வெல்லெஸ்லியின் நிர்பந் தத்துக்கு உட்பட்டு, சரபோஜி ராஜா தன்னுடைய ராஜ்யத்தின் நிர்வாகத்தை ஆங்கிலேயர்களுக்கு மாற்றிக் கொடுத்து, உபகாரச் சம்பளம் பெற்றுக் கொண்டான். 1855-ல் தஞ்சாவூர் மன்னர் களில் கடைசி ராஜா காலமானபோது, அந்த அரச பரம்பரை முடிவு அடைந்துவிட்டது. தஞ்சாவூரில் மகாராஜடிரர்கள் ஆண்டு வந்த காலத்தில் திறமையற்ற நிர்வாகம், சச்சரவுகள், அன்னியப் படை யெடுப்பு முதலிய சம்பவங்கள் நிறைந்திருந்தன.

புகழ்பெற்ற கிருஷ்ண தேவராயர் காலத்தில் செஞ்சி நாயகர் ஆட்சி தொடங்கிற்று. இரண்டாம் கிருஷ்ணப்ப நாயகன், விஜய நகர மன்னன் இரண்டாம் வேங்கடனுடன் பகைமை பூண்டதால், சிறை வைக்கப்பட்டான். ஆனால், தஞ்சாவூர் ரகுநாத நாயகனின் தலையீட்டினால் அமைதி ஏற்பட்டது. ரகுநாத நாயகன், கிருஷ் ணப்பனுடைய குமாரியை மணம் செய்து கொண்டான். வேலூர் லிங்கம நாயகனும், கொள்ளிடம் முகத்துவாரத்திலிருந்த தேவி கோட்டையின் தலைவனும், ரகுநாத நாயகனின் ஆதிக்கத்தில் இருந்தார்கள். 1649-ஆம் ஆண்டில் பீஜப்பூர் படைகள், செஞ்சி நாயகர்களுடைய ஆட்சியை ஒழித்துவிட்டன. 1674-ஆம் ஆண் டில் பீஜப்பூர் கவர்னர், பிரெஞ்சுக்காரர்களுக்கு பாண்டிச்சேரி யில் அனுமதி கொடுத்தார். அதன் பின்னர் மூன்றாண்டுகளில் சிவாஜி, கர்னாடகத்தின்மீது படையெடுத்து வந்தான். கர்னாடக ஆட்சிக்கு சிவாஜி செஞ்சியைத் தலைநகராகக் கொண்டான். ஆனால், 1698-ஆம் ஆண்டில் மொகலாய தளபதி ஜுல்பிகார் கான் செஞ்சியை முற்றுகையிட்டபோது செஞ்சி மொகலாயர் வசமாயிற்று. அதன் பின்னர் கொள்ளிடத்துக்கு வடபகுதியில் மொகலாய ஆட்சி ஸ்தாபிக்கப்பட்டது.

ஔரங்கசீப் காலமானபோது, தென்னகத்தில் மொகலாய சாம்ராஜ்யம் க்ஷீணிக்கத் தொடங்கியது. 1724-ஆம் ஆண்டில்

நிஜாம் தன்னுடைய ஆதிக்கத்தை தொடங்கினான். ஆற்காடு நவாப், நிஜாமின் ஆட்சிக்குட்பட்டு இருந்தான். நிஜாமுக்கும், மகாராஷ்டிரர்களுக்கும் இடையே உள்ள கலகத்தினால் இந்த உறவு குலையவில்லை. இதற்குள் ஐரோப்பிய வர்த்தகக் கம்பெனிகள் அரசியல் முக்கியத்துவம் பெற்றன. 1748-ஆம் ஆண்டில் நிஜாம்-உல்-மல்க் இறந்த போது, பதவிக்காக ஏற்பட்ட சச்சரவுகளில் ஆங்கிலேயர்களும், பிரெஞ்சுக்காரர்களும் பங்கு கொண்டார்கள். இந்தச் சச்சரவுகளை, தங்களுடைய வர்த்தகப் பகைமைக்குப் பயன்படுத்திக் கொண்டார்கள். இதன் விளைவு, ஆங்கிலேயர்களுக்கு வெற்றி ஏற்பட்டு, அவர்களுடன் சேர்ந்த முகமது அலி வாலாஜா 1752-ஆம் ஆண்டில் கர்னாடக நவாபாகப் பட்டம் பெற்றான். பதினெட்டாம் நூற்றாண்டு முழுவதும் பாரதத்தின் மற்றப் பகுதிகளில் இருந்தது போலவே, தமிழ் நாட்டிலும் குழப்பமும், திறமையற்ற ஆட்சியும் நிலவியிருந்தது.

கிழக்கு இந்திய கம்பெனியின் சென்னை நிர்வாகம் சக்தியற்று விளங்கிற்று. நிஜாமுக்கும் முகமது அலிக்குமிடையேயும், மற்ற தென்னக தலைவர்களுக்கும் நிஜாமுக்குமிடையேயும் ஒருவிதமான அமைதியை ஏற்படுத்த முடியவில்லை. கர்னாடக நவாபின் கொடுமையையும் கிழக்கு இந்திய கம்பெனியால் தடுக்க முடியவில்லை. தஞ்சாவூருக்கு, கர்னாடக நவாப் இழைத்த தீமைகளில் பங்குகொள்ள நேரிட்டது. முகமது அலியின் படைகள் ஆங்கிலேயர்களின் உடமையாக மாறிவிட்டன. போர்க் காலங்களில், ஆங்கிலேயர்கள் நிர்வாகம் முழுவதையுமே ஏற்றுக்கொள்ளும் நிலைமை ஏற்பட்டுவிட்டது. ஆயினும், கர்னாடக நவாப் பெயரளவில் தன்னுடைய ஆதிக்கத்தை விட்டுக் கொடுக்கவில்லை. தான் ஒரு சுதந்திரம் உள்ள மன்னன் என்ற முறையிலும், கம்பெனி தன்னுடைய ஆதிக்கத்தின்கீழ் இருப்பதாகவும் நினைத்துக் கொண்டிருந்தான். இத்தகைய கேவலமான நிலைமையில் இருந்த நவாபால், மதுரை, திருநெல்வேலி பாளையக்காரர்களிடமிருந்து வரிகளை வசூலிக்க முடியவில்லை. ஆகவே, அந்தப் பொறுப்பை கம்பெனிக்கு விட்டுவிட்டான். பாளையக்காரர்களுடன் நடந்த பல்வேறு கலகங்களுக்குப் பிறகு, 1801-ஆம் ஆண்டில் கிழக்கு இந்திய கம்பெனி பாளையக்காரர்களை ஒரு ஒழுங்குக்குக் கொண்டுவந்தது. ஐரோப்பிய கம்பெனியிடமிருந்து நவாப் பெருமளவில் கடன் வாங்கி விட்டதால், இந்த விஷயம் கம்பெனிக்கும் பிரிட்டிஷ் பார்லிமெண்டுக்கும் ஒரு பெரும் கவலை

க.அ. நீலகண்ட சாஸ்திரி

யாகிவிட்டது. 1795-ஆம் ஆண்டில் நவாப் இறந்தபோது, பின்னர் பட்டத்துக்கு வந்த அவனுடைய குமாரனும் ஆறு வருஷங்களில் காலமாகிவிட்டான். நவாப் திப்புவுடன் உறவு கொண்டிருந்ததை அறிந்த வெல்லெஸ்லி கர்னாடக நிர்வாகத்தை தானே ஏற்றுக் கொண்டு விட்டான். புதிய நவாப்புக்கு வருமானத்தில் ஐந்தில் ஒரு பங்கை உபகாரச் சம்பளமாக அளித்தான். இதற்கு முன்னர் மைசூருடன் ஏற்பட்ட மூன்றாவது யுத்தத்தில் 1792-ஆம் ஆண்டில் திண்டுக்கல் பகுதியும், பாரமஹால் பகுதியும் திப்புவிடமிருந்து கைப்பற்றப்பட்டன. 1799-ஆம் ஆண்டில் கோயமுத்தூரும் பிரிட்டிஷ் வசமாயிற்று.

இவ்வகையில் பத்தொன்பதாம் நூற்றாண்டின் ஆரம்பத்தில் தென்னகம் முழுவதும் கிழக்கிந்திய கம்பெனியின் ஆதிக்கத்திற்கு உள்ளாயிற்று. அதன் பின்னர் ஒரு நூற்றாண்டு காலத்திற்கு அமைதியும், வளர்ச்சியும், நூதன முறையிலான நிர்வாகமும் தலையெடுத்தன. மிகக் குறைந்த எண்ணிக்கை கொண்ட அன்னிய ஆட்சியாளர்களுக்கும், தென்னக மக்களுக்குமிடையே நல்ல உறவு ஏற்பட்டது. அந்தச் சமயத்தில் நிலவிய அமைதி, ஒழுங்கான நிர்வாகம், அபிவிருத்தி, போக்குவரத்து, பாசனம், கல்வி முதலிய துறைகளில் ஏற்பட்ட முன்னேற்றம் முதலியவை கள் விஷயமாக, மக்கள் நன்றி செலுத்தும் உணர்ச்சியுடன்தான் இருந்தார்கள். ராஜ விஸ்வாசம் கொண்ட இந்திய மக்களுக்கு பிரிட் டிஷ் அரசி விக்டோரியா மகாராணி ஒரு சின்னமாகவே விளங் கினாள். அவ்வப்போது சிறுசிறு கலகங்கள் அங்கங்கே ஏற்பட்ட போதிலும், பொதுவாக, அமைதி நிலவி வந்தது.

ஆனால், இருபதாம் நூற்றாண்டின் முதல் ஆறு ஆண்டு களில் ஏற்பட்ட சம்பவங்கள் முற்றிலும் மாறானவை. அமைதி யின் பலன்கள், கல்வியின் முன்னேற்றம், அயல்நாடுகளைப் பற்றிய அறிவு, பாரதப் பண்பாட்டின் பழைய சாதனைகள், மற்றும் 'பாரத மக்களை சுயேச்சையாகத் தயார் செய்கிறோம்' என்று பிரிட்டிஷ் அரசாட்சி வெளியிட்ட கொள்கை, முதலிய அம்சங் கள் எல்லாம் சேர்ந்து, நாட்டு மக்களின் அரசியல் விழிப்புக்குக் காரணமாயின. அரசியல் சீர்திருத்தங்கள் ஏற்பட்டபொழுதெல்லாம் பிரபல தலைவர்களின்கீழ் சுதந்திர வேட்கை உருவெடுத்தது. உலக சம்பவங்கள் பலவும், முக்கியமாக இரண்டாம் மகாயுத்தம், இந்த இயக்கத்திற்கு வேகம் கொடுத்தது. இரண்டாவது யுத்தத்

தின் விளைவாக காலனி ஆதிக்கம் க்ஷீணிக்கத் தொடங்கியது. பாரதம், பிரிட்டனின் நல்லெண்ணத்துடன் சுதந்திரம் அடைந்தது. இந்தக் காலத்தில் தமிழகத்தின் சரித்திரம் முழுவதும், பொதுவாக பாரதத்தின் சரித்திரத்தின் ஒரு பகுதியாகவே இணைந்துவிட்டது. இதில் ஒரு அம்சம் கவனத்திற்கு உரியது. அதாவது, நாட்டு நிர்வாகத்திலும் சமுதாயத்திலும் பிராமணர்கள் பெரும் பங்கு பெற்றதை யொட்டி, அதை எதிர்க்கும் வகையில், பிராமணரல்லாதார் ஒன்று சேர்ந்து 'ஜஸ்டிஸ் கட்சி' இயக்கம் தோற்றுவித்ததாகும்.

அரசாங்கத்தில் உத்தியோகங்கள் பெறுவதற்காக நிறுவப் பட்ட இந்தக் கட்சி, விரைவில் சமுதாயரீதியில் ஜனநாயகத்துக் கும் பாடுபடும் கட்சியாக மாறிற்று. இந்த நிலையில் ஏற்பட்ட மனக்கசப்பை சில நிர்வாகிகள் பயன்படுத்திக் கொண்டு, பகை மையை வளர்த்தார்கள். முற்றிலும் ஆதாரமற்ற சில தத்துவங்கள் தலையெடுத்தன. திராவிடம், தமிழன், தெற்கு - என்ற தத்துவங் கள் ஒரு பக்கமும், ஆரியர்கள், சமஸ்கிருதம், வடக்கு - என்ற தத்துவங்கள் மற்றொரு பக்கமும், இந்த வேற்றுமைகளுக்கு எல்லைகளாகக் கொள்ளப்பட்டன. இன்றும், ஒரு பிரிவினர், திரா விடம் பாரதத்திலிருந்து பிரிந்துவிட வேண்டுமென்று வாதாடு கிறார்கள். வரலாற்றின் அடிப்படையில் இத்தகைய இயக்கங் களைப் பற்றிப் புரிந்து கொள்வது கடினமல்லவென்றாலும், நாளடைவில் தாரதம்மிய உணர்ச்சி தோன்றி, அதன் பலனாக நாட்டின் ஒற்றுமை குலையாமல் இருப்பதற்கான வாய்ப்புக்கள் ஏற்படலாமென்று நம்பிக்கை கொள்ளலாம்.

✻✻✻

2. அரசாங்கம்

முடியரசுதான் அந்தக் காலத்தில் இருந்துவந்த அரசாங்க முறை. முடியரசு அல்லாத வேறு அரசாங்க முறைகளைப் பற்றி எவ்விதமான குறிப்புகளும் காணப்படவில்லை. பரம்பரை வம்சா வழி முடிசூட்டுதல்தான் நியமிக்கப்பட்ட விதியாக இருந்தது. ஆயினும், பட்டத்துக்கான கலகங்கள் கலவரங்கள் இல்லாமலும் இல்லை. அரசன் அரசாங்கத்தின் தலைவன் என்பது மட்டுமன்றி, போரிலும் சமுதாயத்திலும் முதல்வனாக விளங்கிவந்தான். அரச பதவிக்குரிய லட்சியங்கள் மிகவும் உயர்ந்த முறையிலேயே கருதப்பட்டு வந்தன. ஆனால் இவை நடைமுறையில் எவ்வாறு கையாளப்பட்டன என்பதைப் பற்றி அறிந்து கொள்வதற்குப் போதிய சான்றுகள் இல்லை. ஒரு குழந்தையைக் காப்பாற்றும் செவிலித்தாய்போல அரசன் நடந்துகொள்ள வேண்டும் என்று சொல்லப்பட்டிருந்தது. இது தன்னுடைய நிர்வாக அதிகாரி களுக்கு, அசோகன் கூறிய யோசனை. அரசன் பாரபட்சமின்றி நடந்துகொள்ள வேண்டும். கொடியவர்களைத் தண்டித்து, நல்லவர்களுக்கு ஆதரவு கொடுக்க வேண்டும். தினந்தோறும் கொலுவீற்றிருந்து, மக்கள் நலனுக்காக பாடுபட வேண்டும். மக்களுடைய நலன், உணவு, தண்ணீர் முதலிய அம்சங்கள் அரசனையே பெரும்பாலும் சார்ந்திருந்தது என்று ஒரு புலவர் கூறி யிருக்கிறார். அரசன் தன்னுடைய அமைச்சர்களுடன் கலந்து ஆலோசிப்பதை ரகசியமாக வைத்துக்கொள்ள வேண்டும். நாள் முழுவதும் தன்னுடைய திட்டங்களை நிறைவேற்றுவதற்கும் பயன் படுத்த வேண்டும்; இரவில் அத்தகைய திட்டங்களைப் பற்றி அமைதியாக ஆலோசிக்க வேண்டும் என்பது கோட்பாடு. பரிசுகள் கொடுப்பது, விருந்தோம்பல், பல்வேறு யாகங்களைச் செய்தல் முதலிய கடமைகளும் அரசனைச் சார்ந்தவை. அரசாங்க நிர்வாகம் உலக நியதியில் ஒரு அம்சமாகவே கருதப்பட்டு வந்தது. நல்ல நிர்வாகத்தின் பயனாக, பருவ காலத்தில் மழையும், நல்ல விளைச் சலும் ஏற்படும் என்று நம்பப்பட்டது.

பாரதம் முழுவதற்கும், மன்னாதி மன்னனாகிய சக்கரவர்த்தி என்ற தத்துவம், அப்பொழுது இருந்தது. பல்வேறு மன்னர்களுக்கு உட்பட்டு இருப்பதைத் தவிர்த்து, ஒரு சக்கரவர்த்தியின் குடையின்

கீழ் செழித்து வளருவதை நாடு எதிர்நோக்கியிருந்தது என்பதும், ஒரு புலவரின் கற்பனை. பொருளாதார விதி முறைகள், வரி வசூலிப்பதற்கான நடப்பு முறைகள் முதலியவைகள் ஒரு நல்ல முறையிலான உபமானத்தின் மூலம் அரசனுக்கு எடுத்து உணர்த்தப்பட்டது. அதாவது, ஏற்கனவே அறுவடை செய்யப்பட்டு, சேமித்து வைத்த தானியத்தின் மூலம் ஒரு யானைக்கு உணவு அளித்து வந்தால், அந்த உணவு பல ஆண்டுகள் பயன்படும். அதற்கு மாறாக, அறுவடைக்குத் தயாராக இருக்கும் வயலுக்குள் ஒரு யானையைப் புக விட்டுவிட்டால், அந்த யானை பயிர் முழுவதையும் மிதித்து நாசமாக்கி, தான் உட்கொண்டதை விட அதிகமான பயிரைப் பாழாக்கிவிடும் என்பது தான். யாகங்களைச் செய்வதிலும், ராஜ்ய விவகாரங்களை நடத்துவதிலும் பிராமணர்கள் அரசனுக்கு உதவி செய்து வந்தார்கள். உண்மையான பிராமணர்களிடையே உணர்ச்சிகள் புண்படாதவண்ணம் பார்த்துக் கொள்வதுதான் நல்ல அரசனின் லட்சணம். விவசாயத்தின் அடிப்படையில் அமைந்த பொருளாதார அமைப்பில், பாசன வேலைகளின் முக்கியத்துவம் அதிகமாக உணரப்பட்டிருந்தது. தண்ணீரையும் நிலத்தையும் இணைக்கும் ஒரு மன்னன், மக்களுடைய உடலையும், உயிரையும் இணைக்கும் கடவுளுக்கு ஒப்பானவன் என்று புலவர் பாடியிருக்கிறார்.

சங்க காலத்திற்குப் பின்னர் இயற்றப்பட்ட குறளில் ராஜ்யம் என்பது, ஏழு அம்சங்களைக் கொண்ட ஒரு தத்துவமாக விளக்கப்பட்டிருக்கிறது. இவைகளில் மற்ற ஆறு அம்சங்கள் அரசனுக்கு உட்பட்டவை என்பதும் தெளிவாக்கப்பட்டிருக்கிறது. அரசியல் ரீதியில், சுதந்திரத்திற்கான அடிப்படை, ஒழுக்கம் நிறைந்ததாக இருக்க வேண்டும் என்பதை குறள் விளக்குகிறது. இந்த தத்துவம் எவ்வாறு உருவாக்கப்பட்டது என்பது தெளிவாக இல்லாவிட்டாலும், அன்றைய அரசியல் நிலையை அது நன்றாக எடுத்துக் காட்டுகிறது. ஒரு நாட்டில் எவ்வளவு சுபீட்சம் நிலவிய போதிலும், மன்னனுக்கும் மக்களுக்குமிடையே அமைதி இல்லாவிட்டால் சிறிதும் பலனில்லை, என்பது புலவர் வாக்கு.

"ஆங்கு அமைவு எய்தியக்கண்ணும், பயம் இன்றே
வேந்து அமைவு இல்லாத நாடு."

அரசாங்கப் பொக்கிஷம் மூன்று துறைகளின் மூலம் வளர்ச்சி அடைந்துவந்தது. நிலத்து வரி, சுங்க வரி, போரில் வெற்றி மூலம்

பொருள்கள் ஆகிய மூன்று துறைகள், கௌடில்யன் எடுத்துக் கூறியிருக்கும் பிரணயம் என்ற நன்கொடை முறைக்கு மாறாக, திருவள்ளுவர் வேறு தத்துவத்தை விளக்கியிருக்கிறார். செங் கோல் செலுத்தும் மன்னன், நன்கொடை கேட்பது, ஆயுதம் தாங்கிய கள்வன் பொருளைக் கொள்ளை கொள்வதற்கு ஒப்பாகும் என்று கூறியிருக்கிறார்.

"வேலொடு நின்றான் இடு என்றது போலும்
கோலொடு நின்றான் இரவு."

கும்பகோணத்தில் சோழர் காலப் பொக்கிஷம் ஒன்று நல்ல காவலுக்கு உட்பட்டிருந்தது என்பதை அகநானூறு மூலம் அறிய லாம்.

மன்னன் பெரும்பாலும் எதேச்சாதிகாரம்தான் செலுத்தி வந்தான். ஆயினும், விவேகம் நிறைந்த அமைச்சர்களும், நன்மதி கூறும் பெரியோர்களும் அவனைச் சூழ்ந்திருந்தனர். மன்னன், மனம் வைத்தால், அவர்களுடைய யோசனையை ஏற்றுக்கொள்ள லாம். வரம்பு மீறிய அதிகாரத்தின் பலனாக விளையக்கூடிய தீமை யைப் பற்றி குறளில் பல்வேறு இடங்களில் எடுத்துச் சொல்லப் பட்டிருக்கிறது. ஆயினும், மன்னன் கட்டளைக்கு மாறாக நடந்து கொள்வது, எந்தச் சந்தர்ப்பத்திலும் அனுமதிக்கப்படவில்லை. உள்நாட்டு விஷயங்களிலும், வெளிநாட்டு விஷயங்களிலும், தகவல் அறிந்து கொள்வதற்கு ஒற்றர்கள் இருந்தார்கள்.

மன்னனுடைய பரிவாரத்தில் அடங்கியிருந்த பல்வேறு குழுக்களைப்பற்றியும், நமக்கு விவரங்கள் கிடைத்திருக்கின்றன. இவைகள் 'ஐம்பெருங்குழு', 'எண்பேராயம்,' மற்றும் சில. இவை கள் எல்லாம் அடங்கிய அமைப்புக்கு 'பதினெண் சுற்றம்' என்பது பெயர். இந்தக் குழுக்களின் இயல்பு, கடமைகள், முதலியவை பற்றி பல உரையாசிரியர்கள் பல்வேறுவிதமாக விளக்கியிருக் கிறார்கள். மன்னன், அதிகாரம் செலுத்துவதற்கு, இந்தக் குழுக்கள் தணிக்கை அம்சங்களாக விளங்கி வந்தன என்று கருதுவதற்குப் போதிய சான்றுகள் இல்லை. மன்னனுடைய பதவிக்கு, வனப் பளிக்கும் ஆடம்பர அம்சங்களாகவே இவை விளங்கி வந்தன.

நிர்வாகத்தின் அடிப்படை கிராமம்தான். ஆயினும், மன்றம் போன்ற ஸ்தாபனங்களைப் பற்றிய குறிப்புகளின் மூலம், கிராம சபையின் பணிகளைப் பற்றி நாம் அதிகம் அறிந்துகொள்வதற்கு இல்லை. தலைநகரில் அமைந்திருந்த மன்னனின் அவை பற்றிய

பல விவரங்கள் கிடைத்திருக்கின்றன. நீதி நிர்வாகத்தில் அரச அவை ஒரு முக்கிய இடம் பெற்றிருந்தது. உறையூரில் இயங்கிவந்த அரச அவை, காரியின் புதல்வர் மீது மரண தண்டனை விதித்ததை, புலவர் கோவூர் கிழார் குறுக்கிட்டு நீக்கியது ஒரு உதாரணம். உள்நாட்டு அமைதி மிகவும் முக்கியமாகக் கருதப்பட்டது. தொண்டைமான் இளந்திரையன் காலத்தில் நாட்டில் கொள்ளைக்காரர்கள் இல்லாமல் இருந்ததால், அவனுடைய ஆட்சி வெகுவாகப் போற்றப்பட்டது. இதைப் பற்றி புலவர்கள் பாடியிருப்பதில் கற்பனை அதிகம் என்ற போதிலும், இதில் உண்மை இருக்கிறது என்றே கொள்ளலாம். ஏனெனில், மறவர்கள் பாண்டிய நாட்டுச் சாலைகளில் வழிப்போக்கர்களை நிறுத்தி, பல்வேறு முறைகளில் கொள்ளையடித்து, கொள்ளைத் தொழிலில் ஈடுபட்டிருந்ததைப் பற்றி, பல்வேறு வரலாறுகள் கிடைத்திருக்கின்றன. மதுரை நகரில் இரவு நேரங்களில் கொள்ளைக்காரர்கள் நடமாடி வந்தார்கள். இதற்காக அரசாங்கம் காவல் பணிகளை மேற்கொண்டதும் குறிப்பிடப்பட்டிருக்கிறது.

காவிரிப்பூம்பட்டினம் துறைமுகத்தில் ஏற்றுமதி செய்யப்பட்ட சரக்குகளுக்கு சோழ அரசாங்கத்தின் புலிச்சின்னம் முத்திரை யிடப்பட்டது. அந்தக் காலத்து அரசியலில் மூவேந்தர்களிடையே, மற்றும் பல்வேறு மன்னர்களிடையே, நல்ல உறவு இல்லாமல் இருந்தது ஒரு அம்சமாகும். ஒரு பாண்டிய மன்னன், தன்னுடைய நாட்டை அயலார் படையெடுப்பிலிருந்து காப்பாற்றியது மட்டுமன்றி, தனது இரண்டு அண்டை நாடுகளின் மன்னர்களுடன் போர் தொடுத்துக் கைப்பற்றிய பொருள்களைக் கொண்டு, தன்னுடைய சபையில் இருந்த பல்வேறு புலவர்களுக்கு பரிசு கொடுத்தது பற்றியும் ஒரு புலவர் பாடியிருக்கிறார். இது சம்பிரதாய முறையில் பாடப்பட்ட பாட்டாக இருக்கலாம். ஆயினும், அந்தப் பாடலில் காணப்படும் கருத்து, அன்று நிலவி வந்த உண்மைக்கு ஒரு சான்றாகவே இருக்கிறது. கால்நடைகளைக் கைப்பற்றிச் செல்வதும், ஒரு மன்னனுக்கு மற்றொரு மன்னன் தன்னுடைய புதல்வியைத் திருமணம் செய்து கொடுக்க மறுப்பதும் வேந்தர்களிடையே போர்களுக்குப் பொதுவான காரணமாய் இருந்தன. கால்நடைச் செல்வத்தைக் காப்பாற்றுவதற்கு, கிராமங்களில் பல்வேறு வீரர்கள் துணிச்சலுடன் போர் புரிந்ததைக் கூறும் முறையில் கல்வெட்டுக்கள் அடங்கிய பல்வேறு வீரக்கற்கள் பிற்காலத்தில் நிறுவப்பட்டன. போருக்குக் காரணமான

இந்த அம்சம், பல நூற்றாண்டுகள் நீடித்துவந்தது என்பது இதிலிருந்து தெளிவாகிறது. சில சமயங்களில் ஒரு மன்னன் மற்றொரு மன்னன்மீது போர் தொடுப்பது, ஒரு தூதன் மூலம் அறிவிக்கப்பட்டது.

போருக்கான பாசறை 'கட்டூர்' என்ற பெயருடன், அவசியம் ஏற்பட்டபோது, அமைக்கப்பட்டது. இந்தப் பாசறைகளில் பல்வேறு மொழிகளைப் பேசும் போர்வீரர்கள் அடங்கியிருந்தார்கள். பல தெருக்கள் அமைந்த கூடாரங்கள் போல இந்தப் பாசறைகள் அமைந்தன. இது பற்றி முல்லைப்பாட்டில் வர்ணிக்கப்பட்டிருக்கிறது. பாசறையில் ஒரு பகுதி மன்னனுக்காக ஒதுக்கப்பட்டிந்தது. அதைச் சுற்றி ஆயுதம் தாங்கிய பெண்கள் காவல் புரிந்துவந்தார்கள்.

'பொழுதளந்து அறியும் பொய்யா மாக்கள்' நாழிகை வட்டில் மூலம் நேரத்தைக் கண்டு அறிவித்தார்கள். அதிகாலை முரசு முழங்குவதன் மூலமும், பகல் நேரம் மணி ஒலிப்பதன் மூலமும் அறிவிக்கப்பட்டது. அங்கங்கே கணப்புகள் அமைத்து, குளிர் காய்ந்தார்கள். பாசறை முழுவதும் வீரர்கள் கண்காணித்து வந்தார்கள். முக்கியமான இடங்களில் வானளாவும் வேவு பார்க்கும் கோபுரங்கள் அமைந்திருந்தன. வீரச் செயல்களுக்காக, போர்வீரர்களுக்குப் பரிசு கொடுப்பதில், மாராயன், ஏனாதி என்ற பதவிகள் வழங்கபட்டன. போரில் சிறை பிடிக்கப்பட்ட பெண்கள் அடிமைகளாக ஆலயங்களில் பணிபுரிந்து வந்தார்கள். தர்ம யுத்தமாக மேற்கொள்ளப்பட்ட போரில், பெண்கள், பசுக்கள், பிராமணர்கள், நோயாளிகள் முதலியவர்களுக்கு விலக்கு அளிக்கப்பட்டது. போரில் கிடைத்த வெற்றியின் பயனாக, கால்நடைகள், கோட்டை வாயில்கள் முதலியவை பரிசுகளாக எடுத்துச் செல்லப்பட்டன. கோட்டையைச் சுற்றி வளர்ந்திருந்த மரங்கள் வெட்டப்பட்டு, அவற்றைக்கொண்டு வெற்றி முரசுகள் செய்யப்பட்டன. தோல்வி அடைந்த மன்னனையும், படைவீரர்களையும் அவமதிப்பதற்கு பல்வேறு முறைகள் கையாளப்பட்டன. வீரத் தாய்மார்கள், தங்களுடைய புதல்வர்கள் போர்க்களத்தில் உறுதியுடன் நின்று போராடுவதைப் பாராட்டி, அந்தப் புலவர்கள் பிறந்த நாளைவிட, அவர்கள் புறங்காட்டாது இறந்த நாளே மிகவும் மேலானது என்று பெருமை அடைந்தது பற்றியும், நூல்களில் குறிப்புகள் இருக்கின்றன. காயமுற்ற போர்வீரர்களுக்கு அவ்வப்போது சிகிச்சை அளிக்கப்பட்டது.

சங்க காலத்தில் நிலவிவந்த குடிமுறை நிலையிலிருந்து, பாண்டிய, பல்லவ காலத்தில் முன்னேற்றம் அடைந்த ஒரு அரசாங்க நிர்வாக முறை எவ்வாறு வளர்ச்சி அடைந்தது என்பதற் கான ஆதாரம் நமக்கு அதிகமாகக் கிடைக்கவில்லை. இத்த கைய தெளிவற்ற நிலைமை இரண்டு நூற்றாண்டுகளுக்கு மேல் இருந்தது என்று கூறலாம். அதாவது, கி.பி. 350-லிருந்து 500 அல்லது 600 வரை ஒரு குழப்பமான நிலை இருந்தது. இதற்குப் பின்னர் கி.பி. 600 முதல் 900-ஆம் ஆண்டு வரை வளர்ச்சி அடைந்து வந்த பாண்டிய, பல்லவ ராஜ்யங்களில் ஒரு புது முறை யிலான அரசாங்க நிர்வாகம் அமைந்து இருந்ததை, நாம் காண் கிறோம். சில சம்பிரதாயங்கள் நல்ல முறையில் வேரூன்றி இருந் தன. நிர்வாக அமைப்பு நல்ல முன்யோசனையுடன் நிறுவப்பட்டு, ஒரு கட்டுப்பாட்டின் அடிப்படையில் வளர்ந்தது. அரசாங்கம், மக்களுடைய வாழ்வை ஓரளவுக்குத்தான் பாதித்தது. இது தென் பாரத சமுதாயத்தில் மட்டுமின்றி, நமது நாட்டில் பொதுவாகவே அன்று இருந்த சமுதாய நிலையில் ஒரு முக்கிய அம்சமாக விளங்கியது. சமுதாய அமைப்பை நிலை நிறுத்தியதுடன், அது உள்நாட்டுக் குழப்பங்களாலும், அயல்நாட்டாரின் படையெடுப் புக்களாலும் குலைந்துவிடாமல் பார்த்துக் கொள்வதே, அரச னுடைய கடமையாக இருந்தது. ஆயினும், இந்தச் சமுதாய அமைப்பின் அடிப்படைக்கு ஆதாரங்கள் வேறு. சுருதி, ஸ்மிருதி, ஆசாரம் என்ற மூன்று அம்சங்கள் கொண்ட பண்பாட்டின் அடிப் படையில் இந்த சமுதாயம் அமைந்திருந்தது.

மக்களுடைய சமுதாய, பொருளாதார, சமய வாழ்க்கையை மன்னன் ஆட்சி அதிகமாக பாதிக்கவில்லை. ஆயினும், தகராறு கள் ஏற்பட்ட காலத்தில், அரசன் முன் மக்கள் வந்து வழக்குரைத்த போது, மன்னன் அதைப் பற்றி விசாரித்து நீதி வழங்க வேண்டி யிருந்தது. இந்த விவரங்களின் அன்றாட நிர்வாகம் பல்வேறு சுயேச்சையான குழுக்களால் பராமரிக்கப்பட்டு வந்தது. இந்தக் குழுக்கள், அந்தந்த நகரத்தைச் சேர்ந்த நிலைமை, ஜாதி, சம்பிர தாயம், தொழில் முறை, சமயாச்சாரம் முதலிய அம்சங்களின் அடிப்படையில் இயங்கிவந்தன. ஒவ்வொரு குழுவும், பரம்பரை யாகக் கையாளப்பட்ட பண்பாட்டின் விதி முறைகளின்படி பணி யாற்றி வந்தது. அவசியம் ஏற்பட்டபோது, இந்தக் குழுக்கள் புதிய நிர்வாக முறைகளையும் கையாண்டன. ஆண்டுக்கு ஒரு முறை கூடி, ஆலோசனை நடத்தும் பேரவை ஒன்று ஒவ்வொரு குழு வுக்கும் உண்டு. பொதுவாக, விழாக் காலங்களில்தான் இந்தப்

பேரவை கூடிற்று. அன்றாட விஷயங்களைக் கவனிப்பதற்கு, ஒரு செயற்குழு இருந்தது. செயற்குழுவில் அங்கம் வகிப்பவர்கள் சில நிர்ணயிக்கப்பட்ட யோக்கியதாம்சங்களை அடைந்திருக்க வேண்டியது அவசியமாயிற்று. பெரும்பாலோர் ஏற்ற முடிவுகளை மேற்கொள்ளும் பழக்கம் என்பது கிடையாது. ஆயினும், ஏகோபித்த இணைப்பான முடிவுகளை மேற்கொள்வதே நோக்கமாக இருந்தது. இதையொட்டி, மாறுபட்ட பல கருத்துகளுக்குப் பொதுவான ஒரு சமரச வழியைக் கண்டுபிடிப்பதில் முயற்சி மேற்கொள்ளப்பட்டது.

இத்தகைய குழுக்களும், பல்வேறு பகுதிகளைச் சேர்ந்த சபைகளும் அரசாங்கத்தைச் சார்ந்திராமல், சுயேச்சையாகவே இயங்கிவந்தன. சமுதாயத்தைப் பாதுகாக்கும் பொறுப்பு நிர்வாக வகுப்பினரான க்ஷத்திரியர்களுடையதாயிற்று. இந்தப் பண்பாட்டின் விளைவாக, இத்தகைய தொழில்களை மேற்கொள்வதற்கு, சக்தி வாய்ந்த பலர், சில குறிப்பிட்ட நாட்டுப்பகுதிகளை, தங்களுடைய ஆதிக்கத்தின் கீழ் கொண்டு வருவதற்கு வாய்ப்புக் கிடைத்தது. இவ்வகையில் பல்வேறு குறுநில மன்னர்கள் தோன்றினர். இவர்களும், கல்வி, கலை முதலிய பண்புகளைப் போஷிக்கும் பொறுப்பை மேற்கொண்டார்கள். பல சமயங்களில் இவர்களுடன் பேச்சுவார்த்தைகள் நடத்தி உடன்பாடு மேற்கொள்ள வேண்டியதாயிற்று. ஆகவே, அன்றைய அரசியல் அமைப்பு படிப்படியாக அமைந்த ஒரு நிலைமையைப் பெற்றது. போர் தொடுத்து வெற்றி பெறும் மன்னன் போற்றுதற்குரியவன் என்ற தத்துவத்தின் விளைவாக, அவசியமற்ற பல போர்கள் நிகழ்ந்தன. இதன் விளைவாக, நாட்டின் அமைதி வெகுவாகக் குலைக்கப்பட்டது. ஆயினும் சமுதாய வாழ்வு, அரசியல் அமைப்பை அதிகமாக சாராமல் இருந்ததால், போரும், பல குழப்பங்கள் தோன்றுவதும், சமுதாய அமைப்பையோ நாகரிக வாழ்வையோ பாதிக்கவில்லை. இது மற்ற நாடுகளில் காணப்படாத ஒரு விசேஷ அம்சம். இருந்தபோதிலும் ஒரு பெரிய சாம்ராஜ்யம் அமைக்கப்பட்டு, நீடித்த அமைதி நிலவியபோது, அந்த ஆட்சிக்காலத்தில் பல்வேறு பெருமுயற்சிகள் மேற்கொள்ளப்பட்டு, இலக்கியத்திலும், கலைகளிலும் மிகச் சிறந்த சாதனைகள் ஏற்படுவதற்கும் வாய்ப்பு கிடைத்தது.

சுயேச்சை அதிகாரமடைந்திருந்த கிராம அமைப்பு வாழ்க்கைப் பண்பாடு நீடித்து வளருவதற்கும் அடிகோலிற்று.

இதன் பலனாக சமுதாயம் ஒரு கட்டுக்கோப்புக்கு உட்பட்டு வளர்ந்து வந்தது. ஆகவே, கலகங்களுக்கும் அரசியல் புரட்சிகளுக்கும் இடையே கிராம சமுதாயம் ஒருவித அமைதியுடனேயே வளர்ச்சி அடைந்துவந்தது. அரசியல், சமுதாயத்தின் அடிப்படையாக விளங்கியதோடன்றி, கிராம சமுதாயமே ஸ்தாபனத்துக்கு ஒரு உறுதி கொடுத்தது என்பதை, பல்வேறு கல்வெட்டுக்களிலிருந்து அறிகிறோம். நிர்வாக முறையில் தனிப்பட்டவரின் சொத்துரிமை அங்கீகரிக்கப்பட்டது. கிராமத்தின் எல்லைகளைப் பற்றியும், அதில் அடங்கியிருந்த தனிப்பட்டவரின் சொத்துக்களின் விவரங்கள் பற்றியும் நல்ல முறையிலான கணக்குகள் பராமரிக்கப்பட்டு வந்தன. தனிப்பட்டவர்களுக்குச் சொந்த மல்லாத நிலம், கிராமத்தாருக்கப் பொதுச் சொத்தாக இருந்தது. கிராம மக்கள் அவ்வப்போது கூடி, பொது விஷயங்களை ஆராய்ந்து, சச்சரவுகளுக்குத் தீர்வு கண்டு, நீதி வழங்கும் பணிகளை மேற்கொண்டார்கள். ராஜ்யத்தின் எல்லாப் பகுதிகளிலும் கிராம நிர்வாகம் படிப்படியாக வளர்ச்சி அடைந்து, குழுக்கள், அதிகாரிகள் முதலிய அம்சங்கள் நிறைந்த ஒரு கட்டுக்கோப்பான அரசியல் அம்சமாக வளர்ச்சி அடைந்தது.

கி.பி. 8-வது 9-வது நூற்றாண்டுகளிலிருந்து மூன்று வகையான கிராம சபைகள் இருந்தன என்று தமிழ்க் கல்வெட்டுக்கள் மூலம் அறிகிறோம். இவை ஊர், சபை, நகரம் என்பனவாகும். ஊர் என்பதுதான் அதிகமாகப் பழக்கத்தில் இருந்த அமைப்பாகும். இதில் கிராமத்திலிருந்த நிலச்சுவான்தார்கள் எல்லோரும் அங்கம் வகித்தார்கள். சபை என்பது, முழுவதும் பிராமணர்கள் அடங்கிய குழுவாக இருந்தது. கல்வி அறிவையும், கல்வி போதனையையும் வளர்ப்பதற்காக அவர்களுக்கு மான்யமாகக் கொடுக்கப்பட்ட நிலங்களைக் கொண்டிருந்த பிராமணர்கள் எல்லோரும் இதில் அடங்கியிருந்தார்கள். வணிகர்களும், வர்த்தகர்களும் நிறைந்திருந்த பகுதிகளில் நகரம் என்ற அமைப்பு இயங்கிவந்தது. இந்த மூன்று வகை அமைப்புகளும் ஒரே ஸ்தலத்தில் இயங்கியதும் உண்டு. சமுதாய அமைப்பு பல்வேறு வகைகளில் வளர்ச்சி அடைந்ததும், தொழில், வர்த்தகம் முதலிய துறைகளில் ஏற்பட்ட மாறுதல்களால் நகரங்கள் தோன்றியதும் இதிலிருந்து தெரிகிறது. அவசியம் ஏற்பட்டபோது இந்தக் குழுக்களிடையேயும், மற்றும் ஆங்காங்கே இயங்கிவந்த பல அமைப்புகளிடையேயும் பரஸ்பரம் ஆலோசனைகள் நடைபெற்றன. எல்லோருக்கும் பொதுவான பிரச்னைகள்

விஷயமாகவும், தீர்வு காண்பதற்கு, இத்தகைய ஆலோசனைகள் மேற்கொள்ளப்பட்டன. நீர்ப்பாசன உரிமைகள், அறநிலைய நிர்வாகம், குளங்கள், சாலைகள், பள்ளிக்கூடங்கள் ஆகியவற்றின் பராமரிப்பு, கிராம சபை, கோவில் நிர்வாகம் முதலிய அலுவல்களைக் கவனிப்பதோடு, கிராமங்களிலிருந்து அரசாங்கத்திற்கு செலுத்தப்பட வேண்டிய வரிகள் விஷயத்திலும் பொறுப்பு ஏற்றுக்கொண்டது. ஒரு சிறிய செயற்குழுவின் உதவியைக் கொண்டு நேரடியாகவோ, அல்லது பல அதிகாரிகள் மூலமோ இந்தச் சபை இப் பணிகளை நிறைவேற்றி வந்தது. ஒரு நகரத்தின் அளவு, நிர்வாக அலுவல்களின் அளவு முதலியவற்றைப் பொறுத்து, துணைக் குழுக்களும் அமைக்கப்பட்டன. கிராம சபையின் அமைப்பு, நடைமுறை விதிகள், அலுவல் முறை முதலிய விஷயங்களை அந்த சபை தானாகவே நிர்ணயித்துக் கொண்டது.

மன்றின் அளவும் பெரிதாகவே இருந்தது. அங்கத்தினர்களில் ஒரு சிலர் திட்டமிட்டு, மறுப்பு முறைகளைக் கையாள்வதைத் தவிர்ப்பதற்கான விதிகள் கடுமையாகப் பிரயோகிக்கப்பட்டதன் பலனாகத்தான் அதிக தாமதமின்றி அலுவல்கள் நடைபெற்றன. நாளடைவில் பிழை அறிந்து திருத்தும் முறையின் பயனாக, நடைமுறை அலுவல்கள் ஒரு குறிப்பிட்ட கோட்பாட்டின் அடிப்படையில் வளர்ச்சி அடைந்தன. இத்தகைய வளர்ச்சியைப் பற்றி விரிவாக ஆராய்ந்தால் பல முக்கியமான விஷயங்கள் புலப்படும்.

பொதுவாக, எல்லா கிராமங்களும், குறிப்பாக பல்லவ ராஜயத்தில் இருந்த கிராமங்களுக்கு அரசாங்க அதிகாரிகள் வருகை தருவதுண்டு. உட்பெடுத்தல், சர்க்கரை தயாரிப்பு, குற்றவாளிகளைச் சிறைபிடித்தல் முதலிய அலுவல்களின் நிமித்தம் அவர்கள் கிராமங்களுக்குச் செல்வதுண்டு, இவர்களின் பிரயாணத்திற்கான எருதுகளை ஏற்பாடு செய்வது, மற்றும் தங்குமிடம், உணவு, பணியாள் முதலிய வசதிகளுக்கும் ஏற்பாடு செய்வது, ஆகிய பொறுப்புகளைக் கிராமங்கள் ஏற்றுக்கொண்டன. இதுபோன்ற தண்டல்களும் நிலவரியும் போக, மற்றும் பல்வேறு வரிகளையும் கிராம மக்கள் தெலுத்தவேண்டியிருந்தது. அவை நேரடியாகவும் மறைமுகமாகவும் வசூலிக்கப்பட்டன. வீடுகளுக்கும் தொழில்களுக்கும் வரி உண்டு. சந்தைக் கடைகளுக்கான கட்டணம், வர்த்தகப் பொருள் போக்குவரத்துக் கட்டணம், மற்றும் நீதிமன்றக் கட்டணங்கள் முதலியனவும் விதிக்கப்பட்டன.

கிராமத்திற்கு மேல் கட்டத்தில் அமைந்த நிர்வாகப் பகுதிக்கு ராஷ்டிரம், நாடு, கோட்டம், என்ற பல பெயர்கள் சந்தர்ப்பங்களுக்கு ஏற்ப வழங்கிவந்தன. தமிழகத்தில் இதைவிடப் பெரிய பகுதிக்கு வளநாடு அல்லது மண்டலம் என்ற பெயர் வழங்கியது. இந்தப் பகுதிகளின் அளவு, வரலாற்று பூகோள நிர்ப்பந்தங்களால் நிர்ணயிக்கப்பட்டது. இந்தப் பகுதியிலும் ஒரு முதியோர் சபை இயங்கிற்று. 'நாட்டுக்கோன்,' 'தேசபோஜகா' என்ற பெயர் கொண்ட பிரதம நிர்வாக அதிகாரியும் செயல்பட்டு வந்தார்.

மாநிலத்து அதிகாரப் பதவிகளை அரச குடும்பத்தைச் சேர்ந்த இளவரசர்களே வகித்துவந்தார்கள். குடும்பத்தில் ஒற்றுமை நிலவியபோது இதனால் நன்மை கிடைத்தது. ஆனால், மற்ற சமயங்களில் குழப்பத்திற்குக் காரணமாயிற்று. சட்டம், ஒழுங்கு பராமரிப்புக்கான பல்வேறு அதிகாரிகள் இருந்தார்கள். இவர்களுக்குப் பல்வேறு பகுதிகளில் பல்வேறு பெயர்கள் வழங்கி வந்தன. உள்ளூர் காவற்பணிகளை கிராம அதிகாரிகள் ஏற்று நடத்தினார்கள். அரசாங்க உத்தரவுகளையும், நீதிமன்றத் தீர்ப்புகளையும் அமுலாக்குவதற்குப் பல அதிகாரிகள் 'சாஸன சஞ்சாரிகள்' என்ற பெயருடன் இயங்கிவந்தார்கள். இப்பணியில் அவர்களுக்குக் காவலாளர் உதவி செய்தனர். அரசாங்கப் பொக்கிஷத்தின் அதிகாரிகளான 'கோசாத்தியக்ஷதர்கள்,' பயிர் நிலங்களை அளந்து நிர்ணயிக்கும் 'நிலக்களத்தார்' என்ற அதிகாரிகளும் இருந்தார்கள். நில உடைமை, கிராம எல்லைகள் முதலிய அம்சங்கள் பற்றி நல்ல முறையில் கணக்குகள் பதிவு செய்யப்பட்டன. இறுதியாக அரசன் வாய்ச் சொற்களால் வெளியிட்ட உத்தரவுகளை ஏற்று வெளியிடும் 'வாயில்கேள் பார்', அல்லது 'ரகஸ்யாதிகாரிகள்' என்பவர்களும் இருந்தார்கள். இவர்கள் அரசனுடைய காரிய தரிசிகளாகப் பணியாற்றி, அரசனிட்ட கட்டளைகளைப் பற்றிய குறிப்புகளை வைத்துப் பின்னர் அவைகளை முறைப்படி உத்தரவுகளாக எழுதி, சம்பந்தப்பட்ட அதிகாரிகள் அமுலாக்குவதற்காக அவர்களுக்கு அனுப்பிவைத்தார்கள். நீதி நிர்வாகம், அடிப்படையாக, கிராம சபைகள், நீதிமன்றங்கள், ஜாதி தொழில் பஞ்சாயத்துகள் முதலிய அமைப்புகளின் பொறுப்பாகவே இருந்தது. பரம்பரைப் பழக்க வழக்கங்களின் அடிப்படையில் இந்த அமைப்புகள் நீதி வழங்கிவந்தன. இந்த அமைப்புகள் அளித்த தீர்ப்புக்கு எதிராக அரசனுடைய நிர்வாகத்தைச் சேர்ந்த 'அதிகரணர்கள்', 'தர்மாஸனங்கள்' என்ற உயர்நீதி மன்றங்களில் மனுச் செய்து

கொள்ளலாம். இந்த நீதிமன்றங்களில் அரசாங்க அதிகாரிகள் தலைமை வகித்து 'தர்மாஸன பட்டர்கள்' என்ற சட்ட ஆலோசகர்கள் உதவியுடன் தீர்ப்பளித்து வந்தார்கள்.

அரசனைச் சுற்றியிருந்த சமஸ்தானத்தில் ஒழுக்கமின்மையும் ஊழலும் இருந்துவந்தன என்பது பல்லவ மன்னன் மகேந்திரவர்மன் இயற்றிய 'மத்தவிலாஸம்' என்ற ஹாஸ்ய நாடகத்திலிருந்து தெரிகிறது. எட்டாவது நூற்றாண்டைச் சேர்ந்த வேள்விக்குடி சாஸனத்தில் காணும் குறிப்பிலிருந்து, எழுந்து அடிப்படையிலான சாட்சியத்தின் முக்கியத்துவம் உணரப்படுகிறது. தன்னுடைய முன்னோர்களுக்கு ஏழு தலைமுறைகளுக்கு முன்பு மான்யமாகக் கொடுக்கப்பட்ட நிலம் களப்பிரர் காலத்துக் குழப்பத்தின்போது இழக்க தேரிட்டதையும், தனக்கு அந்த நிலத்தின் மீது உள்ள உரிமையையும் ஒருவர் நிரூபித்துக் காட்டியதை வேள்விக்குடி சாஸனம் எடுத்துக் கூறுகிறது. இதில் சம்பந்தப்பட்டவர், மான்யம் சம்பந்தமான குறிப்புகள் கொண்ட செப்பேடு ஒன்றைக் கொண்டுதான் தம்முடைய நிலையை நாட்டியிருக்க வேண்டும் என்று தெரிகிறது. மற்ற சாட்சியங்கள் இல்லாதபோது பல்வேறு சத்திய சோதனை முறைகள் கையாளப்பட்டன.

அந்தக் காலத்திய பாண்டிய சாஸனங்களில் உத்தர மந்திரிகள் என்ற பேரமைச்சர்கள், மகாசாமந்தர்கள் என்ற குறுநிலத் தலைவர்கள் முதலியவர்களைப் பற்றி குறிப்பிட்டிருக்கின்றனர். ஆனால், முறைப்படி அமைக்கப்பட்ட மந்திரி சபையைப் பற்றிய குறிப்புகள் ஏதும் கிடைக்கவில்லை. இரண்டாவது நந்திவர்மன் பல்லவமல்லன் பல்லவ ராஜ்ய அரசனாக முடிசூடுவதற்கு முன் நடைபெற்ற சம்பவங்களில் பங்கு கொண்ட அமைச்சர்கள் அடங்கிய 'மந்திரி மண்டலம்' என்ற அமைப்பைப் பற்றி கேள்விப்படுகிறோம். மகாமந்த்ர, மந்த்ர, மந்த்ரின், அமாத்திய என்ற பல்வேறு தரங்கள் கொண்ட மந்திரிகளைப் பற்றியும் குறிப்புகள் இருக்கின்றன.

சங்க காலத்தில் இருந்ததைப் போலவே இந்தக் காலத்திலும் அரசனே நாட்டுத் தலைவனாகவும், நேர்மையின் சிகரமாகவும், ராணுவத் தலைவனாகவும் விளங்கினான். ஆரம்ப காலத்துப் பல்லவ மன்னர்கள் புத்தமதம், ஜைனமதம் இரண்டின் வளர்ச்சியையும் தடுக்கும் வகையில் வேத தர்மத்திற்கான ஆதரவு கொடுத்து வந்ததை யொட்டி, தர்ம மகா ராஜாதிராஜாக்கள் என்ற பட்டத்தைக்

கொண்டிருந்தார்கள். தாங்கள் பின்பற்றி வந்த சமயாச்சாரத்தை மன்னர்கள் மக்கள் மீது சுமத்த முயலவில்லை. எல்லா மதங்களையும் ஆதரிப்பதே அரசர்களின் கொள்கையாக இருந்தது. அரசியல் புரட்சிகள் ஏற்பட்டதை அடுத்து சமுதாய பொருளாதார உறுதிப் பாடு ஏற்படுவதற்காக, புரட்சிக்கு முன்னிருந்த சொத்துரிமை, அறநிலைய அமைப்புகள் முதலியவை அப்படியே பாதுகாக்கப் படும் என்று புதிய மன்னர்கள் பிரகடனங்களை வெளியிட்டதும் உண்டு. ஆனால் அறநிலையங்களைக் கைப்பற்றியதாகச் சொல் லப்படும் களப்பிரர்கள் இந்த நியதிக்கு விலக்காகவே இருந்தார்கள்.

ஒவ்வொரு அரச குடும்பத்திற்கும் ஒரு தனிக் கொடியும் முத்திரையும் இருந்தன. பாண்டியர்களுக்கான இரட்டை மீன் சின்னமும், பல்லவர்களின் எருதுச் சின்னமும், கல்வெட்டுக்களில் குறிப்பிடப்பட்டிருக்கின்றன. அரசனுடைய மாளிகை ஆடம்பரத் துடன் பராமரிக்கப்பட்டுவந்தது. போரில் கைப்பற்றப்பட்ட யானைகளும் குதிரைகளும் அரண்மனை வாயிலில் காட்சியாக வைக்கப்பட்டன. மன்னனுடைய மனைவி அவனுக்கு சமான மான அந்தஸ்து பெற்றிருந்தாள். பல்லவ மன்னன் ராஜசிம்ம னுடைய அரசி ரங்கபதாகா என்பவள் கைலாசநாதர் ஆலயத்தை அமைப்பதில் பங்கு கொண்டது ஒரு உதாரணம்.

அரசன் எதேச்சாதிகாரியாக இருந்தபோதிலும் நடைமுறை யில் அவனுடைய அதிகாரத்தைக் கட்டுப்படுத்தும் அம்சங்கள் பல இருந்தன. நிர்வாகத்தில் அரச குடும்பத்தைச் சேர்ந்தவர்கள் எல்லோரும் பங்கு பெற்றிருந்தார்கள். ஆகவே, மன்னனுடைய முடிவுகளையும் கொள்கைகளையும் மாற்றுவதற்கான வாய்ப்பு அவர்களுக்கு இருந்தது. பரம்பரையாகப் பதவி வகித்து வந்த பல அதிகாரிகள் தங்களுடைய திறமையின் பயனாகவும் நடத் தையின் மூலமாகவும் அரசனுடைய செல்வாக்கைப் பெற்றிருந் தார்கள். பல்வேறு குறுநில மன்னர்கள் இருந்ததாலும், பல சமுதாய அமைப்புகள் இயங்கிவந்ததாலும், திறமைக் குறைவான அரசாட்சியால் ஏற்படும் விளைவுகள் பெருமளவில் தவிர்க்கப் பட்டன.

அரசியல் முறை முடியரசுதான். ஆயினும், ராஜராஜனுடை யதும், அவனது வழிவந்தோரதுமான முடியரசு மிகப் பண்பட்ட தொரு முறையில் அமைந்ததொன்றாகும். பரந்து விரிந்த பேரரசு ஒன்றின் மாட்சிமை அனைத்தையும் விளக்கி எடுத்துக்காட்டும்

வகையில், அது அமைந்திருந்தது. மன்னனை திரிபுவன சக்ரவர்த்தி என்றும், அரசியை உலக முழுதுடையாள் என்றும் குறிப்பிடுவது மரபாக இருந்தது. எதிரிகளுக்கு சிங்கம் போன்ற அச்சம் விளை விக்கக்கூடியவன் என்று பொருள்படும் பரகேசரி என்ற விருதை யும், அரசருள் ஏறு (சிங்கம்) என்று பொருள்படும் ராஜகேசரி என்ற விருதையும் மாற்றி மாற்றி சோழ அரசர்கள் தத்தமக்குச் சூட்டிக் கொண்டனர்.

பாண்டியர்கள் இரண்டாவது பேரரசின் காலத்தில் (பதின் மூன்றாவது நூற்றாண்டில்) சடையன், மாறன் என்ற விருதுகளை சமஸ்கிருதத்தில் ஜடாவர்மன், மாறவர்மன் என்று மாற்றி மாற்றி மேற்கொண்டதைப் போன்றே மேற்கூறிய விருது முறைகள் அமைந்தன. தஞ்சைப் பெருவுடையான் கோயிலும், வரலாற்று முறையில் அரசனது வெற்றிகளையும் சாதனைகளையும் ஒரு பிசஸ்தி மூலம் குறிப்பிட்டு கல்வெட்டுகளைத் தொடங்கும் முறை யிலிருந்தும், அதிகாரம் பற்றிய புதியதொரு மனப்போக்குக்கான அறிகுறிகளாக இருந்தன. ராஜராஜனின் மகனான முதலாவது ராஜேந்திரனால் நிர்மாணிக்கப் பெற்ற புதிய தலைநகரான கங்கை கொண்ட சோழபுரம் தஞ்சையின் பெருமையை மங்கச் செய்தது. இங்கும் தஞ்சையிலுள்ளது போன்றதோர் பெரிய கோயில் கட்டப் பட்டது. காஞ்சிபுரம், சிதம்பரம், மதுரை, பழையாறை முதலிய பெருநகரங்கள் துணைத் தலைநகர்களாகத் திகழ்ந்தன.

வேளைக்காரர் என்றழைக்கப் பெற்றவர்களும் மன்னர் தம்முடன் பணியாற்றிவர்களுமான ஒரு குழுவினரைப் பற்றி விசேஷமாகக் குறிப்பிட வேண்டும். கன்னடக் கல்வெட்டுக் களிலும், மார்க்கபோலோ, அரபுநாட்டு யாத்ரீகர் அபு ஸயத் தஸ்தாவேஜுகளிலும் குறிப்பிடப் பெற்றுள்ள மன்னருடன் எப்போதும் நீங்காமல் காவல் காக்கும் சகவாசிகளைப் போலவும், பிற்காலத்தில் பாண்டிய சாஸனங்களில் காணக்கிடக்கும் தென் னவனின் ஆபத்துதவிகள் என்ற பரிவாரங்களைப் போலவும், இவர்கள் பணிபுரிந்தனர் எனலாம். பொதுவாக நாடெங்கிலும், சிறப்பாக புதிதாய் சோழப் பேரரசோடு இணைக்கப்பெற்ற பகுதி களிலும், சட்டம், அமைதி ஆகியவற்றை நிலைநாட்டுவதற்கான அவசரகால ஏற்பாடாக கடகங்கள் என்ற பெயருள்ள இராணுவக் குடியிருப்புகள் நாடெங்கிலும் பரவலாக ஏற்படுத்தப்பட்டு, ஆங்காங்கு இராணுவ வீரர்கள் போதுமான அளவில் தயாராக அமர்த்தப் பெற்றிருந்தனர். உள்நாடல்லாத பகுதிகளில் போர்

தொடுக்க நேரிடுகையில் பெருமளவு திரை (வெற்றி பெற்ற படை யினர் வசூலிக்கும் ஒரு கப்பம்) வசூலித்து, மன்னரும் படைப் பிரிவுகளும் தம்மிடையே பகிர்ந்து கொள்வது வழக்கம்.

படிப்படியாக அமைந்த அதிகாரவர்க்க முறையிலேயே நிர்வாகம் அமைக்கப் பெற்றது. ஒரு விஷயத்தைப் பற்பல நடை முறைகளுக்கேற்பவே சமர்ப்பித்தாக வேண்டுமென்று விதிக்கப் பெற்றிருந்தது. அரசனது ஆணை வாய்மொழியாகக் கொடுக்கப் பெற்றதாயினும், ஆங்காங்கு அவ்வப் பொழுது, இவ்வாய்மொழி ஆணைகளைத் திருவாய்க் கேள்விகள் என்றும் உடன்கூட்டம் என்றும் அழைக்கப்பெற்ற செயலாளர்கள் எழுதிப் பதிவு செய்து கொள்வர். பின்னர், ஆணைகளுக்கான முறையில் இவற்றை எழுதி, சம்பந்தப்பட்டவர்களுக்கு அனுப்புவர். முன்பு எப்போ தையும் விட, எழுதப்பட்ட தஸ்தவேஜூகள் இக்காலத்தில் அதிகப் படியாக வழக்கில் இருந்தன. சம்பிரதாய பூர்வமான ஒரு மந்திரி சபை இருந்து, செயல்பட்டதற்கான சான்றுகளோ மத்திய அரசாங் கத்தில் மந்திரி சபைக்கு ஈடான அலுவலர்களோ இருந்ததற்கான சான்றுகளோ கிடைக்கவில்லை. எனினும் அரசனுக்கே நேரடி யாக ஜவாப்தாரிகளாக இயங்கிவந்த ஒரு அதிகார வர்க்கம் திறமை யுடன் ஸ்தல தேவைகளையும், உள்ளூர் சபைகளின் சுயமுயற்சி யையும் மதித்துவந்தது என்பது தெளிவாகத் தெரிகிறது.

சமுதாயம், சுயேச்சையாக இயங்கும் பல ஸ்தாபனங்களைக் கொண்ட ஒரு பெரும் இணைப்பாகவே அமைந்திருந்தது. சமுதா யத்தின் அலுவல்களை அரசாங்கம் ஓரளவு கட்டுப்படுத்தி, உள்நாட்டு அமைதி, வெளிநாட்டிலிருந்து அபாயம் ஏற்படாமல் தடுத்தல், முதலிய பொறுப்புகளை ஏற்றுக்கொண்டது. அதிகார வர்க்கத்தைச் சேர்ந்த பிரமுகர்களுக்கு பல்வேறு பட்டங்களும் விருதுகளும் அளிக்கப்பட்டன. பெண்களுக்கும் இத்தகைய விருதுகள் உண்டு. சோழராஜ்யத்தின் குறுநிலத் தலைமைப் பீடங்களின் வகையிலும் இந்த அம்சங்கள் காணப்பட்டன. அதிகாரிகளுக்கு பதவி உயர்வு கொடுக்கும் விஷயத்தில் எத்த கைய விதிமுறைகள் கையாளப்பட்டன என்பது தெரியவில்லை. ஆயினும், முடிசூடுவதற்கு மன்னர்கள் தங்களுடைய புதல்வர் களில் மிகவும் திறமைசாலிகளையே தேர்ந்தெடுத்துக் கொண டதால், அதிகாரிகள் நியமன விஷயத்திலும் இத்தகைய முறை கையாளப்பட்டது என்று கொள்ளலாம். அதிகாரிகளுக்கு ஜீவிதம் என்ற முறையில் குடும்பப் பராமரிப்புக்கான நிலப்பரப்பை

அளிப்பதுதான் பொதுவாக ஊதிய முறையாக இருந்தது. இந்த நிலத்திலிருந்து கிடைக்கும் வருவாய் அதிகாரியைச் சேர்ந்ததாகும்.

தொன்றுதொட்டு வந்த நிர்வாகப் பகுதிகளான நாடு, கூற்றம், கோட்டம் ஆகியவை தொடர்ந்து நீடித்தன. ஓரளவு பெரிய நகரங்கள் 'தனியூர்' என்ற பெயரில் வெவ்வேறாக அமைக்கப்பட்டன. இத்தகைய பகுதிகள் அடங்கிய வளநாடு என்ற பிரிவுக்கு மேல் மண்டலம் என்பது நிலவிற்று. இந்தப் பகுதிகளின் பெயர்களும் எல்லைகளும் அடிக்கடி மாறிவந்தன. அடுத்தடுத்து அரசாண்ட மன்னர்களின் ஆட்சியைப் பற்றி ஆராயும்போது, நிர்வாக முறையின் சிக்கலான தன்மை புலப்படும். ஒரு நூற்றாண்டு காலம் நீடித்த விவகாரங்களைப் பற்றிக் கூட கோவையான தகவல்கள் கிடைத்திருக்கின்றன. ரெவின்யூ அதிகாரிகளின் பொறுப்புகள் இன்று போலவே அன்றும் பல்வேறு அம்சங்களைக் கொண்டிருந்தன. மாவட்ட நிர்வாகத்தை தண்டல் அதிகாரியைச் சுற்றி அமைக்கும் பழக்கம் பத்தாம் நூற்றாண்டில் சோழர் காலத்திலேயே ஆரம்பித்தது என்று கொள்ளலாம். அடிக்கடி சுற்றுப் பிரயாணம் மேற்கொள்வதன் மூலமும், பல்வேறு விஷயங் களைப்பற்றி ஆங்காங்கே விசாரணை நடத்துவதன் மூலமும் அரசன் அன்றாட சம்பவங்களுடன் தொடர்பு கொண்டிருந்தான். காஞ்சிபுரம், சிதம்பரம், திருவாரூர் போன்ற பெரிய ஸ்தலங்களில் நடைபெற்ற விழாக்களுக்கு அரசன் விஜயம் செய்வதுண்டு.

சட்டத்தைப் போலவே நீதி நிர்வாகமும், இடத்திற்கும் அந்தந்த இடத்து சமுதாயப் பிரிவுக்குமான பொறுப்பாகவே இருந்தது. இவ்வகையில் கிராம சபைகளுக்கு அதிகமான அதிகார மிருந்தது. விவகாரங்கள் ஸ்தலத்திலுள்ள தொழில் சம்பந்தமான குழுக்களின் விதிமுறைகளுக்கு உட்படாதபோது, கிராமசபைகள் 'நியாயத்தார்' என்ற சிறிய குழுக்களை அமைத்தன. இவைகளுக்கு மேல் அரசனுடைய 'தர்மாஸனம்' என்ற நீதிமன்றங்கள் இயங் கின. கல்வெட்டுக்களிலிருந்து நீதி நிர்வாகத்தைப் பற்றிய முழுத் தகவல்கள் கிடைக்கவில்லை. பெரிய புராணத்தில் சுந்தரமூர்த்தி நாயனார் வரலாற்றில் காணப்படும் வழக்கரைகாட்சி இவ்வகை யில் ஒருவாறு உதவுகிறது. கிரிமினல், சிவில் என்று குற்றங்கள் பாகுபாடு செய்யப்படவில்லை. ஆயினும், கிரிமினல் குற்றம் சமுதாயத்திற்கு விரோதமான செயல் என்ற தத்துவம் இருந்த தாகத் தெரிகிறது. களவு, கள்ளக் கையொப்பம் முதலிய செயல் கள் பெருங்குற்றங்களாகக் கருதப்பட்டன என்பது, உத்திரமேரூர்

கிராமசபையில் பதவி வகிக்கத் தக்கவர்கள் அல்ல என்று சிலரைப் பற்றி குறிப்பிடப்பட்டிருக்கும் பட்டியலிலிருந்து தெரிகிறது. தண்டனை முறை பொதுவாக எளிதாகவே இருந்தது. கொலை உட்பட குற்றங்களுக்குப் பெரும்பாலும் அபராதங்களே விதிக்கப் பட்டன. கோயிலில் அணையாவிளக்கொன்றை வைத்துப் பரா மரிக்கும் பொறுப்பாக சில சமயங்களில் இந்த தண்டனை உரு வெடுத்தது. அரசனுக்கும் அரச குடும்பத்திற்கும் எதிராக இழைக் கப்பட்ட குற்றங்களைப் பற்றி அரசனே விசாரித்து முடிவு செய்தான். தன்னுடைய மூத்த சகோதரன் இரண்டாம் ஆதித்தனை கொலை செய்தவர்களுடைய சொத்துக்கள் பறிமுதல் செய்யப்பட வேண்டுமென்று முதலாம் ராஜராஜன் உத்தரவிட்டான். மூன்றாம் ராஜராஜன் காலத்தில் சோழர் ஆட்சியின் இறுதியில் ராஜத்துரோக குற்றங்கள் அதிகரித்திருந்தன.

கிராம நிர்வாகத்தின் முக்கிய அலுவல்களை நகர அமைப்பு களும் கிராமங்களும் நிறைவேற்றி வந்தன. சோழ அரசாங்கத்தின் அதிகார முறையின் மேற்பார்வையில் கிராம ஸ்தாபனங்களின் சுயேச்சையும் திறமையும் வெகுவாக வளர்ச்சி அடைந்தன. இவை களில் ஊர், சபை, நகரம் என்ற அடிப்படை ஸ்தாபனங்கள் மிகவும் முக்கியமானவை. பெரிய நகரங்களில் இந்தப் பல்வேறு ஸ்தாப னங்களும் சேர்ந்தவாறே இயங்கிவந்தன. இவைகளில் சபைகள் தங்களுக்கு அளிக்கப்பட்டிருந்த உரிமைகளை நன்றாகப் பிரயோ கித்து, அனுபவத்துக்கேற்ப செயற்குழுக்களின் எண்ணிக்கையை மாற்றி, அவைகளுடைய பொறுப்புகளையும் தக்கபடி மாற்றி யமைத்தன. முதலாம் பராந்தக சோழன் காலத்தில் அவனுடைய பன்னிரண்டாவது ஆட்சி வருஷத்தில் (கி.பி. 919) உத்திரமேரூர் சபை தனக்கென ஒரு தனி சாஸனம் வகுத்துக்கொண்டு இரண்டு ஆண்டுகளுக்குப் பின்னர் அதை மாற்றி அமைத்தது, இவ்வகை யில் ஒரு விசேஷ உதாரணமாகும். இதேபோல் மற்றும் பல சான்றுகள் உள. சபைகளிலும் குழுக்களிலும் தலைமை தாங்கு வதற்கு செல்வம், கல்வி, பண்பு முதலியவை முக்கிய யோக்ய தாம்சங்களாய் இருந்தன. பிற்கால சோழர் ஆட்சியில் வன்முறை மேற்கொள்ளும் பகைமை தோன்றியதையும் அறிகிறோம். இதன் விளைவாக மத்திய ஆட்சி உள்ளூர் விஷயங்களில் தலையிடவும் அவசியம் ஏற்பட்டிருந்தது.

பேருக்கு விஜயநகர சாம்ராஜ்யம் பரம்பரை பரம்பரையாக தந்தைக்குப் பின் மகன் என்ற ரீதியில் வரும் முடியரசாகத் திகழ்ந்த

போதிலும், தக்காணத்தின் முகமதிய ராஜ்யங்கள் காட்டி வந்த பகைமையும், சிற்றரசர்களின் எதிர்ப்பும், சிம்மாசனத்திலிருந்து அரசு செலுத்தும் மன்னனுக்கு ராஜ்ய நிர்வாகத்திலும் படைத் தலைமையிலும் வெகுவான திறமை இருக்க வேண்டும் என்ற அவசியத்தை ஏற்படுத்திவிட்டன. திறமையில்லாத அரசர்கள் சிம்மாசனம் ஏறியபோது, சாமர்த்தியமும் திறமையும் வாய்ந்த ஒரு மந்திரியோ சேனைத்தலைவனோ அந்த அரசனை நீக்கி விட்டு, புதிய ஒரு பரம்பரையைத் தொடங்கிவிடுவதும் இயல்பாகவே நடந்துவந்தது. இம்மாதிரி சந்தர்ப்பங்களில் அரசபரிவாரங்களும் அரண்மனை அதிகாரிகளும் தத்தமது நலன்களுக்கேற்ப அரச னோடோ, அல்லது அவனை நீக்கத் துணியும் மந்திரி, அல்லது சேனைத் தலைவனோடோ சேர்ந்து கொண்டு அவனுக்கு உதவி யாகச் செயலாற்றியதும் உண்டு. இம்மாதிரி விஜயநகரப் பேரர சில் மூன்று முறை வெவ்வேறு வம்ச பரம்பரைகள் மாறின.

ராஜ்யத்தில் அரசனே கேந்திர ஸ்தானத்தை வகிக்கும் அதிமுக்கிய அதிகாரியாக இருந்து, தனது ஆணையை மற்ற அதிகாரிகள் தவறாமல் நிறைவேற்றுகிறார்களா இல்லையா என்பதை வெகு விழிப்புடன் கவனித்தால்தான் தன்னையும் தன் அரசாங்கத்தையும் எவ்வித குறைக்கும் ஆளாக்காமல் காப்பாற்ற முடியும் என்ற கிருஷ்ணதேவராயரே தாம் எழுதிய நூலொன்றில் குறிப்பிட்டுள்ளார். மந்திரி பிரதானிகளின் ஆலோசனைகளைக் கேட்டு, இளவரசனை அதற்கேற்பத் தெரிந்தெடுத்து, அவ்விள வரசனை அரசாங்கத்தின் பல்வேறு நிருவாகப் பதவிகளில் அமர்த்திப் பயிற்சியளிப்பதே நடைமுறையாக இருந்தது. முக மதிய, கிறிஸ்துவ மதங்கள் ஹிந்து மதத்தைச் சீரழிக்காமல் பாது காப்பதே அரசர்களின் கடமையாகக் கருதப்பட்டது.

அரசன் மந்திராலோசனை சபையைக் கூட்டி அடிக்கடி அரசாங்க விவகாரங்களில் ஆலோசனை கேட்ட போதிலும், அவ் வாலோசனைகளை அவன் ஏற்றுக்கொண்டுதான் தீர வேண்டு மென்ற நிர்ப்பந்தம் ஏதுமில்லை. அவர்களில், அரசனது நம்பிக் கைக்கு உகந்த ஒரு மந்திரியின் ஆலோசனைப்படி கூட அரசன் செயலாற்றலாம்; அல்லது தன் யுக்தானுசாரப்படி நடந்துகொள்ள லாம். மந்திரிகளில் மிக சக்தி வாய்ந்த மந்திரியைக் கூட அரசன், தான் நினைத்தால் பதவியை விட்டு விலக்கலாம். கிருஷ்ண தேவராயருடைய பட்டத்திளவரசனைக் கொன்றது சாலுவ திம்ம னாக இருக்கலாம் என்று சந்தேகப்பட்டு, அவனைத் தண்டித்தது

போல, மந்திரிகள் எவரையும் அரசர் எந்த நிமிஷத்திலும் பதவியைவிட்டு நீக்கி, தண்டனையும் அளிக்கலாம். இப்படிக் கடுமையாக அரசர்கள் அதிகாரம் செலுத்திய காலங்களிலும் அரசனுக்கும் மேலான அதிகாரம் வகித்த மந்திரிகளும் இருந்திருக்கிறார்கள். அந்தப்புரத்திற்கான செலவு அரண்மனைச் செலவில் கணிசமான ஒரு பகுதியாக இருந்து வந்தது.

பற்பல இலாகாக்களிடையே மத்திய அரசாங்க நிர்வாகம் பிரித்துக் கொடுக்கப்பட்டு, நடைபெற்றுவந்தது. அரண்மனைக் கருகே அமைந்த ஒரு அரசாங்க நிர்வாக அலுவலகம் வெகு திறமையுடனும் ஒழுங்காகவும் நிர்வகிக்கப்பட்டு வந்தது. அன்றாட பட்டுவாடா, வரவுகளுக்காகச் சிறு கஜானா ஒன்றும், நிரந்தரமானதும் அளவிற் பெரியதும், பெரும்பாலும் யுத்தம், பஞ்சம் போன்ற அசாதாரணச் சூழ்நிலைகளில் மட்டும் திறக்கப்படுவதுமான ஒரு கஜானாவும் இருந்தன. இப்பெரிய கஜானா எவர் கண்ணுக்கும் சுலபமாகப்படாத முறையில், அசையாமல், வெகு ஜாக்கிரதையுடன் பாதுகாக்கப் பெற்றுவந்தது. இந்த முறையை கப்பங்கட்டும் சிற்றரசர்களும் அனுசரித்து வந்தனர்.

அரசனது சொந்த நிலங்களின் வருமானம், சிற்றரசர்கள், ராஜப் பிரதிநிதிகள் ஆகியோர் மகாநவமியின்போது செலுத்தும் வருஷாந்திரக் கப்பங்கள், துறைமுகச் சுங்கவரிகள், நீதித்துறை அபராதத் தண்டல்கள், ஆகியவையே அரசாங்கத்தின் வருமானத்திற்கான பிரதான இனங்களாகும். இவை ரொக்கமாகவோ பண்டங்களாகவோ வசூலிக்கப்பெறுவதே வழக்கத்திலிருந்தது. ஸ்தல நிர்வாகத்திற்கும் மத்திய அரசாங்கத்திற்கும் இடையே, நிலைமைக்கு ஏற்ற விதத்தில் விதிக்கப்பெற்ற விதிமுறைகளுக்கிணங்க தொழில் வரி, வீட்டு வரி, அனுமதிக் கட்டணங்கள் ஆகியவை பங்கிட்டுக் கொள்ளப்பட்டன. அதிகபட்ச ஏலத் தொகை முறையில் தான் மத்திய, மாகாண அனுமதிக் கட்டணங்கள் வசூலிக்கப்பட்டன. மொத்தத்தில், வரிப்பளு தாங்க முடியாத அளவிலிருந்ததென்றே எண்ணத் தோன்றுகிறது. வரிப்பளு தாளாமல் வேறு புகலிடங்களைத் தேடிப் போவதும், வரி கொடாமல் எதிர்ப்புத் தெரிவிப்பதும் வழக்கில் இருந்ததற்கான சான்றுகள் தென்படுகின்றன.

நிலங்கள் வெகு துல்லியமாக அளவிடப்பட்டு, ('சர்வே' செய்து) தரம் பிரித்து, பயிர்வகைகளுக்கேற்ப வரி நிர்ணயமும்

செய்யப்பட்டிருந்தன. தொன்று தொட்டு வந்த ஆறிலொரு பங்கி லிருந்து 'படிக்குப் பாதி' என்ற அளவு வரை நிலவரி விதிப்பு அமுலில் இருந்தது. அரசாங்க அலுவலர்களால் அவ்வப்போது நிலைமையை அனுசரித்து நிலவரி வஜா செய்யப்படுவதும் வழக்கத்தில் இருந்தது. இதற்கு கிராம அதிகாரிகள் உடனிருந்து ஆலோசனை கூறுவதும் உண்டு. ஒப்புக்கொள்ளப்பட்ட நிபந் தனைகளுக்கு ஏற்ற நிலவரி வருமானத்தை அரசாங்கம் கோயில் களுக்கும் கல்விமான்களான பிராமணர்களுக்கும் ஒதுக்கீடு செய்து, அவ்வருமானத்தை அவர்கள் அனுபவித்துக் கொள்ள உரிமை வழங்கி வந்தது.

அரண்மனை நிர்வாகச் செலவு, படை, பாசனச் செலவு, தரும பரிபாலனம், கலைப் பராமரிப்பு ஆகியவை அரசாங்கச் செலவினங்களில் முக்கியமானவையாகும். கிருஷ்ணதேவராயர் செய்த விதிமுறைக்கிணங்க, அரசாங்க வருமானம் நான்கு கூறு களாகப் பிரிக்கப்பட்டு, அதில் ஒரு பகுதி அரண்மனை நிர்வாகம், தருமம், ஆகியவற்றிற்கும், இரண்டு பங்கு படைச் செலவுக்கும், எஞ்சியுள்ள ஒரு பகுதி சேமிப்பு கஜானாவுக்கும் ஒதுக்கப்பட வேண்டுமென்று நிர்ணயிக்கப் பட்டிருந்தது. ஆயினும், அவ்வவ் போது ஏற்படும் தேவைகளுக்கேற்ப யுக்தப்படி மாற்றிக்கொள் வதே நடைமுறையாக இருந்தது.

சக்கரவர்த்தியின் இராணுவத்தில் யானைப்படை, குதிரைப் படை, காலாட்படை ஆகியவை அடங்கியிருந்தன. பழங்கால ரதங்களுக்குப் பதிலாக பீரங்கிகளைக் கொண்ட படையினர் அமர்த்தப்பட்டனர். படைவீரர்களுக்கு மாதச் சம்பளத்திற்கு பதிலாக நான்கு மாதங்களுக்கு ஒருமுறையே சம்பளம் அளிக்கப் பெற்றது. எந்த மாகாணத்தின் வரிப்பணத்திலிருந்தும் இந்தச் சம்பளத்தைக் கொடுக்குமாறு எந்தச் சந்தர்ப்பத்திலும் உத்தர விடப் பெற்றதில்லை என்று பாரசீக தூதர் அப்துர் ரஸாக் கூறி யிருக்கிறார். அரசனைப் பாதுகாப்பதற்காக பிரத்தியேகப் படை வீரர்கள் நியமிக்கப் பெற்றிருந்தனர். மகாநவமியின் போது படை கள் யாவற்றையும் அணிவகுத்து வரச்செய்து, அரசன் பார்வை யிடுவான். இது தவிர நாடுமுழுவதிலும் ஆங்காங்கு சேனைத் தலைவர்களும், நாயக்கர்கள் என்ற பெயரில் அதிகாரம் வகித்த வர்களும் சில குறிப்பிட்ட பிரதேசங்களில் வரிவசூல் செய்து, நிர்வாகத்தை நடத்திவரும் ஏற்பாடு அமுலில் இருந்தது. போர்க் காலங்களில் சக்கரவர்த்தியின் படையில் பணியாற்ற இவர்கள்

குறிப்பிட்ட எண்ணிக்கையுள்ள படையினரை அனுப்ப வேண்டும் என்று விதிக்கப்பட்டிருந்தது. இம்மாதிரி இருநூறு நாயக்கர்கள் இருந்ததாக ந்யூனிஸ் என்ற போர்த்துகீஸிய சரித்திராசிரியர் குறிப்பிடுகிறார். பீரங்கிப்பயிற்சி, வாள்வித்தை முதலியவற்றில் பயிற்சி அளிப்பதற்கான போர்ப்பயிற்சிப் பள்ளிகள் இயங்கி வந்தன. பீரங்கிப்படைப் பயிற்சிக்குப் பெரும்பாலும் அந்நியர் களே அமர்த்தப்பட்டிருந்தனர். நிரந்தரப் படைகளிடையே கூட படைக்கலன்களிலும், நடைமுறைகளிலும் வேறுபாடுகள் பற்பல இருந்தன. இராணுவ வீரர்கள் அவரவர்களுக்கான சட்டங்களுக் கேற்ப வாழ அனுமதிக்கப் பெற்றனர் என்று பார்போஸா குறிப் பிடுகிறார். அதோடு ந்யூனிஸ் கூறியிருப்பது போல் இராணுவ வீரர் ஒவ்வொரு வரும் தத்தமக்குப் பிடித்த விதத்தில் படைக் கலன்களைச் சேகரித்து வைத்திருந்ததாகத் தெரிகிறது. இந்நிலை யில், ஒரு ஒழுங்குமுறையோ ஒற்றுமையோ இவ்விஷயத்தில் இருந்திருக்க நியாயமில்லை. அதோடு இராணுவ வீரர்கள் தம் குடும்பங்களையும், அந்தப்புரப் பெண்களையும் அழைத்துச் செல்வதும் உண்டு என்பதை நினைப்பூட்டிக் கொண்டால், போர் நடத்துவதற்கான ஒரு சக்தி வாய்ந்த இராணுவ அமைப்பாக அது இயங்கியிருக்க நியாயம் இல்லை என்றே தோன்றுகிறது. இராணுவ முகாம்கள் பெரும்பாலும் கீற்றுக் கொட்டகைகளாகவே நிர்மாணிக்கப் பெற்று, நடமாடும் நகரங்களாகப் பொட்டல்களில் தோற்றமெடுத்தன. போகும்போது அவற்றை தீக்கிரையாக்குவதே நடைமுறையாக இருந்தது. இராணுவ நிறுவனங்களில், கோட்டை கள் முக்கியமான பணியாற்றின. முற்றுகை முறை ஒரு கலை யாகவே திகழ்ந்தது. தண்டமார்க்கங்கள் என்ற பெயருள்ள இராணுவச்சாலைகள் கேந்திரங்களை ஒன்றுடனொன்று இணைத் தன. கடலோர வர்த்தகம் வழக்கிலிருந்த போதிலும், கடற்படை என்று கூறக்கூடிய அளவுக்கு ஏதும் இருந்ததற்கான சான்றுகள் இல்லை. கடலோர வர்த்தகர்கள் பெரும்பாலும் கடற்கொள்ளைக்கு அடிக்கடி ஈடு கொடுத்துத் தீர வேண்டியதாக இருந்தது.

ஸிவில் கிரிமினல் நீதி நிர்வாகம் பெரும்பாலும் ஆங்காங்கு பரவலாக ஸ்தல அதிகாரிகளால் நிர்வகிக்கப் பெற்று வந்தது. கிட்டத்தட்ட தனிப்பட்ட முறையில் அதிகாரம் செலுத்தும் ஒரு நிறுவனம் போலவே இந்த நிர்வாகம் செயல்பட்டு வந்தது.

சிறு பூசல்களை கிராம சபைகளும், ஜாதிக் கூட்டங்களும், தீர்த்துவைத்தன; குற்றங்களை விசாரித்து ஆங்காங்கு பைசல்

செய்தன. சட்டம் அமைதியைப் பாதுகாக்கும் இறுதிப் பொறுப்பு அரசனின் சபைக்கே உரியதாகையால், ஸ்தல நீதிசபைகளின் தீர்ப்பின் பேரில் மனுச்செய்து அரசனின் சபையில் பரிகாரம் தேட வழியிருந்தது. பராசர ஸ்மிருதியில் 'விவகாரம்' என்ற ஒரு விரிவான பகுதியையே மத்வாச்சாரியார் இணைத்திருந்தார். இந்தக் காலத்திற்கான விஷயங்களைத் தெரிந்து கொள்ள இவருடைய கூற்றுகளும் தக்க சான்றுகளாக அமைகின்றன.

நீதி பரிபாலனத்திற்கான நான்கு நியாய ஸ்தலங்களை இவர் குறிப்பிட்டுள்ளார்:

(1) பிரதிஷ்டிதா (நிலையாக உள்ளது). நகரங்களிலும் கிராமங்களிலும் மேற்குறிப்பிட்ட வகையில் கூடி, நீதி வழங்குவன.

(2) சல (இடம் விட்டு இடம்பெயர்ந்து, நீதிவிசாரணை நடத்தி தீர்ப்பு வழங்குவன). இதைப் பற்றி அதிக விவரங்கள் ஏதும் கிடைக்கவில்லை.

(3) முத்ரிதா (அரசனது முத்திரை பெற்ற அதிகாரத்துடன், அத்தியக்ஷகர்கள் என்ற பெயருடன் இயங்கும் நீதிபதிகளைக் கொண்ட நீதிமன்றங்கள்).

(4) ஸாஸ்திரிதா (அரசனே நடத்தும் நீதிவிசாரணை). இது ராஜ்யத்தின் கடைசித் தீர்ப்பாக வழங்கும் அதிகாரமுள்ள நீதி சபையாகும். தலைநகரத்தில் தண்டநாயகர் தலைமையில் இயங்கிய ஒரு நீதிசபையைப் பற்றி அப்துர் ரஸாக் குறிப்பிடு கிறார். இது மேற்கண்ட நான்கில் மூன்றாவது வகைப்படும். இம் மாதிரி நீதிபதிகளுக்கு பிரதானிகள் என்ற பெயரும் வழங்கி வந்தது. தண்டனை பெரும்பாலும் மிகக் கடுமையா - சில சமயங் களில் மிருகத்தனமாகக் கூட இருந்தது. அங்கஹீனம், சொத்துப் பறிமுதல், கழுவேற்றுதல், உயிரோடு சித்ரவதை, ராஜத் துரோக மானால் தீயிடுதல், ஆகிய தண்டனைகள் இவற்றில் அடங்கும். ஆயினும், கலகம், சித்ரவதை ஆகியவை போன்ற குற்றங்களுக்கு தண்டனையாக கோயிலுக்கு விளக்கப் போடும்படி விதிப்பது போன்ற லேசான தண்டனைகள் அளிக்கப்பட்டதற்கான சந்தர்ப் பங்களும் இருந்தன. குற்றவாளியின் அந்தஸ்து, மதிப்பு, இவற்றை லட்சியஞ் செய்யாமல் சிறைதண்டனை சர்வசாதாரணமாக அமுலில் இருந்தது என்று கத்தோலிக்க மதகுருக்கள் எழுதிய கடிதங்களிலிருந்து தெரியவருகிறது. சாட்சியங்கள் கிடைக்காத சந்தர்ப்பங்களில் நிரூபணப் பிரமாணங்கள் மேற்கொள்ளப்பட்டன.

ஒவ்வொரு ஸ்தலத்திலும் உள்ள் சரித்திரப் பின்னணிக்கு ஏற்ற மாற்றங்களுடன் மத்திய அரசிலுள்ளதைப் போன்றே மாகாணங்களிலும் அரசாங்க முறைகள் வகுக்கப் பெற்றிருந்தன.

சக்கரவர்த்தியின் உறவினர்களில் ஒருவரான சிற்றரசர் ஒருவரின் மேற்பார்வையின் கீழ், பழைய அரசர்கள் சக்கரவர்த்திக்கு இன்ன கப்பம் கட்டுவது என்ற நிர்ணயத்துடன் தத்தமது ராஜ்யங்களை ஆள அனுமதிக்கப்படுவது வழக்கமாயிருந்தது. மதுரை பாண்டியர்களும், திருவாங்கூர் திருவடிகளும் இத்தகையோர். புதிய நிர்வாக அமைப்பில் பழைய உத்தியோகங்களில் பலவும் அப்படியே இயங்கிவர அனுமதிக்கப்பட்டன. உதாரணமாக, பதினாறாவது நூற்றாண்டில் மதுரை நாயக்கர்களின்கீழ் 'திருமந்திர ஓலை நாயகம்' என்ற பதவி இப்படிப்பட்ட ஒன்றாகும். ராஜ்யம், மண்டலம், வளநாடு, கோட்டம், கூற்றம், பற்று, விஷய, சாவடி முதலிய பல நிலப்பிரிவுகளிடையே சீரான எந்தப் பாகுபாடுகளும் முறையே நிலவியதற்கான சான்றுகள் கிடைக்கவில்லை. ராஜப் பிரமுகர்கள் (கவர்னர்கள்) நியமனம் பெரும்பாலும் மந்திரிகளைக் கலந்தே செய்யப்பட்டன. இந்த ராஜப்பிரமுகர்கள் பெரும்பாலும் இராணுவ முக்கியத்துவம் வாய்ந்த கோட்டைகளுக்கே நியமிக்கப்பட்டனர். அரசனின் ஸிவில் நிர்வாக அலுவலர்கள் என்று இவர்களைக் குறிப்பிடுவதை விட, 'கோட்டைகளின் இராணுவத் தளபதிகள்' என்று இவர்களைக் குறிப்பிடுவது பொருத்தமாக இருக்கும். இவர்கள் சில சந்தர்ப்பங்களில் தத்தமது சொந்த நாணயங்களைக் கூட அச்சிட்டு வழங்கினர். கரன்ஸி (நாணய) முறையையே குழப்பத்திற்குள்ளாகக் கூடிய விதத்தில் இவர்கள் நாணயங்களை அச்சிட்டு வழங்க தமக்குட்பட்ட சிற்றரசர்களுக்கும் அதிகாரங்களை வழங்கியிருந்தனர். கொடுங்கோன்மை அதிகரித்தால் மத்திய அரசாங்கம் தலையிட்டு சீர்படுத்தும். அரசன் பிறந்த நாளன்று ராஜப் பிரமுகர்கள் அரசருக்கு உதவித்தொகைகள் பரிசளிக்க வேண்டும். இதே போல அரசனின் குழந்தைகளின் பிறந்த நாட்கள் முதலியவற்றிற்கும் அளித்தாகவேண்டும். இராணுவ அதிகாரங்களை வகித்த நாயக்கர்கள் அதிகப்படியான சுதந்திரம் அனுபவித்து வந்தனர். ஆரம்பத்தில், இந்த நாயக்கர் பதவி அப்பதவி வகிக்கும் நபருடையதாக இருந்தபோதிலும் காலப்போக்கில் பரம்பரைப் பதவியாக மாறிவிட்டது. தலைநகரில் இந்த நாயக்கர்கள் நிர்வாக இராணுவப் பிரதிநிதிகளை நியமித்து, தத்தமது நலன்களை

நிர்வகித்து வந்தனர். இந்த முறையில், இவர்கள் அடிக்கடி ஒருவரோடு ஒருவர் மத்திய அரசுக்குத் தகவலில்லாமலே பரஸ்பரம் பூசல்களில் ஈடுபட்டிருந்தனர்.

தமிழ் ஜில்லாக்களில், சோழர் காலத்திய புராதன நிலப் பாகுபாடு முறை நிலவ அனுமதிக்கப்பட்டு அமுலில் இருந்து வந்தது. அதோடு அப்பகுதிகளில் இருந்த கிராம சபைகளும் சுதந்திரமாகச் செயலாற்ற அனுமதிக்கப்பட்டன. விஜயநகர ராய மன்னர்களால் மற்ற இடங்களில் புகுத்தப்பட்ட சீர்திருத்தங்கள் கூட இம்மாதிரி தொன்று தொட்டுவந்த கிராமசபை நிர்வாகம் இயங்கிய ஸ்தலங்களில் அமுலாக்கப்படவில்லை. மத்திய அரசாங்கத்துடனும், அதன் பிரதிநிதிகளுடனும் அதிகப்படியாக கிராம அதிகாரிகள் பிணைப்புண்டதால், கிராமங்களின் சுயேச்சையான அதிகாரங்கள் பறிமுதலாகிவிட்டன. இதன் பயனாக, அரசாங்கத்தாரால் நியமனம் பெற்று, அவர்கள் கட்டளைப்படி செயலாற்றக் கடமைப் பட்டுவிட்ட ஆயக்காரர்கள் வசம் கிராம நிர்வாகம் சுருங்கிப் போய்விட்டது. இவ்வகையில் பன்னிரண்டு கிராம அதிகாரிகள் நியமிக்கப்பட்டனர்.

எல்லா கட்டங்களிலும் ஒற்றர்களும் தகவல் சொல்லும் நபர்களும் பயன்படுத்தப்பட்டனர். போலீஸ் முறை நிர்வாகம் வெகு திறமையாகச் செயலாற்றிவந்தது. இழந்த பொருள் பெரும்பாலும் திரும்ப மீட்கப்பெற்றது; அல்லது ஈடுசெய்யப் பெற்றது. காடுகளில் வாழும் பழங்குடி மக்களிடமிருந்து தொல்லைகள் எங்கெல்லாம் ஏற்படுமோ அங்கெல்லாம், பாளையக்காரர்கள் நியமிக்கப்பட்டனர். இவர்கள் போதுமான பரிவாரங்களைச் சேர்த்து, எந்த சமயத்திலும் நிலைமையை சமாளிக்கக்கூடிய நிலையில் தயாராக இருக்க ஜாகீர்கள் என்ற பெயரில் நில மானியங்கள் ஒதுக்கப் பெற்றன. நகரங்களில் ஒழுங்காகத் தெருக்களில் இரவு வேளைகளில் ரோந்து சுற்றும் முறை அமுலிலிருந்தது.

பதினேழாவது நூற்றாண்டின் மத்தியில் விஜயநகர ஆட்சி மறைந்து, பத்தொன்பதாவது நூற்றாண்டின் ஆரம்ப காலத்தில், பிரிட்டிஷ் ஆட்சி தொடங்கும் வரை தென்னகம், இடைவிடாமல் தமக்குள் போரிட்டுக் கொண்டிருந்த பற்பல சிற்றரசுகளாகச் சிதறுண்டு கிடந்தது. இந்தக் காலத்தின் முதல் பகுதியில் மதுரை, தஞ்சாவூர் நாயக்கர்களின் கீழ், விஜயநகர சாம்ராஜ்யத்திலிருந்ததைப் போன்ற ஒழுங்கான ஒரு அரசாங்கமுறை நடைபெற்று

வந்தது. நாட்டின் மற்ற பகுதிகளிலெல்லாம் அராஜகமே நிலவி வந்தது. பதினெட்டாம் நூற்றாண்டில் மொகலாயப் படையெடுப்பினாலும், நாயக்கர்கள் ஆட்சி மறைந்துவிட்டதாலும், இந்த அராஜக நிலை மேலும் அதிகரித்து, நாடு முழுவதையுமே சீர் குலையச் செய்தது. இந்தச் சீர்கெட்ட நிலையிலும் கிராம நிர் வாகம் ஒழுங்காக நடைபெற்றதோடு, நாகரிகம் அடியோடு அழிந்து போய்விடாமல் இருப்பதற்கான நிலையில் இயங்கி, பிரிட்டிஷ் ஆட்சிக் காலத்தில் நவீன முறையில் மாற்றி அமைப்பதற்கான அடிப்படையைப் பாதுகாத்துக் கொடுத்தது.

தென்னகத்தில் பதினெட்டாம் நூற்றாண்டின் இறுதி வரை எந்த அரசாங்கமும் தான் நிலைத்திருக்கும் என்று கருதியதில்லை. ஆகையால், தமது அதிகாரத்திற்குட்பட்ட பிரதேசங்களில் எவ்வித சீர்திருத்தத்தையும் செய்ய அவை முற்பட்டதில்லை. விவசாயிகளும் உழைப்பாளிகளும் வெகு குறைவான வருமானத்தையே பெற்று வாழ்ந்துவந்தனர். பயிர்த் தொழிலில் ஈடுபட்ட விவசாயிகள் விதைகளுக்குக் கூட உதவி பெறவேண்டிய நிலையிலேயே இருந்தனர்.

எனினும், தாங்கள் மேற்கொண்ட விவசாயத்தின் மகசூலை வெளியில் யாருக்கும் தெரியாமல் ஒளித்து வைப்பதும் சாத்தியமாக இருந்தது. கொடுங்கோன்மையையும், வரிவசூல் கொடுமைகளையும் தவிர்ப்பதற்கு இப்படிச் செய்வது தான் அவர்களுக்கிருந்த ஒரே வழி. அரசாங்கம் தன் வரியை தானியமாகவும் வசூல் செய்ததால், தன்னிடமுள்ள தானியத்தை அரசாங்கம் விற்கும் வரை விவசாயிகள் தத்தமது தானியங்களை விற்பனை செய்யக் கூடாது என்று தடுக்கப்பட்டார்கள். விவசாயிக்குத் தன் நிலத்தின் மேலிருந்த சிரத்தை போய்விட்டது. அதோடு பழைய நிலங்களுக்கு அதிகமான நிலவரி கட்டவேண்டியிருந்ததால் அதைத் தரிசாக்கிவிட்டு, புதிய நிலங்களை (வரி குறைவென்பதால்) பண்படுத்தி விவசாயம் செய்ய விவசாயிகள் முன்வந்தனர். இதற்காக விவசாயி தன் சொந்த ஊரைக்கூட விட்டு வேறு ஊரில் குடியேறத் தயாராய் இருந்தான். தாங்க முடியாத அளவுக்கு நிலவரி அல்லாத பல வரிகள், சலுகைகள், ஏகபோக அனுமதிகள் ஆகியவை அக்காலத்தில் அமுலிலிருந்தன. அன்றைய முக்கிய சமுதாயக் கேடுகள்: (1) பாளையக்காரர்கள், ஜமீன்தாரர்கள் முறைகேடான நடவடிக்கைகள். இவ்வகையைச் சேர்நதவர்கள் மதுரை, திருநெல்வேலிப் பகுதிகளில் அதிகமாயிருந்தனர்.

அவர்களின் அடங்காப் பிடாரித்தனத்திற்கு ஈடுகொடுக்க இயலாமல், நவாப் தன் வரியை வசூல் செய்யும் பொறுப்பை கிழக்கிந்தியக் கம்பெனியாரிடம் மாற்றிவிடும் அளவுக்கு அவர்கள் சண்டித்தனம் செய்தனர். 1801-ஆம் ஆண்டுக்குச் சற்று பிறகு கூட இப்பகுதியிலிருந்த ஜமீன்தாரர் பாளையக்காரர்களில் முப்பதுக்கு மேற்பட்டவர்கள் ஆயுதந்தாங்கி நவாப்பை எதிர்த்துப் போரிட்டு வந்தனர். (2) அங்கீகரிக்கப் பெற்ற சட்டங்களும் நீதி ஸ்தலங்களும் இல்லாதது ஒரு பெருங் குறை (3) நிலவரி முறையின் ஸ்திரமற்றநிலை. 1818-ஆம் ஆண்டுக்குள் சென்னை மாகாணத்தின் நிர்வாகம், 1786-ல் தென்னகத்தில் இருந்த நிலைக்கு மாறாகவே இருந்தது. இந்த மாறுதல்களைச் சுருக்கமாகக் குறிப்பிடலாம்.

குறிப்பிட்ட மாறுதல்கள் எப்போது நிகழ்ந்தன என்று தேதி குறிப்பிட்டுக் கூறுவது கடினம். ஆயினும், மங்களூர் உடன்படிக்கைப் படி (1792-ல்) பிரிட்டிஷாரிடம் திண்டுக்கல்லையும், பாரமகாலைச் சுற்றியுள்ள பகுதிகளையும் மாற்றி விட்டதிலிருந்து இந்த மாறுதல் நிகழ்ந்ததென்று கூறலாம். இந்தத் தேதியிலிருந்து நிர்வாகம் கம்பெனி உத்தியோகஸ்தர்களின் பிரதான கடமையாகி விட்டது. 1786-ல் ஒரு மத்திய ரெவின்யூ போர்டு நிறுவப்பெற்றது. 1794-லிருந்து ஜில்லாக்களில் பழைய கொடுங்கோலர்களான அமில்தார்களுக்குப் பதிலாக ஜில்லா கலெக்டர்கள் அதிகாரம் வகிக்கத்தொடங்கினர். சில ஆண்டுகளுக்குள் நிலங்களை எவ்வெவ் வகையில் விவசாயிகள் அனுபவித்துவந்தனர் என்பதும், நாட்டின் பழக்க வழக்கங்களும் நன்கு தெரிவந்ததோடு, அவற்றை நல்ல வகையில் எப்படி உபயோகித்துப் பயன்படுத்திக் கொள்வதென்று முடிவு செய்யவும் இந்த அனுபவம் உதவியாக இருந்தது. நிலவரி முறையில் நிலவிய சீர்கேடுகளையும், பழக்க வழக்கங்களில் நிலவிய கேடுகளையும் மாற்றி, சரியான நிர்வாக முறையை அமைக்க கிட்டதட்ட அரை நூற்றாண்டு தேவைப்பட்டது. முதலில் நிலத் தீர்வை ரொம்பவும் அதிகப்படி விகிதத்தில்தான் இருந்தது. அனுபவத்தின் அடிப்படையில் அது கொஞ்சம் கொஞ்சமாகக் குறைக்கப்பட வேண்டியதாய் இருந்தது. எந்தவிதமான வரி முறையை நிரந்தரமாக்குவது என்பது பற்றி எவ்வித திட்டவட்டமான எண்ணமும் அப்போது இல்லை.

வங்காளத்தில் காரன்வாலிஸ் பிரபு புகுத்திய நிரந்தர நிலவரி முறையின் செல்வாக்கு இங்கு அதிகமாக இருந்து வந்தது. அந்த

முறையைச் சென்னையிலும் அமுலாக்குவதற்கான முயற்சிகள் மேற்கொள்ளப்பெற்றன. அப்போதிருந்த ஜமீன்தார்களையும், பாளையக்காரர்களையும் தத்தமது இராணுவ, காவல் (போலீஸ்) அதிகாரங்களை கைவிடும்படி செய்வது எளிதாக இருந்தது. அவர்கள் கம்பெனி சர்க்காரின் பிரஜைகளாக அமைதியுடன் வாழச் சம்மதித்தனர். ஆயினும், புதிதாக வரி வசூலுக்காக ஜமீன்தார்களை சிருஷ்டிக்கச் செய்யப்பட்ட முயற்சி பல கேடுகளுக்குத்தான் இட மளித்தது. காரணம், ஜமீன்தாரிக் குத்தகைக்காரர்கள் தரமற்றவர் களாகவும், தாளமுடியாத கிஸ்தியை வசூலித்ததாலும், இம்முறை தோல்வியுற்றது. 1805-க்குள் தனித்தனி விவசாயிகளின் பெயரில் நில உடமை பதிவு செய்யப்பெற்று, ரயத்வாரிமுறை பல ஜில்லாக்களில் நிலையாக அமுலுக்கு வந்து விட்டது: அவற்றில் நிலங்கள் அளக்கப்பெற்றுவிட்டன; அல்லது ஸர்வே செய்யப் படும் நிலையிலிருந்தன. ஆயினும், கிராம சமுதாய அமைப்பிற்கு யாதொரு கேடும் நேராத வகையில் கிராமப் பெரியதனக்கார ருக்கோ பிரதானக் குடி மக்களுக்கோ வரிவசூல் பொறுப்பைக் குத்தகையாக விட்டு விடும் பழக்கமும் அமுலில் இருந்ததால், முந்திய வருஷத்து வரி விகிதமே கிட்டத்தட்ட நடப்பு ஆண்டி லும் வசூலிக்கப்பட்டது. அவ்விகிதமும் அதிகப்படியான விகித மாகவே தென்பட்டது. தான் அமைத்துக் காட்டிய மாதிரியிலேயே ரயத்துவாரி நிலவுடமை முறையை புகுத்த வேண்டுமென்று மன்றோ விரும்பினார். ஐந்தாவது அறிக்கை அம்முறையை வெகு வாக ஆதரித்துச் சிபாரிசு செய்தது. 1818-ல் ரெவின்யூ போர்டு எல்லா ஜில்லா கலெக்டர்களுக்கும் தத்தமது ஜில்லாக்களில் ரயத்வாரி பட்டா முறையை அமுலாக்குமாறு உத்தரவிட்டது. அதே சமயத்தில் பழைய காவல்காரர்களும் பாளையக்காரர் களும் மறைந்துவிட்டனர். அவர்களுக்கு மக்கள் செலுத்திவந்த காவல் வரியை அரசாங்கம் பெற்றது. கிராமப் பெரியதனக்காரரும் தலையாரியும் தமது பழைய அதிகாரத்தை வகிக்க அனுமதிக்கப் பெற்றனர்.

இதைப் போலவே இக்கட்டான நிலையில்தான் கலெக் டரின் நிலைமையும் அதிகாரங்களும் கொஞ்சகாலம் வரையறை செய்யப்படாமல் இருந்து வந்தன. வங்காளத்தில் வரி வசூல் கலெக்டரிடம் சில அதிகாரங்களும், ஜில்லா நீதிபதியிடம் போலீஸ் முதலிய அதிகாரங்களும் பகிர்ந்தளிக்கப்பட்டதைப் போன்று சென்னையிலும் அம்முறையை பின்பற்றச் செய்ய

முயற்சி எடுக்கப் பெற்றது. ஆயினும், அது கைவிடப்பட்டு, இங்கே கலெக்டரே மாஜிஸ்டிரேட்டாக அலுவலாற்ற வேண்டு மென்ற தீர்மானம் மேற்கொள்ளப் பெற்றது. அவரே ஜில்லாவில் நிர்வாகம் முழுவதற்கும் கேந்திர உயர் அதிகாரி என்பது நிர்ணய மாயிற்று. இப்படியாக, பிரிட்டிஷ் ஆதிக்கம் முடியும் வரை மாறாமல் நிலவிய நவீன ஜில்லா ஆட்சிமுறை 1818-ம் ஆண்டுக் குள், நன்கு வேரூன்றிவிட்டது. சர்க்கார் தன்னளவுக்கு சட்டம் அமைதியை பாதுகாப்பதற்குப் போதுமான வலுவுள்ளதாக கருதத் தலைப்பட்டு, எவ்வித படையெடுப்பு பயமும் இல்லாமல், பிரதே சங்கள் காக்கப்பெற்றுவந்தன. எல்லா ஜில்லாக்களிலும் சர்க்கா ருக்கு பிரதிநிதிகள் இருந்தனர். அவர்கள் அவ்வப்போது வேண் டிய தகவல்களைக் கொடுத்து, உத்தரவுகளையும் நிறைவேற்றி வந்தனர். பாளையக்காரர்களின் இராணுவ அமைப்புகள் சிதறுண்டு போயின. பின்னர் குற்றப் பரம்பரையினரின் நடவடிக்கைகளைக் கட்டுப்படுத்துவதற்கான அமைப்புகளையும் ஏற்பாடுகளையும் செய்ய நடவடிக்கைகள் மேற்கொள்ளப்பட்டன.

ஆயினும், முறையான போலீஸ் படை இன்னும் அமைக்கப் பெறவில்லை. சர்க்கார் வசமிருந்த இராணுவப்படை மூலமும், கலெக்டர்களின் உதவியாலும், ரெவின்யூ அதிகாரிகள், தலை யாரிகள் மூலமும் அமைதியை நிலைநாட்டுவது சாத்தியமாக இருந்தது. முறையாக அமைந்த நீதி ஸ்தலங்கள் நிறுவப்பெற்று, அவை விதித்த செலவையும் காலதாமத்தையும் தாங்கக்கூடிய வர்களுக்கு திருப்திகரமாய் செயலாற்றி வந்தன. இதனால் பஞ்சா யத்துக்கலளப் புனர் வாழ்வு பெறச் செய்த மன்றோவின் முயற்சி கள் தடைப்பட்டன. ஜில்லாக்களின் நிர்வாகம் கலெக்டர்களின் பொறுப்பில் விடப்பட்டதால், கொஞ்சம் ஏறத்தாழ ஒரு பிரத்தி யட்ச, அனுபவ சாத்தியமான வரிவசூல் முறையை அமுலாக்க முடிந்தது. அப்படியே குறிப்பிட்ட ஒரு கலெக்டர் அதிக வரி விதித்தாலும், ரெவின்யூ போர்டுக்கு மனுச் செய்துகொள்ள வழி யிருந்தது. அதற்கும் மிஞ்சி சர்க்காருக்கே அப்பீல் செய்யவும் வழி ஏற்பட்டது. நிர்வாகம் பலப்படுத்தப்பட்டதும், வரி வசூல் சுலப மாயிற்று. இன்னமும் வரிப்பளுவைக் குறைக்க வேண்டுமென்ற மன்றோவின் கோரிக்கை பூர்த்தி செய்யப் பெறவில்லை. இராணுவத் தேவைகள் அதிகரித்திருந்தன. ஆகவே, விவசாயி தானியம் சேமிக்கும் அளவுக்கு நிலவரிப்பளு குறைக்கப்பட வில்லை. சில்லரை வரிகளை விதிப்பதிலும் வசூலிப்பதிலும் சில

சீர்திருத்தங்கள் செய்யப்பட்டன. ஆயினும், மக்களிடம் அதிகப் படியான பணம் வசூலிக்கப்பெற்றது குறையவில்லை. முத்திரைக் காகித வரி கணிசமான வருமானமளித்தது. சமூக நலனைப் பற்றிய அக்கறையோ, அதற்கான செலவோ ஏதும் மேற்கொள் ளப்படவே இல்லை. நாட்டின் உற்பத்தி, முக்கியமாக பருத்தி ஜவுளி உற்பத்தி நாசமுற்றதும், நாட்டில் ஜவுளி இறக்குமதி யாகத் தொடங்கி, பல்லாண்டுகளாக ஏற்றுமதி செய்த நிலை தலைகீழாக மாறிவிட்டது. பாசனக் கால்வாய்களும் ரஸ்தாக்களும் சீராக்கப்பெற்றன. பொது மராமத்து நிறுவனத்திற்கான ஆரம்ப அலுவல்களும் ஆற்றப்பட்டன.

இந்த நூற்றாண்டின் ஆரம்பக் கட்டம் வரையில் நிலவிய ஒரு சமாதான சகாப்தத்தில் நாடு அடியெடுத்து வைத்தது. நல்ல முறையிலமைந்த நிர்வாகமும் இந்த சகாப்தத்தின் இணைந்த ஒரு பயனாகும். சென்ற நூற்றாண்டின் இறுதியில் ஒரு சில சில்லரைப் பூசல்கள் நிகழ்ந்தன. மசூதி ஒன்றைக் கட்டுவது சம்பந்தமாக 1882-ல் சேலத்தில் நிகழ்ந்த கலவரம், 1889-ல் சாணார்களுக்கும் மறவர்களுக்குமிடையே ஏற்பட்ட சிவகாசி கலகம், ஆகியவை குறிப்பிடத் தக்கவையாகும். வங்காளக்குடாக் கடலில் முதல் உலக யுத்தத்தின் போது எம்டன் என்ற ஜெர்மன் போர்க் கப்பலின் நடமாட்டம், கடல் வாணிபத்தைக் கொஞ்சம் கட்டுப்படுத்திற்று. ஆயினும், வெளிநாட்டு உள்நாட்டுப் பாது காப்பில் இவை சின்னஞ்சிறு சம்பவங்களாகும். 1804-லிருந்து ரெவின்யூ போர்டு மூன்று அங்கத்தினர்களைக் கொண்டு, கூட்டாக இயங்கிவந்தது. 1887-ல் இன்னும் ஒரு அங்கத்தினர் சேர்த்துக்கொள்ளப் பெற்று, இலாகா முறை மேற்கொள்ளப் பட்டது. ஜில்லாவுக்குக் கீழாக மனிஷன், தாலூகாக்கள் அமைக்கப் பெற்று, ஜில்லா நிர்வாகம் திருத்தி அமைக்கப்பெற்றது. 1857-ல் இந்திய டிப்டி கலெக்டர்கள் நியமிக்கப்பெற்று, சலுகை பெற்ற டிவிஷனல் அதிகாரியின் அந்தஸ்தும் அவர்களுக்கு அளிக்கப் பெற்றது. 1816-ல் ஸிவில் நீதி பரிபாலனத்திற்காக ஜில்லா முன்சீப்புகள் நியமிக்கப் பெற்றனர். இதன் மூலம் பஞ்சாயத்து முறையில் சமரஸம் செய்யும் வழக்கத்தை மீண்டும் தலைதூக்க விடாமல் செய்தாகிவிட்டது. 1862-ல் இந்த பீனல் சட்டம் அமு லுக்கு வரும்வரை முகமதிய சட்டங்களே அமுலில் இருந்துவந்தன. 1861-ல் ஹைக்கோர்ட்டுகள் நிறுவப்பெற்றன. 1858-ல் பொது மராமத்து இலாகா தொடங்கப் பெற்றது; 1871-லிருந்து ஸ்தல

நிர்வாகத்தில் அதிகாரிகளுடன் சுய ஆட்சிக்கான ஆரம்ப முயற்சிகள் மேற்கொள்ளப் பெற்றன. 1884-ல் லோகல் போர்டு சட்டம் நிறைவேற்றப் பெற்றதும், ஜில்லா தாலூகா போர்டுகளுக்கு தேர்தல் முறை அமுலாக்கப் பெற்று, உத்யோக சார்பற்ற தலைவர்கள் 1912-ல் நியமிக்கப் பெற்றதும், சுய ஆட்சிப் பாதையில் படிப்படியாக ஏற்பட்ட முன்னேற்றங்களின் அம்சங்களாகும். ரஸ்தா, கல்வி முதலியவற்றிற்கான தனி வரிகள் நில கிஸ்தியுடன் வசூலிக்கப்பெற்று ஸ்தல ஆட்சி வலுப்படுத்தப்பட்டது. அதிகாரிகளும், உத்யோகப் பற்றற்ற தலைவர்களுமாகச் சேர்ந்து பணியாற்றியதின் மூலம் நிர்வாகத்தில் குறிப்பிடத் தகுந்த அபிவிருத்தி ஏற்பட்டது.

சென்ற ஐம்பது அறுபது ஆண்டுகளில் சர்க்காரிலும் நிர்வாகத்திலும், புரட்சிகரமானதும் விரிவானதுமான மாறுதல்கள் நிகழ்ந்துவிட்டன. இதற்குக் காரணமாய் இருந்தவை, உலக சக்திகளின் விளைவுகளும், புதிய கல்வி முறையால் ஏற்பட்ட முன்னேற்றமுமே ஆகும். 1909, 1919, 1935-ஆம் ஆண்டுகளில் இயற்றப்பட்ட இந்திய அரசியல் சட்டங்களின் பயனாக, படிப்படியாக மாகாண, ஜில்லா நிர்வாகம் மாற்றி அமைக்கப்பெற்று, தற்போது ஆராய்ச்சிக்குரிய அம்சங்களாகிவிட்டன. ஆள்பவர்களுக்கும் ஆளப்படுபவர்களுக்கும் இடையே முற்றிவந்த நெருக்கடி, அமைதியை வெகுவாகக் குலைத்ததாயினும், காந்திஜியின் அஹிம்சை, சத்திய நெறிகளின் செல்வாக்கு மாத்திரம் நிலவாது இருந்திருக்குமானால் இந்த அமைதிக்குலைவுகளின் விளைவுகள் இன்னும் மோசமாகவே இருந்திருக்கும். அரசியல் கிளர்ச்சியின் பயனாக, தென்னகத்தில் நிகழ்ந்த முக்கிய விளைவு பிராமண சமூகத்தினர் சர்க்காரிலும் வெளியிலும் பெற்றிருந்த செல்வாக்கைக் குறைப்பதற்காகத் தோன்றிய பிராமணரல்லாதார் - அல்லது ஜஸ்டிஸ் கட்சி இயக்கமாகும்.

பிரிட்டிஷ் ஆட்சிக் காலத்தில் பிரபல அதிகாரிகளால் இந்த இயக்கம் ஆதரிக்கப் பெற்றது. 1950-ல் இந்திய யூனியன் தொடங்கப் பெற்றதிலிருந்து நிகழ்ந்த குறிப்பிடத்தகுந்த அம்சங்கள் - மக்களின் அரசியல்விழிப்பை அதிகரிக்கச் செய்து, வயது வந்தோர் வாக்குரிமையாகும். க்ஷேம நல அரசாங்கம் என்ற லட்சியத்தை ஒப்புக்கொண்ட தன் விளைவாக ஏற்பட்ட ஏராளமான சமூகப் பொருளாதார சட்டங்கள், திட்டமிட்ட பொருளாதார

வழி, மூன்றாவது ஐந்தாண்டுத் திட்டத்தில் பொருளாதார மேம் பாட்டிற்கான முயற்சியை திட்டக் கமிஷன் அடிப்படையிலிருந்து பஞ்சாயத்து நிறுவனத்தின் அடிப்படைக்கு மாற்றுவதற்கான முயற்சிகள் முதலியவையாகும்.

சீனப் படை யெடுப்பை யொட்டி ஏற்பட்ட 'நிரந்தர' அவசர கால நிலையால் இந்தத் திட்டம் தடைப்பட்டிருக்கிறது. நாட்டின் பொருளாதாரத் துறை சிக்கல் நிறைந்ததாக உருவெடுத்துள்ளது. ஜில்லா கலெக்டரின் ரெவின்யூ நிர்வாக அலுவல்களுக்கு இருந்த முக்கியத்துவம் மறைந்து, அபிவிருத்திப் பணிகளில் அவருக் குள்ள பொறுப் புகள் வெகுவாக அதிகரித்துள்ளன. பிரிட்டிஷ் தொடர்பு அற்றுப் போனதிலிருந்து, இந்தியா பற்பல சச்சரவு களுக்குப் பின்னர், மொழி அடிப்படையில் அமைந்த பல மாகா ணங்கள் அடங்கிய ஒரு சமஷ்டி ஐக்கிய சர்க்காராக உருப்பெற் றுள்ளது. இந்தப் புனர் அமைப்பு சில நன்மைகளை விளை வித்துள்ளதாயினும், இந்தியாவின் ஒற்றுமைக்கு இம்மாறுதல்கள் எத்தகைய விளைவுகளை உண்டாக்கும் என்பதை எதிர்காலந்தான் காட்ட வேண்டும்.

***

3. சமூகப் பொருளாதார நிலை

அசோகனுடைய கல்வெட்டுக்களில் உள்ள தமிழக ராஜ் யங்களைப் பற்றிய குறிப்புகளிலிருந்து, அந்த ராஜ்யங்களில் சீரான சமுதாய அமைப்பும், மௌரிய ராஜ்யத்துடன் அரசியல் தொடர்பு கொள்ளக்கூடிய தகுதியும் இருந்ததாகத் தெரிகிறது. மலைக்குகைகளில் உள்ள ''பிராம்மி'' கல்வெட்டுக்கள், தமிழ் கல்வெட்டுக்கள் முதலியவைகளிலிருந்தும் அன்றைய நிலை பற்றிய சில விவரங்கள் கிடைக்கின்றன. ஆயினும், இந்தக் குறிப்பு களிலிருந்து அன்றைய நிலை பற்றிய முழு வடிவம் ஒன்றும் கிடைக்கவில்லை. அவைகளின் மூலம் நாம் அறியக்கூடிய வற்றை சுருக்கமாகச் சொல்லி விடலாம். அன்றைய நிலையில் வட பாரதத்தின் சம்ஸ்கிருதப் பண்பாடும், தென்னகத்தின் தமிழ் பண்பாடும் இணைந்ததன் பயனாக ஏற்பட்ட ஒருமைப்பாடு தெளிவாகத் தெரிகிறது. ஈழம் (இலங்கை), மதுரை, கரூர், பாடலீபுரம் முதலிய இடங்கள் கல்வெட்டுக்களில் குறிப்பிடப் பட்டிருக்கின்றன. நாடு என்னும் பெயர் ராஜ்யத்தில் ஒரு எல்லைக்கு உட்பட்ட பகுதியாகும். நிகமம் என்ற ஒரு குழுவைப் பற்றியும் குறிப்பிடப்பட்டிருக்கிறது. வணிகன், பொன், கூல வணிகன், கைக்கோளன் முதலிய பெயர்களும் காணப்படுகின் றன. உறவு முறைப் பெயர்களில், சகலன், தந்தை, மகன், முதலிய சொற்களும் இந்தக் கல்வெட்டுக்களில் குறிப்பிடப்பட் டிருக் கின்றன. சமய சம்பந்தமான சம்ஸ்கிருத சொற்களான அதிட் டானம், தர்மம், உபாஸகன், குவிரன், யக்ஷர், குடும்பிகள் என்ற பெயர்களும் இந்தக் கல்வெட்டுக்களில் கலந்து காணப்படுகின்றன.

சங்க இலக்கியங்களில்தான், அன்றைய சமூக நிலை பற்றிய திடமான விவரங்கள் கிடைக்கின்றன. இந்த விவரங்களிலும் இரண்டு விதமான பண்பாடுகள் இணைந்திருந்தது தெரிகிறது. ஆரியர்களுடைய தத்துவம், மதம், இதிகாச புராணங்கள் முதலி யவைப்பற்றி தமிழ்ப் புலவர்கள் நன்கு அறிந்திருந்தார்கள். மகா பாரத யுத்தத்தில் இருதரப்புப் படைகளுக்கும், தமிழ மன்னர் கள் உணவு அளித்தார்கள் என்று குறிப்பிடப்பட்டு இருக்கிறது. மூதாதையர்களுக்குச் செலுத்தப்பட வேண்டிய ''ரிணம்'' என்ற கடனைப் பற்றி அப்பொழுதே அறியப்பட்டிருந்தது. 'மனிதர்கள்

இந்தக் கடன் சுமையுடன் தான் உலகில் தோன்றுகிறார்கள். கேள்வி, கல்வி, வம்ச வளர்ச்சி முதலிய அனுஷ்டானங்களால் இந்தக் கடன் செலுத்தப்பட வேண்டும்' என்றும் அறியப்பட்டிருந்தது. இதிகாசக் கதைகளை மக்கள் அறிந்திருந்தார்கள். 'இராவணன் சீதையை அபகரித்துச் செல்லும்போது, சீதை கீழே போட்டுவிட்டுப்போன ஆபரணங்களை குரங்குகள் எடுத்து விளையாடிக் கொண்டிருந்தன' என்ற குறிப்புகள் தமிழ் இலக்கியங்களில் காணப்படுகின்றன. விருந்தினர்களை உபசரித்து, அவர்களை வழியனுப்பும் பழக்கத்தைப் பற்றியும் தமிழர்கள் அறிந்திருந்தார்கள். கரிகாலன், தன்னுடைய விருந்தினரை வழியனுப்பியபோது, அவர்களுடன் ஏழு அடி தூரம் நடந்து சென்று, தேரில் ஏற்றி அனுப்பினான் என்ற சம்பவம், இதை எடுத்துக் காட்டுகிறது. சில குறிப்பிட்ட வடமொழிச் சொற்றொடர்கள், தமிழில் நல்ல முறையில் மொழி பெயர்க்கப்பட்டிருப்பதையும் நாம் காண்கிறோம். 'பாத ரக்ஷா' எனும் சொல், 'அடி புதை அரணம்' என்ற தமிழ்ச் சொல்லாக, காலணியைக் குறிப்பிடுவது ஒரு உதாரணம். 'தான துரம்தாரா' என்ற சொல், 'ஈகைச் சென்னுகம் தாங்கிய' என்ற தமிழ்ச் சொல்லாக மாறுகிறது. நல்ல தரமான பொன்னுக்கு, சம்ஸ்கிருதத்தில் குறிப்பிடும் 'ஜாம்புநாதம்' என்ற பெயர், ''நாவல்-ஒடு-பெயரிய-பொன்'' என்று மொழிபெயர்க்கப்பட்டிருக்கிறது. அதாவது, நாவல் என்ற பெயரைக் கொண்ட பொன் என்பது பொருள். தமிழ் மன்னர்கள் மூவரும், சிம்மாசனத்தில் இருந்து ஆட்சிபுரிந்ததை, தமிழ் மூதாட்டி ஔவையார் வேள்விக் கூடத்தில் கொழுந்துவிட்டு எரியும் மூன்று தீப்பிழம்புகளுக்கு ஒப்பிட்டு இருக்கிறார். சூரிய வெளிச்சத்தில் காணப்படும் ஒரு துளியே அளவையாகக் கொள்ளப்பட்டது. குமுதம் அல்லது ஆம்பல், சமுத்திரம் அல்லது வெள்ளம் என்ற சொற்களால் பெரும் எண்ணிக்கைகள் குறிப்பிடப்பட்டன. சங்க நூல் முழுவதிலும், வடக்கத்திய பண்பாட்டுக்கு தமிழ்நாட்டில் நல்ல வரவேற்பு இருந்ததைப்பற்றி பல குறிப்புகள் காணப்படுகின்றன. இதன் பயனாக, தமிழகத்தின் பண்பாடு வளர்ச்சியடைந்ததோடு, கீழ்த்திசை நாடுகளுக்கு தமிழகப் பண்பாடு பரவுவதற்கும் வாய்ப்புக் கிடைத்தது.

நிலம், 'மா', 'வேலி' என்ற அளவைகளால் அளந்து அறியப்பட்டது. வாழ்க்கைக்குத் தேவையான அவசியப் பொருள்கள் ஏராளமாக இருந்தன. தமிழ்ப் புலவர்கள், தங்கள் தங்களுடைய

நாடுகளைப் பற்றி பெருமை கொண்டு, நாட்டு வளத்தையும், சிறப்பையும் பற்றி பாடல்கள் புனைந்தார்கள். காவேரியாற்றின் அருகில் இருக்கும் நாடுகளின் வளம், பாடல்களில் அடிக்கடி வர்ணிக்கப்பட்டது. 'பெண் யானை ஒன்று படுத்து உறங்கக்கூடிய ஒரு நிலப் பகுதியில் விளையும் தானியம் ஏழு ஆண் யானைகளுக்கு உணவு அளிக்கக்கூடியது' என்ற, ஒரு புலவரின் பாட்டு, அன்றைய நிலவளத்துக்குச் சான்றாகும். பாரியின் ஆட்சியின் கீழ் அடங்கிய நிலப்பகுதியில் தானியங்கள் செழிப்பாக விளைந்தன. தேன், மூங்கில், அரிசி, கிழங்குகள் முதலிய வன விளை பொருள்களும் நிறைந்திருந்தன. பாடல்களில் சிங்கத்தைப் பற்றிய குறிப்புகள் ஒரு இலக்கிய சம்பிரதாயத்தின் விளைவுதான் என்று சொல்ல வேண்டும். சிங்கத்தைப் பற்றி புலவர்கள் நேரடியாக அறிந்திருந்தார்கள் என்று சொல்ல முடியாது. புலி, கரடி, மற்றும் சில வனவிலங்குகளைப் பற்றிய குறிப்புகள், விஷயமறிந்த முறையில் காணப்படுகின்றன. காட்டு யானைகள் பெரும் குழிகளில் சிக்க வைத்துப் பிடிக்கப்பட்டன.

ஜாதி, குடிப் பிரிவுகளும், சடங்குமுறைகளும் கொண்ட வகையில் சமுதாயம் அமைக்கப்பட்டிருந்தது, பெரிய நகரங்களும், துறைமுகப் பட்டினங்களும், பல்வேறு மக்கள் நிறைந்து விளங்கின. திருப்பதி மலைப் பகுதியில்தான், பேசும் மொழி தமிழிலிருந்து தெலுங்காக மாறியது என்று குறிப்பிடப்பட்டிருக்கிறது. பழம்குடிகள் நிறைந்த ஒரு சமுதாயம் பற்றி, நாம் பாடல்களிலிருந்து சில விவரங்களை அறிந்துகொள்கிறோம். துடியன், பாணன், பறையன், கடம்பன் ஆகிய நான்கு பிரிவுகளைக் கொண்ட குடிகளைத் தவிர வேறு குடிகள் கிடையாது என்றும், நெல் கொண்டு வழிபடுவதற்கு உரிய தெய்வங்கள், பகைவர்களுடன் போரில் சண்டையிட்டு உயிர் இழந்த வீரர்களின் ஞாபகச் சின்னமாக எழுப்பப்பட்ட வீரக்கல்கள்தான், அந்தப் பாடல்களில் குறிப்பிடப்பட்டிருக்கின்றன. வேடுவர்கள், ஆட்டு இடையர்கள், மீனவர்கள், பிராமணர்கள் முதலியவர்களைப் பற்றிய தொழில், அவர்களுடைய இருப்பிடங்கள், அவர்கள் உபயோகித்து வந்த பல்வேறு சாதனங்கள் எல்லாம் மிகவும் தெளிவாக வர்ணிக்கப்பட்டிருக்கின்றன. மேல் குடிப்பிறந்தோர் தினந்தோறும் குளிப்பதுடன், சுத்தமான பழக்கவழக்கங்களை கையாண்டு வந்தார்கள் என்றும் தெரிகிறது. பிராமணர்களுடைய வீடுகளில், வாசல் முன் புறங்கள் மாட்டுச்சாணத்தைக் கொண்டு சுத்தம் செய்யப்பட்டு

இருந்தன. கோழி, சேவல் இனங்கள், நாய் முதலியவைகள் இந்த வீடுகளுக்குள் போகா. வீட்டின் உட்புறத்தில் தினசரி வழிபாட்டுக்கு வேண்டிய தெய்வ விக்கிரஹங்கள் இருந்தன. பெண்கள் நல்ல உணவை தெய்வ வழிபாட்டுக்கும், விருந்தினர்களுக்கும் அளித்தார்கள். நாட்டிலிருந்த பல்வேறு தலைவர்களும், குறுநில மன்னர்களும் அளித்த விருந்துகளின்போது, பிராமணர்கள் அங்கு அளிக்கப்பட்ட இறைச்சிகள் முதலியவற்றைப் புறக்கணக்கவில்லையென்றும் அறிகிறோம். எங்கும் கல்வி அறிவு போற்றப்பட்டு வந்தது. அறிஞர்கள் கூட்டங்கூடி, பொது மேடைகளில் விவாதம் நடத்திவந்தார்கள். நாடோடியாக இடம் விட்டு இடம் சென்ற பெண்களின் பாடல்களுக்கேற்ப, அவர்களைச் சேர்ந்த விறலிகள் என்ற பெண்கள் நடனமாடி, மன்னர்களுக்கும், தலைவர்களுக்கும் முன்னிலையில் நிகழ்ச்சிகள் நடத்திவந்தார்கள். இவர்களுக்குப் பெருமளவில் பரிசுகள் கிடைத்தபோதிலும், இவர்கள் எப்பொழுதும் வறுமைக்கு உட்பட்டே இருந்தார்கள். கிரீஸ், ரோமாபுரி முதலிய இடங்களிலிருந்து வந்த யவனர்கள், மற்ற நாட்டு மாலுமிகள், அரபிய நாட்டுப் பிரயாணிகள் முதலியோரைப் பற்றியும், விவரங்கள் காணப்படுகின்றன. வலுவான உடல் அமைப்புடன், கொடூரமான தோற்றம் கொண்டு, அங்கிகள் அணிந்து, ஆயுதம் தாங்கி, கையில் சவுக்குகள் ஏந்தி, இவர்கள் அரண்மனையிலும், அந்தப்புரங்களிலும் காவல்காரர்களாக பணியாற்றி வந்தார்கள். மற்றும் மிலேச்சர்கள், உள்நாட்டு மக்களுடைய மொழியை அறியாததால், அவர்கள் எப்பொழுதும் கண்களாலும் கைகளாலும் சமிக்ஞை செய்தே பேசி வந்தார்கள். இந்த மிலேச்சர்கள், மதுரையின் பெரிய தெருக்களை இராக்காலங்களில் காவல் புரிந்துவந்தார்கள். யவனர்களால் செய்யப்பட்ட புட்டிகளில் அயல்நாட்டு மதுபானங்கள் மன்னர்களுடைய விருந்துகளில் பரிமாறப்பட்டன. இத்தகைய மதுபானங்களை கவர்ச்சிமிக்க இளம் பெண்கள் வழங்குவது வழக்கம்.

அந்தக் காலத்திய புலவர்களுக்கும், அவர்களைப் போஷித்து வந்த மன்னர்களுக்குமிடையே நிலவிய உறவு பல விதங்களிலானது. பதிற்றுப்பத்து பாடல்களைப் பாடிய புலவர்களுக்கு, பெருமளவிலான சன்மானங்கள் கொடுக்கப்பட்டன. நிலம், பொருள் முதலியவைகளுடன். உணவு, மதுபானம், உடை, மற்றும் பொன், யானைகள் முதலியவைகளும் சன்மானங்களாகக் கொடுக்கப்பட்டன என்று தெரிகிறது. தங்களுக்குச் சன்மானம் கொடுப்பதற்காக, நெடுங்காலம் தங்களைக் காக்கவைத்த போஷகர்களைப்

பற்றியும், மிகவும் கருமித்தனமான முறையில் சிறிதளவே சன்மானம் கொடுத்தவர்களைப் பற்றியும், புலவர்கள் சில சமயங் களில் கோபத்துடன் பாடியிருக்கிறார்கள். உறையூர் முற்றுகை யின்போது, ஒரு புலவர் பகைவனைச் சேர்ந்த ஒற்றன் என்று சந்தேகிக்கப்பட்டு, அந்தக் குற்றத்தையொட்டி அவருக்கு சிறைச்சேத தண்டனை விதிக்கப்பட்டது; மற்றொரு புலவர் தலையிட்டு அவரைக் காப்பாற்றினார்.

சில புலவர்கள், தங்களுடைய வள்ளல்களின் ஆப்த நண்பர் களாகவும் விளங்கினார்கள். இவ்வகையில், கபிலருக்கும் பாரிக் கும், பிசிராந்தையாருக்கும் கோப்பெருஞ்சோழனுக்கும், ஔவை யாருக்கும் அதிகமானுக்கும் இடையே நிலவிய நட்பு குறிப்பிடத் தக்கது.

மற்றும், இந்தப் பாடல்களிலிருந்து மக்களுடைய நடை யுடை பாவனைகள், அவர்களுடைய பழக்கவழக்கங்கள் முதலி யவைகள் பற்றியும் நமக்கு விவரங்கள் கிடைக்கின்றன. ஆண்கள் இரு துண்டுத் துணிகளை அணிந்தார்கள். உயர்குலத்தைச் சேர்ந்த பெண்கள் அங்கி அணிந்து, கூந்தலுக்கு ஒரு வகைக் குழம்பு பூசிவந்தார்கள். தலைமுடி வெட்டுவதற்கும், முகத்தில் மயிர் திருத்துவதற்கும் உருக்கினால் செய்யப்பட்ட கத்தரிக்கோல்கள் உபயோகப்பட்டன. அக்கத்தரிக்கோல்களின் கைப்பிடிகள் அழகிய பெண்ணின் காதுகள்போன்று அமைந்திருந்தன. துணி கள் சுருங்காமல் இருப்பதற்குக் கஞ்சிப்பசை உபயோகிக்கப் பட்டது. ஆண், பெண் இருபாலரும் ஆபரணங்கள் அணிந்திருந் தனர். முத்துமாலைகளும், கையில் அணியும் கடகமும் இவ்வகை யில் குறிப்பிடப்பட்டு இருக்கின்றன. புலியின் பல்லைக் கொண்டு செய்யப்பட்ட மாலைகளையும், விஷ்ணுவின் ஆயுதங்களான ஐம்படை அமைப்புகள் கொண்ட மாலைகளையும் குழந்தைகள் அணிந்திருந்தார்கள்.

கறிகாய்கள், பால், பாலால் செய்யப்பட்ட பொருள்கள் முதலியவைகளுடன், தான்யங்கள், இறைச்சி, மீன் முதலியவை களும் உட்கொள்ளப்பட்டன. நில உரலில் தான்யம் இடிக்கப் பட்டு, அவலாக மாற்றப்பட்டது. சமைக்கப்பட்ட இறைச்சியின் மிருதுத்தன்மையை புலவர்கள் பஞ்சுக்கு ஒப்பிட்டார்கள். பாலில் ஊறவைக்கப்பட்ட அப்பம், ஒரு ருசியான தின்பண்டமாக விளங் கிற்று. அதேபோல ஆமை, பன்றி முதலிய பிராணிகளின் இறைச் சியும் நல்ல நிலையில் உள்ளவர்களின் தின்பண்டங்களாய்

விளங்கின. சூடாக சமைக்கப்பட்ட ஆரல் மீனும் மிக விரும்பப் பட்டது. ஒரு மிருகத்தை அப்படியே நெருப்பில் வாட்டி எடுத் தால், அதற்கு ருசி அதிகம் என்று கருதப்பட்டது. பெரிய ஜாடி களில் வைத்து சேமிக்கப்பட்ட கள், பச்சைநிறப் புட்டிகளில் இறக்கு மதி செய்யப்பட்ட மதுபானங்கள் பற்றியும் குறிப்புகள் உள்ளன. இந்த மதுபானத்திற்கு வேகம் அளிப்பதற்கு, இஞ்சியை உபயோ கிக்கலாமென்று ஒரு குறிப்பு காணப்படுகிறது. மூங்கில் புட்டி களில் கள்ளைச் சேமித்து நெடுங்காலம் பூமியில் புதைத்து வைத்தால், அதற்கு ருசி ஏற்படும் என்று குறிப்பிடப்பட்டிருக் கிறது. கரும்புச் சாறு, இளநீர் இரண்டுடன் சேர்த்துக் கலக்கப் பட்ட 'முன்னீர்' என்ற கள் மிகவும் விரும்பப்பட்டது. வெற்றிலை போட்டுக்கொள்ளும் பழக்கம் எங்கும் பரவியிருந்தது. போர்க்களத் தில் கணவனை இழந்த பெண்கள் மட்டும் வெற்றிலை போடு வதில்லை.

கோடைக் காலங்களில் அரச குடும்பத்தினரும், அவர் களுடைய நண்பர்களும் நதிக்கரையில் குழுமி, வெப்பத்தைத் தவிர்த்தனர். சிறுவரும், சிறுமியரும் சேர்ந்து நீராடுவதிலும், விளை யாடுவதிலும் காலம் கழித்தார்கள். குளிர்காலத்தில் மக்கள், வீடு களின் சாளரங்களை மூடி, குளிர் உள்ளே புகாமல் தடுத்து, வெப்பத்திற்கான வசதியையும் செய்து கொண்டார்கள். பெண்கள் புஷ்பங்களை வைத்து மகிழ்ந்தார்கள். அகில் கட்டை போன்ற பொருள்களை எரித்து, அந்தப் புகையில் குளிர் காய்ந்தனர். இசைக் கருவிகளுக்கு, சுருதி பிடிப்பதற்கு, அந்தக் கருவிகளின் தந்தி களுக்கு மக்கள், தங்களுடைய உடலில் உள்ள வெப்பம் சேரும் படி செய்தனர். ஆண்களும், பெண்களும் ஓவியங்கள் வரையும் பழக்கம் பெற்றிருந்தனர். இராக்காலங்களில் விறலிகள் நடனம் ஆடும்போது, பெரிய எண்ணெய் விளக்குகள் வெளிச்சம் கொடுத் தன. பலவிதமான யாழ்களும், குழல்களும் அக்காலத்தில் இருந் தன. ஆண்களும், பெண்களும் சேர்ந்து ஆடும் துணங்கை, அல்லியம் போன்ற நிகழ்ச்சிகளால் அடிக்கடி காதலர்களுக்குள் ஊடல்கள் ஏற்பட்டன. இல்லக்கிழத்தியாகிய மனைவிக்கு காமக் கிழத்தியரக ஒருத்தி போட்டியிட்டாள். இந்தச் சம்பவம் மிகவும் சிறந்த முறையில் சிலப்பதிகாரத்தில் சித்தரிக்கப்பட்டிருக்கிறது.

நாட்டுப்புறப் பெண்கள் மலர்களாலும் இலைகளாலுமான ஆடைகளை அணிந்திருந்தார்கள். தனவந்தர்களின் பெண்கள் தங்க ளுடைய மாளிகைகளின் மேல்மாடங்களில் பந்து முதலியவைகள்

கொண்டு விளையாடிவந்தார்கள். கிராம மன்றங்களில் குழந்தைகள் விளையாடுவதற்கு வாய்ப்பு இருந்தது. வேடுவர்களின் குழந்தைகள் சிறிய வில் அம்பு கொண்டு விளையாடினார்கள். விழாக் காலங்களில், நகரத் தெருக்களில் யானைகள் ஊர்வலமாக வந்தது, மக்களுக்கு ஓர் பொழுதுபோக்காக விளங்கிறது. வயது வந்தவர்கள் சொக்கட்டான் முதலிய ஆட்டங்களில் ஈடுபட்டார்கள். மல்யுத்தம், வேட்டையாடுதல், முதலியவை வலிமை மிக்க ஆண்களுக்குப் பொழுதுபோக்காக இருந்தது. வேட்டை நாய்களைக் கொண்டு, கண்ணி வைத்து, காட்டுப்பன்றி, முயல் முதலிய மிருகங்கள் வேட்டையாடப்பட்டன. கறகளால் அமைக்கப்பட்ட கண்ணிகளின் மூலம் புலிகளை வேட்டையாடினார்கள்.

செல்வம் படைத்தோரின் மாளிகைகள் செங்கல், சுண்ணாம்பு கொண்டு கட்டப்பட்டன. பல கட்டிடங்கள், பல அடுக்கு மாளிகைகளைக் கொண்டிருந்தன. 'பத்துப்பாட்டில்' நெடுநல்வாடையில் ஒரு அரண்மனையின் அமைப்பு மிக விரிவாக வர்ணிக்கப்பட்டிருக்கிறது. நியதிப்படி நல்ல முகூர்த்த காலத்தில் ஆரம்பித்து, கட்டப்பட்ட இந்த மாளிகையின் உட்புறம் நல்ல முறையில் அமைந்திருந்தது. பெண்களுக்கான அந்தப்புரம், படுக்கை அறை முதலியவைகளின் அமைப்புகள் வர்ணிக்கப்பட்டிருக்கின்றன. சாதாரண மக்களின் இல்லங்கள் எளிய முறையில் அமைந்திருந்தன. ஆயினும், அந்த இல்லங்களில் மகிழ்ச்சிக்கு வேண்டிய வசதிகள் அமைந்திருந்தன. தோலால் செய்யப்பட்ட விரிப்புகள், பாய்கள், கயிற்றுக்கட்டில்கள் முதலியவைகளை புலையர்கள் தங்களுடைய கைத்திறன் கொண்டு தயாரித்தார்கள். ஏழை மக்களுக்கு பொருள் படைத்தவர்கள் அன்னதானம் செய்தார்கள். இதற்கென அமைக்கப்பட்ட விசாலமான கொட்டகைகளில் உணவு அளிக்கப்பட்டது. அரண்மனைகள், மாளிகைகள் முதலியவைகளின் முன்புறங்களில் காக்கைகளுக்காக சோறு வைப்பது வழக்கமாய் இருந்தது. அரண்மனைகளில் விருந்தோம்பலுக்கென்று வெள்ளி, பொன்தட்டுகள் பயன்பட்டன. பெரிய நகரங்களின், தெருக்களில் தேர்கள் அடிக்கடி சென்றதன் விளைவாக, போக்குவரத்துத் தடங்கள் ஏற்பட்டன.

சமுதாயத்தில் பெண்களுக்கு நல்ல சுதந்திரமிருந்தது. புகழ் பெற்ற பல பெண புலவர்கள் இருந்தார்கள். உடன்கட்டை ஏறுதல் பாராட்டுக்குரிய சம்பவமாக இருந்தபோதிலும், அரச குடும்பங்களில் கூட, அது அதிகமாய் பழக்கத்தில் காணப்படவில்லை.

கணவனை இழந்த பெண்ணின் வாழ்க்கை துன்பம் நிறைந் திருந்தது. வாழ்க்கையின் நற்பயன்கள் அவர்களுக்குக் கிடைக்க வில்லை. அவள் வசதியின்றி வாழ வேண்டியது ஒரு கடமையாக ஏற்பட்டது.

சமுதாயக் கோட்பாடுகள் உயர்ந்த முறையில் நிலவின. மக்கள் வாழ்க்கையை நன்றாக அனுபவித்து வந்தார்கள் என்ப தற்கு சங்க நூல்களில் ஏராளமான சான்றுகள் கிடைக்கின்றன. குடும்பத் தலைவர்கள் விருந்தோம்பலை ஒரு கடமையாகவே கொண்டிருந்தார்கள். இத்தகைய கடமையில் தவறுபவர்கள் இகழ்ச்சிக்கு உரியவர்களாக இருந்தார்கள். 'துன்பம் வருங்கால் உதவி செய்பவனே உண்மையான நண்பன்' என்ற தத்துவும் நிலவிற்று. பொறுமை, ஏழைகளுக்கு இரங்குதல், வெறுப்பு ஏற்படாமல் அரசர்கள் தங்களுடைய வலிமையைப் பிரயோ கித்தல், உயர்ந்த முறையில் பேசுதல் முதலிய பழக்கங்கள் எல் லோராலும் போற்றப்பட்டுவந்தன. நன்றியின்மைதான் மிகவும் கொடிய பாவம்; இதற்குப் பரிகாரமே கிடையாது என்று கருதப் பட்டது. குடும்ப வாழ்க்கைக்கு சமுதாயத்தில் ஒரு உயர்ந்த ஸ்தானம் இருந்தது. மனைவி 'இல்லத்தின் ஒளி' என்று கருதப் பட்டு வந்தாள். கன்னிப் பெண்ணின் மகிமை மிகவும் முக்கிய மாக போற்றப்பட்டது.

அன்றைய சமுதாயத்தின் பொருளாதாரத்துக்கு விவசாயமே அடிப்படையாக விளங்கிற்று. கரும்பு, பருத்தி, மிளகு முதலிய பொருள்கள் பயிரிடுவதும் பழக்கத்தில் இருந்தது. விவசாயி களுக்கு நல்ல மதிப்பு இருந்தது. ''உழுதுண்டு வாழ்வாரே வாழ் வார் மற்றெல்லாம் தொழுதுண்டு பின் செல்பவர்'' என்ற குறள் உழவனது வாழ்க்கையின் பெருமையை எடுத்துக் கூறுகின்றது. உழவுக்கு அடுத்தபடியாக போற்றப்பட்டது உடை தயாரிப்ப தாகும். தமிழ் நூல்களில் மட்டுமின்றி, சம்ஸ்கிருதம், ஐரோப்பிய நூல்களில் கூட, அன்றைய துணிகளின் மகிமை பற்றிய சான்று கள் காணப்படுகின்றன. அந்தக் காலத்தில் நெய்யப்பட்ட துணி களின் மென்மை பாம்புச் சட்டையின் மிருதுத் தன்மைக்கும், நீராவிக்கும் ஒப்பிடப் பட்டது. இத்தகைய நுண்ணிய தன்மை கொண்ட துணிகளில் பல வர்ணங்களைக் கொண்ட மலர் வடிவங் கள் நெய்யப்பட்டன. பட்டு, கம்பளித் துணிகளும் பழக்கத்தில் இருந்தன.

அந்தந்தப் பகுதிக்கு மட்டுமே தேவையான பொருள்கள் தயாரிக்கப்பட்டன. மிகவும் விலை உயர்ந்த பொருள்கள், அல்லது எல்லா இடங்களிலும் கிடைக்காத உப்பு போன்ற பொருள்கள் மட்டுமே வியாபாரத்துக்கு வந்தன. பண்ட மாற்றுதல், பொது வாக எங்கும் நிலவிற்று. உப்பு சுமந்து செல்லும் வண்டிகளில், வண்டிச் சக்கரத்தை நேராகச் செலுத்துவதற்கான அச்சுகள் இருந்தன. சாலைகளில் பல மேடுபள்ளங்கள் இருந்ததால் முன் கூட்டியே இந்த ஏற்பாடு செய்திருந்தார்கள். கழுதைகள் மிளகு மூட்டைகளைச் சுமந்து சென்றன. நகரங்களில் கடைவீதி, சந்திப்பு நிறைந்த இடமாக விளங்கிற்று. கடைகள் தோறும் கொடிகளும், தோரணங்களும் பறந்தன. பொற்காசுகள் பல கைமாறின. மதுபானம் வழங்கப்படும் கடைகள் நிறைந்திருந்தன. கப்பல் வர்த்தகம் செழித்திருந்தது. அயல் நாட்டுக் கப்பல்களில் குதிரை களும், பொன்னும் வந்திறங்கின. மிளகும் மற்ற விலை உயர்ந்த பொருள்களும், ஏற்றுமதி செய்யப்பட்டன. துறைமுகங்களில் நின்ற கலங்கரை விளக்குகள் இராக்காலங்களில் கப்பல்களுக்கு வழிகாட்டின. பல்வேறு துறைமுகங்களில் வியாபாரத்துக்கான பொருள்களைப் பற்றி ''பெரிப்ளஸ்'' எனும் நூலில் விவரங்கள் காணப்படுகின்றன. இதே போன்ற விவரங்கள் சங்க நூல்களிலும் உள்ளன.

புகார், அல்லது காவேரிப்பூம்பட்டினம் என்ற சோழர் காலத் துறைமுகத்தில் பல்வேறு நாடுகளிலிருந்து வியாபாரிகள் வந்து குழுமியிருந்தார்கள். பல மொழிகள் பேசப்பட்ட இந்த வர்த்தக சமுதாயத்தில் நட்பு நிலவிற்று. அதன் பயனாக, புகாரின் செல்வ மும், நல்வாழ்வும் மேலும் மேலும் ஓங்கி வளர்ந்தன. புகார் நகர வர்த்தகர்கள் நியாயமான லாபத்துக்கு வியாபாரத்தை நடத்தி வந்தார்கள். தீமை செய்வதற்கு அஞ்சினார்கள். உண்மையே பேசிவந்தார்கள். பொருள் வாங்குவோரின் நலனையே தங்கள் நலனாகக் கருதினார்கள். ஏற்றுமதிக்காக துணிகள் பக்குவம் செய்யப்படுவதற்கு, ஒரு பெரும் தொழிற்சாலை இருந்ததற் கான சான்றுகள், புதுச்சேரிக்கருகே அரிக்கமேடு என்ற இடத்தில், தொல்பொருள் ஆராய்ச்சி மூலம் கிடைத்திருக்கின்றன. சங்க இலக்கியங்களில் காணப்படும் சான்றுகளுக்கு இவை சாட்சி கூறுகின்றன. தெற்குக் கடற்கரையில், சாலியூர் என்ற துறை முகத்திலும், மேற்குக் கடற்கரையில் முசிரிஸ் என்ற துறைமுகத் திலும் வியாபாரம் செழித்து நடந்து வந்தது.

தமிழ் நாட்டின் உட்புறப் பகுதிகளில் பெரும் அளவிலான ரோமாபுரி நாணயங்கள் கிடைத்துள்ளது, அந்த நாட்டிலிருந்து பலவிதமான வர்த்தகர்கள் தமிழ்நாட்டுக்கு வந்து, தொடர்ந்து வியாபாரம் நடத்தியதை எடுத்துக் காட்டுகிறது. மேற்கத்திய நாடு களுக்கும், தூரக்கிழக்கு நாடுகளுக்குமிடையே தென் பாரதம் ஒரு இணைப்பாக விளங்கி வந்தது. ரோமானிய ஆட்சியின் ஆரம்பக் காலத்தில், அலெக்ஸாண்டிரியாவைச் சேர்ந்த ஹிப்பாலஸ் பருவக் காற்றைக் கண்டுபிடித்தான். அதன் பயனாக, எகிப்து, இந்தியா இரண்டு நாடுகளுக்குமிடையே நேரடியான கடல் மார்க்கம் வகுக்கப்பட்டது. எகிப்தில் அலெக்ஸாண்டிரியா ஒரு முக்கிய வர்த்தக ஸ்தலமாக விளங்கிற்று. அரேபிய கடற்கரையில் இருந்த துறைமுகங்கள் முக்கியத்துவத்தை இழந்துவந்தன. மலாய் நாட் டுக்கும் மலையாள கடற்கரைக்கும் இடையே நடைபெற்ற வர்த் தகம் தமிழர்கள் கையிலேதான் இருந்தது. ரோமாபுரிக்கும், தென் னிந்தியாவுக்குமிடையே நிலவிய நேரடியான வர்த்தக மார்க்கம், ரோமாபுரி ராஜ்யத்தில் மூன்றாவது நூற்றாண்டில் ஏற்பட்ட குழப் பத்தினால் நசித்துப் போய்விட்டது. பின்னர், இந்த வர்த்தக மார்க்கம் ஒருவாறு மீட்கப்பட்டது.

இத்தகைய வர்த்தகத்தில் சோழ ராஜ்யம் ஒரு முக்கியமான இடம் பெற்றிருந்தது. உள்நாட்டு வர்த்தகத்திற்கான சிறிய படகு கள், அதிக அளவு பொருள்களைக் கொண்டு செல்லக் கூடிய பெரிய படகுகள், கடல் கடந்து, மலாய், சுமத்ரா முதலிய நாடு களுக்குச் செல்லக்கூடிய பெரும் மரக்கலங்கள் ஆகியவை அந்தக் காலத்தில் வர்த்தகத்திற்கும் பயன்பட்டன.

ரோமாபுரி ராஜ்யத்துடன் நடைபெற்று வந்த வர்த்தகத்தைப் பற்றி ''பெரிப்ளஸ்'' ஆசிரியர் பின்வருமாறு கூறுகிறார்: ''தமிழ் நாட்டுத் துறைமுகங்களில் கிடைக்கும் மிளகு முதலிய பொருள் களுக்கு ரோமாபுரியிலிருந்து பெரிய மரக்கலங்கள் சென்றன. நாணயங்கள், மிகவும் மெல்லிய துணிவகைகள், கண்ணாடிகள், தாம்பரம், தகரம், ஈயம், ஓரளவு மதுபானம், மாலுமிகளுக்கு போது மான கோதுமை முதலியவைகள் தமிழ் நாட்டில் இறக்குமதி செய்யப்பட்டன. ஒரு குறிப்பிட்ட பகுதியிலிருந்து மிளகும், மற்றும் பல பகுதிகளிலிருந்து நல்முத்துக்கள், தந்தம், பட்டுத் துணி முதலியவைகளும் கொண்டுவரப்பட்டன. கோயமுத்தூர் பகுதியிலிருந்து கொண்டு வரப்பட்ட நீலக்கற்களை ரோமாபுரி மக்கள் பெரிதும் விரும்பினார்கள்.

சங்க இலக்கியங்களில் பல்வேறு விதமான வர்ணனைகளும், விவரங்களும் இருந்தபோதிலும், நமக்குத் தேவையான தகவல்கள் எல்லாம் அவைகளில் கிடைக்கவில்லை. உதாரணமாக, திருமணத்தைப் பற்றிய முழு விவரங்களும் நமக்கு, இந்த நூல்களின் மூலம் தெரியவில்லை. பெண்ணுக்கு திருமணத்தைக் குறிக்கும் தாலியைப் பற்றி குறிப்புக்கள் காணப்படுகின்றன. அகநானூறில் இரண்டு பாடல்களில் ஒரு மணவினை விருந்து பற்றிய விவரங்கள் காணப்படுகின்றன. மணச்சடங்குக்கு முன்பு, உயர்ந்த அரிசி கலந்த, இறைச்சி சேர்ந்த உணவு விருந்தில் பரிமாறப்பட்டது என்று சொல்லப்பட்டிருக்கிறது. குடும்பத் தலைவிகளான நான்கு பெண்கள் மணப்பெண்ணைக் குளிப்பாட்டினார்கள். மணப்பந்தலில் மணல் பரப்பப்பட்டிருந்தது, மங்கல வாத்தியம் முழங்கிற்று. வளர்பிறையில் மணவினைக்கு நாள் குறிக்கப்பட்டது என்றும் அறிகிறோம். ஆனால் மணச்சடங்கு பற்றிய விவரங்கள் தெளிவாகக் கிடைக்கவில்லை. சமுதாயத்தில் நிலவிய பல குறைகளை நீக்குவதற்காகவே ஆரியர்கள் சடங்குகளை வழக்கத்தில் கொண்டு வந்தார்கள் என்று தொல்காப்பியமும், களவியலும் கூறுகின்றன.

மணவினைச் சடங்கின்றி, ஆண், பெண் இருவரும் கூடுவதற்கான காமக் கூட்டம் என்ற பழக்கம் பற்றியும் இந்த நூல்களில் கூறப்பட்டிருக்கிறது. காதலர்கள் இரகசியமாக மணம் புரிந்து கொள்வதற்கு 'களவு' என்றும், பெற்றோர் ஒப்புதலின் பேரில் மணம் புரிந்து கொள்வதை 'கற்பு' என்றும் நூல்கள் குறிப்பிடுகின்றன. ஒருதலைக் காதலை 'கைக்கிளை' என்றும், பொருந்தாக காதலை 'பெருந்திணை' என்றும் நூல்கள் குறிப்பிடுகின்றன. சம்ஸ்கிருத நூல்களில் வர்ணிக்கப்பட்டிருக்கும் எட்டு வகையான மணவினைகளைப் பற்றி தமிழ் இலக்கியங்கள் கூறுகின்றன. தமிழக வாழ்க்கையில் இந்த எட்டு வகையான திருமணங்களை பொருத்திக் கூறுவதற்கு, பல முயற்சிகள் செய்யப்பட்டிருக்கின்றன. களவு எனும் பழக்கம், காந்தர்வ விவாகத்திற்குச் சமமாக கொள்ளப்பட்டு இருக்கிறது. இதைத்தவிர வேறு எந்த விதத்திலும், இந்த எட்டு வகைகளும் தமிழர் சமுதாயத்தில் இணைந்ததாகத் தெரியவில்லை. ஆத்மீக விஷயத்தில், ஆரிய பழக்கவழக்கங்களுடன், ஆரியர்களுக்கு முந்திய பழக்கவழக்கங்கள் இணைவதற்கான சந்தர்ப்பமும் ஏற்பட்டது.

நாலாவது நூற்றாண்டின் இறுதியில் நிலவிய சமுதாய நிலை பற்றி நமக்குப் போதிய விவரங்கள் கிடைக்கவில்லை. பின்னால்,

ஆறாவது நூற்றாண்டின் பிற்பகுதியில், பல்லவர்களும், பாண்டியர்களும் எழுச்சியுற்றபோதுதான் மேலும் தகவல்கள் கிடைக்கின்றன. இதற்கிடையில் நிலவிய இருண்டபகுதியில் சமண நூல் ஆசிரியர்களும், இரண்டொரு பௌத்த நூல் ஆசிரியர்களும் எழுதி வைத்த நூல்களிலிருந்து தான் சிற்சில விவரங்கள் கிடைக்கின்றன. புத்த தத்தர் என்பவர் எழுதிய 'அபிதர்மாவதாரம்' என்ற நூலில் காவேரிப் பூம்பட்டினத்தின் வர்த்தகச் சிறப்பு நன்றாக விளக்கப்பட்டிருக்கிறது. செல்வம் படைத்த வியாபாரிகள், பெரிய அரண்மனைகள், உல்லாசப் பூங்காக்கள் முதலியவை விவரிக்கப்பட்டிருக்கின்றன. அந்தப் பட்டினத்தில் இருந்த பௌத்த விஹாரத்தில் புத்த தத்தர் வாழ்ந்துவந்தார். அங்குதான் தம்முடைய இலக்கிய நூல்களை எழுதினார். ''வினய வினிச்சயம்'' என்ற நூலை தாம் எழுதியபோது, காவேரிக்கரையில் பூதமங்கலம் என்ற இடத்தில், வேணுதாசனுடைய விஹாரத்தில் வாழ்ந்து வந்ததாக அவர் குறிப்பிட்டிருக்கிறார். இத்தகைய நூல்களின் மூலம், அக்காலத்து நகர வாழ்க்கைபற்றியும் வேதங்களுக்கு புறம்பான சமயங்கள் பற்றியும் விவரங்கள் கிடைக்கின்றன. மணிமேகலையில், காவேரிப்பூம் பட்டினம் கடல் கொந்தளிப்பால் பாழடைந்ததாக குறிப்பிடப் பட்டிருப்பது, புத்த தத்தருடைய காலத்திற்குப் பின்னர், அதாவது ஐந்தாவது நூற்றாண்டுக்குப் பின்னரே இருக்கலாம்.

பத்தொன்பதாம் நூற்றாண்டு இறுதியில், மக்கள் கணக்கெடுப்பு முறைப்படி ஆரம்பித்ததற்கு முன்னால், எந்தக் காலத்திலும் தமிழ்நாட்டில் மக்கள் எண்ணிக்கை பற்றிய விவரங்கள் கிடைப்பதற்கு சான்றுகள் இல்லை. நாட்டின் சொத்து விவரங்களைப் பற்றிய விவரமான தஸ்தாவேஜுகள் இருந்தபோதிலும், தமிழ் மன்னர்கள் காலத்தில், மக்கள் எண்ணிக்கை பற்றிய விவரங்கள் சேகரிக்கப்படவில்லை. நகர வாழ்க்கை வளர்ச்சியடைந்து, சமுதாயம் பல துறைகளில் விரிவு அடைந்து, புதிய தொழில்களும் பணித்துறைகளும் அதிகரித்துவந்து கொண்டிருந்தன. பாண்டியர், பல்லவர்கள் காலத்தில் ஏற்பட்ட பக்தி இயக்கத்தின் விளைவாக, மக்களில் பெரும்பாலோர் ஹிந்துக்களாகவே இருந்தனர். பல்வேறு ஜாதியினரும் பழைய காலத்து நம்பிக்கைகள், பழக்க வழக்கங்கள் முதலியவைகளையே நீடித்துக் கடைப்பிடித்து வந்தார்கள். ஜாதிக்கும் தொழிலுக்கும் ஒரு தொடர்பு இருந்தது. ஆனால், இது மாற்றக்கூடாத வகையில் இருக்கவில்லை. புதிய அம்சங்கள், புதிய நிலைமைகள் முதலியவைகளின் விளைவாக,

பல்வேறு மாறுதல்கள் ஏற்பட்டுக் கொண்டேயிருந்தன. பழைய வழக்கங்களில் ஊறிப்போய் இருந்தவர்களின் ஆட்சேபணை களையும், சிற்சில சமயங்களில் அரசாங்கத்தின் தடுப்பு முறை களையும் மீறி, இந்த மாறுதல்கள் ஏற்பட்டு வந்தன.

பிராமணர்கள் கல்வியில் சிறந்து இருந்தபோதிலும், வறுமை மிக்க வாழ்க்கையையே நடத்தி வந்தார்கள். மற்ற ஜாதியினர் அவர்களுக்கு நிலம், பொருள் முதலியவைகளை கொடுத்து உதவி னார்கள். முக்கியமாக தனவந்தர்களும், மன்னர்களும், பிராமணர் களைப் போற்றிவந்தார்கள். விஷயங்களை எடுத்துச் சொல்வது, மக்களிடையே மத்தியஸ்தம் செய்து அமைதியை நிலைநாட்டுவது முதலிய பணிகளைச் செய்வதில் பிராமணர்கள் பொதுவாக எல்லோருடைய மதிப்பையும் பெற்றிருந்தார்கள். சிலர் அரசாங்க ஊழியர்களாகவும் பணியாற்றிவந்தனர். இவ்வாறு அரசாங்க ஊழியத்தில் ஈடுபட்டிருந்தவர்களின் வாழ்க்கை மற்றவர்களின் வாழ்க்கையைவிட வேறு பட்டுத்தான் இருந்தது. சமுதாய அமைப் பின் ஆதாரமாக அமைந்தவன் விவசாயத்தில் ஈடுபட்டிருந்த உழவன்தான். உழவனுக்கு சமுதாயத்தில் நல்ல மதிப்பு இருந்தது. தொழில் வினைஞன், வர்த்தகன் இருவரையும் விட உழவனுக்கே உயர்ந்த அந்தஸ்து கிடைத்தது. சமுதாயத்தின் கீழ் மட்டத்தில் நிலமற்ற ஊழியர்கள் இருந்தார்கள். இவர்களில் பலர் தங்களைப் போஷித்து வந்த எஜமானர்களுக்கு அடிமைகள் போலவே வாழ்ந்து வந்தார்கள்.

இந்தக் காலப் பகுதியில் வாழ்ந்திருந்த பெண்களுக்கும், இதற்கு முற்பகுதியில் வாழ்ந்த பெணகளைப் போலவே சுதந் திரம் இருந்தது. அவர்களுக்கென சொத்துரிமையும் இருந்தது. உயர்குலப் பெண்கள் நல்ல செல்வாக்குடன் வாழ்ந்து வந்தார் கள். பலதார மணம், பொதுவாக, எங்கும் பழக்கத்தில் இருந்தது; முக்கியமாக மன்னர்களிடையே நிலவிற்று. அரசியல் காரணங் களை யொட்டி, மன்னர் வம்சத்தாரிடையே திருமணங்கள் நடை பெற்றன. பல்லவர்களுக்கும், ராஷ்டிரகூடர்களுக்கும் இடையே இவ்வாறு உறவு ஏற்பட்டது ஒரு உதாரணம். நகர வாழ்க்கையில் விலைமாதருக்கு ஒரு தனியிடம் இருந்தது. கலைகளை வளர்க்கும் பொறுப்பு அவர்களுடையது ஆயிற்று. பாண்டிய அரசி ஒருத்தி, திருஞான சம்பந்தரை மதுரைக்கு அழைத்து, தன்னுடைய கணவன் சமணர்களுக்கு உட்பட்டு இருந்ததை தவிர்க்கச் செய்தாள். பல்லவ அரசி ஒருத்தி, தன்னுடைய கணவன் ஒரு கோவில்

கட்டும்போது, அந்தப் பணியில் தானும் ஈடுபட்டாள். மற்றும், பல சமய ரீதியிலான பணிகளை பல்வேறு அரசிகள் ஆற்றி வந்தார் கள். உடன்கட்டை ஏறுவது முறைப்படி நிறுத்தப்படவில்லை. ஆயினும், பாண்டிய, பல்லவர் காலத்தில் உடன்கட்டை ஏறும் சம்பவங்கள் அதிகம் நிகழ்ந்ததாகத் தெரியவில்லை.

பணம் படைத்தவர்கள், தங்களுடைய செல்வத்தை ஆடம் பர வாழ்க்கையில் செலவிட்டார்கள். அத்துடன் பல்வேறு சமய நற்பணிகளுக்கும் பயன்படுத்தினார்கள். விவசாயத்தையே நம்பி யிருந்த ஒரு பொருளாதார அமைப்பில் பாசன ஏரிகள் அமைப் பது, சாலைகள் போடுவது, பள்ளிக்கூடங்கள் நிறுவுவது, அறிஞர் அரங்கங்கள் ஏற்படுத்துவது, மருத்துவ சாலைகள், அன்னதான நிறுவனங்கள் முதலியவைகளுக்கு ஏற்பாடு செய்வது, மற்றும் புதிய கோவிலைக் கட்டி, பழைய கோவிலைத் திருத்தி அமைப் பது முதலிய பணிகள், செல்வந்தர்களின் தாராள மனப்பான்மை மூலம் சாத்தியமாயின. இதற்காக நிறுவப்பட்ட நிதிகள், கோவில் பராமரிப்புக் குழுக்கள், கிராம சபைகள், தொழில் வர்த்தக சங்கங் கள் முதலியவைகளின் பொறுப்பில் இருந்தன. கிராமப்புற தேவை களுக்கான பல நடவடிக்கைகளுக்கு, அந்த நிதிகள் பயன்படுத் தப்பட்டன. அந்தந்தப் பகுதியிலுள்ள மக்களுடைய திறமைக்கு ஏற்ப சில பணிகளை ஏற்பாடு செய்து, அதற்காக அந்த நிதி செலவிடப்பட்டது. இவ்வகையில் மக்களுக்கு ஏற்கனவே தெரிந் திருந்த திறன்கள் பயன் அளித்தன. போர்க்களத்தில் மடிந்த வீரர்களுக்கான நினைவுச் சின்னங்கள், மதிப்பு வாய்ந்த உற்றார், உறவினர் நினைவையொட்டி கோவில்களில் விழாக் கொண் டாடுவதற்கான ஏற்பாடுகள், இதிகாச புராணங்கள் பற்றிய சொற் பொழிவுகள், 'கூத்து' போன்ற நடன நிகழ்ச்சிகள் முதலிய சமய ரீதியிலான நடவடிக்கைகளுக்குச் செல்வம் பயன்பட்டது.

கிராமங்களில், வீடுகளில் சிலவற்றைச் சுற்றி தோட்டங் கள் அமைந்திருந்தன. கடைத்தெரு, சாலைகள், கோவில்கள் மற்றும் நன்செய், புன்செய் நிலங்களும், மக்களின் பகுதிகளாக விளங்கின. நிலவுடமை பல்வேறு முறைகளில் அமைந்திருந்தது. கோவில் நிலங்கள், இடுகாடு நிலங்கள், கிராமப் பொதுநிலங்கள் முதலியவைகளாகப் பிரிந்திருந்தன. கிராமப் பொதுநிலங்களில் கிராம மக்கள் எல்லோரும் தங்களுடைய அறுவடைத் தான்யங் களைக் கொண்டு வந்து கனமடித்தார்கள். மற்றும், கால்நடைகள் மேய்வதற்கான பொதுநிலப் பகுதிகளும் இருந்தன. குளங்கள்,

கிணறுகள், நீர் ஓடைகள், ஆறுகள் முதலியவை கிராமங்களைச் சுற்றி அமைந்திருந்தன. மக்கள் தொகை அதிகமாக இருக்க வில்லை. பிரும்மதேயம் என்ற பிராமணர் கிராமங்களில், மற்ற ஜாதியினரும் வாழ்ந்துவந்தார்கள். நிலங்களை மான்யமாகப் பெற்றவர்களுக்கு சாஸனங்கள் கொடுக்கப்பட்டன. வேள்விக் குடி மான்யத்தைப் பெற்றிருந்த குடும்பம், தன்னுடைய நிலங் களை இழந்தபோது, ஏழு தலைமுறைக்குப் பின்னர், அதை மீண்டும் தேடிக் கண்டுபிடிக்க முடிந்தது. வரலாற்று விவரங் களை அறிவதற்கு, இன்று பயன்படும் செப்பேடுகள் போலவே, இந்தச் சாஸனங்கள் அமைந்திருந்தன. அறிவில் தேர்ச்சியடைந்த பிராமணர்களைத் தவிர கோவில்களும், பொருள் நிலம் முதலிய மான்யங்களைப் பெற்றன. இத்தகைய மான்யங்கள் அன்றைய சமூக வாழ்வின் அமைப்புக்கும் ஒரு காரணமாக இருந்தன. இவ் வகையில் அமைந்த சமுதாய வாழ்வு, சோழ சாம்ராஜ்ய காலத்தில் நீடித்து, வலுவடைந்தது.

கிராமங்களில் விவசாயம், கால்நடைப் பண்ணை தவிர, நூல் நூற்றல், துணி நெய்தல், மண்பாண்டங்கள் செய்தல், தச்சு வேலை, உலோக வேலை, மற்றும் விலை உயர்ந்த உலோகங் களைக் கொண்டு ஆபரணங்கள் செய்தல், செக்குகளைச் சுற்றி எண்ணெய் எடுத்தல் போன்ற தொழில்கள் ஒவ்வொன்றும், அவை களுக்கு ஏற்றவாறு சீராக அமைக்கப்பட்டிருந்தன. கிராமப் பொக்கி ஷத்துக்கும், அரசாங்கப் பொக்கிஷத்துக்கும். இந்த தொழில்கள், வரிகள் அல்லது அனுமதிக் கட்டணம் மூலம் பணம் செலுத்தி வந்தன. கணிசமான கிராமம் ஒவ்வொன்றிலும் இருந்த சந்தை கள் சுற்றுப்புற கிராம மக்களுக்கு பொருள் வாங்குவதற்கு வாய்ப்பு கள் அளித்தன. தான்யங்கள், எண்ணெய், நெய், தேங்காய், சர்க்கரை, மற்றும் பல்வேறு காய்கறி வகைகள், புஷ்பங்கள் முதலி யவை இந்தச் சந்தைகளில் விற்கப்பட்டன. அவ்வப்போது உப்பு, கொப்பரை, வாசனைத் திரவியங்கள் போன்று வேறு இடங்களி லிருந்து வந்த பொருள்களும் விழாக்காலங்களில் விற்கப்பட்டன. வியாபாரத்தில் வர்த்தகர்களுக்கு போதிய சுதந்திரம் இருந்து வந்தது.

சோழர்களின் காலத்திலும், சமுதாய அமைப்பும் பொருளா தார நிலையும் இதேபோல தொடர்ந்து நீடித்தது தமிழகம் முழு வதும், அதைச் சுற்றி அப்பாலும் அரசு பரவியிருந்தபோது, அதற் கொப்ப பெரிய விளைவுகளும் இயல்பாயின. பிறவியினால் மட்டும் ஒருவன் ஒரு தொழிலைத் தொடர்ந்து நடத்த வேண்டும்

என்ற அவசியம் ஏற்படவில்லை. தங்களுடைய இயல்புக்கு ஏற்ற வாறு ஒவ்வொருவனும் தன்னுடைய தொழிலை ஏற்றுக்கொள்ள வாய்ப்பு இருந்தது. எண்ணாயிரம் என்ற இடத்தில் வாழ்ந்த பிராம ணர்கள் வர்த்தகத்தை மேற்கொண்டது ஒரு உதாரணமாகும். தொழிலும், வர்த்தகமும் வளர்ச்சி அடைந்ததற்கேற்ப, நகரப்புறங் களில் மக்கள் எண்ணிக்கை பெருகி, அதன் விளைவாக பெரிய நகரங்களாக செழித்து வளரத் தொடங்கின. இன்றைய நகரங் களை விட அந்தக் காலத்து நகரங்கள் மிகவும் சுபிட்சமாக விளங் கின.

ஜாதி, வர்க்கம் முதலிய வேற்றுமைகள் பொது வாழ்வுக்கான சமுதாய ஒத்துழைப்பை பாதிக்கவில்லை, கோவில்கள், பள்ளிக் கூடங்கள், மருத்துவ நிலையங்கள் முதலியவற்றைப் பராமரிப் பதில் எல்லோரும் சேர்ந்து உழைத்தார்கள். ஆயினும், வகுப்பு அடிப்படையிலான போட்டிகள், தனித்து நிற்கும் உணர்ச்சி முதலி யவைகளும் இல்லாமல் இல்லை. ஆனால், இவ்வுணர்ச்சிகளால், சமுதாயத்தின் அமைதி குலையவில்லை. ரதக்காரர்கள் என்பது போன்ற கலப்பு ஜாதியினரின் கடமைகள், உரிமைகள் முதலி யவைகள் பிராமண சட்ட நிபுணர்களால் நிர்ணயிக்கப்பட்டன. இந்த முடிவுகள் சட்டபடி மேற்கொள்ளப்பட்டதால், அந்தக் காலத் தில் அன்றாட விஷயங்கள் கூட, சட்டப் புத்தகங்களின் அடிப் படையில் மேற்கொள்ளப்பட்டன என்பது தெளிவாகிறது. ஆனால், பழக்கவழக்கங்களின் அடிப்படையில் வளர்ந்துவந்த ஜாதி முறை, சட்டப் புத்தகங்களின் நியதிகளுக்கும் பொருத்தமாக இருந்தது என்று சொல்ல முடியாது. வலங்கை, இடங்கை என்ற இரண்டு ஜாதிப் பிரிவுகள் சோழர் காலத்தில் தோன்றின. இவை களுக்கு இடையே இருந்த வேற்றுமைகள் தெளிவாகத் தெரிய வில்லை. இவை பற்றிய சில கதைகளின் மூலம், இந்த சிறிய வேற்றுமைகள் இராணுவத்திலும் நிலவின என்று தெரிகிறது. இப் பிரிவுகள் இரண்டும் அடிக்கடி சிறு விஷயங்களில் கூட, கருத்து வேற்றுமைகள் கொண்டு, சச்சரவுகள் ஏற்பட்டன. வீடுகள் அமைப்பதில், மண்ணை உபயோகிப்பதா அல்லது செங்கல்லை உபயோகிப்பதா, காலணிகள் அல்லது தலைப்பாகைகள் அணி வது, முதலிய விஷயங்கள் சர்ச்சைக்குள்ளாயின. நாளடைவில், இந்த வேற்றுமைகள் அதிகமாக வளர்ந்து, பதினேழாம் நூற்றாண் டில் பெரிய நகரங்களில் இவை சச்சரவுகளுக்கு அடிப்படை யாய் இருந்தன. பதினெட்டு பத்தொன்பதாம் நூற்றாண்டுகளில்

சென்னையில் இத்தகைய வேற்றுமைகளால் சமூகம் அதிகமாகப் பாதிக்கப்பட்டது.

பெண்களுக்குச் சொத்துரிமை இருந்தது. சமுதாயத்தில் அவர்களுக்கு சுதந்திரமும் இருந்தது. ஆயினும், அடக்கம் அவர்களுடைய அணிகலனாக விளங்கிற்று. மன்னர்களும், தனவந்தர்களும் பல மனைவிகளை மணம் செய்துகொண்ட போதிலும், பொதுவாக ஒருதார மணமே அமுலில் இருந்து வந்தது. நூல் நூற்பது, துணி நெய்வது, பால், புஷ்பங்கள் விற்பனை, மற்றும் வீட்டு வாழ்க்கைக்கான அலுவல்கள் முதலியவைகளில் பெண்கள் ஈடுபட்டனர். உயர் குலத்தில் பிறந்தவர்களில் சிலர் உடன் கட்டை ஏறும் பழக்கத்தை மேற்கொண்டார்கள் என்று கல்வெட்டுக்கள் மூலம் தெரிகிறது. ஆயினும் இதுபற்றி குறிப்புகள் மிகவும் குறைவாக இருப்பதால், இத்தகைய பழக்கம் தமிழ்நாட்டில் பொதுவாக பரவியிருந்தது என்று சொல்வதற்கு இல்லை.

விலை மாதர்களும், நடனப் பெண்களும் சமுதாய அமைப்பில் ஒரு முக்கிய இடம்பெற்றிருந்தார்கள். மற்ற குடும்பப் பெண்களைக் காட்டிலும் இவர்களுக்கு கட்டுப்பாடுகள் குறைவாகவே இருந்தன. ஆயினும், நகரங்களில் பின்னர் ஏற்பட்ட வேசியர் பழக்கத்திற்கும், இதற்கும் ஒருவித ஒற்றுமையும் கிடையாது. கிரேக்க சமுதாயத்தில், கோவில் பணி மேற்கொண்ட பெண்களைப் போல, இந்த நடனப் பெண்களும் பணியாற்றி வந்தார்கள். இவர்களுடைய வாழ்க்கையில் மத சம்பந்தமான அம்சங்கள் சேர்ந்திருந்தன. முதலாம் ராஜராஜன் காலத்தில் தஞ்சாவூர் பெரிய கோவிலில் இத்தகைய நானூறு பெண்கள் பணியாற்றி வந்தார்கள். இவர்கள் சோழ ராஜ்யம் முழுவதிலிருந்தும் தேர்ந்தெடுக்கப்பட்டார்கள். இவர்கள் ஒவ்வொருவருக்கும் வசிப்பதற்கு வீடும், வாழ்வதற்கு வேண்டிய வசதிகளும் அளிக்கப்பட்டிருந்தன. கிராம சபைகள், இப்பெண்களுக்கு பட்டங்கள் கொடுத்து மரியாதை செய்தனர். இசை, நடனம் முதலிய கலைகளில் இவர்களுடைய தேர்ச்சிக்கு ஏற்றவாறு இவர்கள் பாராட்டப்பட்டனர் என்றும் தெரிகிறது.

நிலமற்ற உழவுத் தொழிலாளிகள், அநேகமாக அடிமைகள் போலவே வாழ்ந்துவந்தார்கள். பொதுவாக, உயர்குலத்தோர்களுடைய வீடுகளுக்கு சிறிது தூரத்துக்கு அப்பால் அமைக்கப்பட்ட சிறிய மண் குடிசைகளில்தான் இவர்கள் வாழ்ந்தார்கள்.

மக்கள் அடிமைகளாக விற்பனை செய்யப்பட்ட சம்பவங்களும் உண்டு. சுதந்திரம் அடைந்த ஆண்களும், பெண்களும் பல்வேறு காரணங்களையொட்டி அடிமைகளாக பாடுபட வேண்டியிருந்தது. அடிமைகளிலும் பல்வேறு நிலைகள் இருந்தன. பக்தியை முன்னிட்டு, சிலர் தங்களை கோவில்களுக்குத் தாங்களே அர்ப்பணித்துக் கொண்டது. போன்ற பல சம்பவங்கள் நிகழ்ந்தன. பலர் வறுமை, வேலையின்மை ஆகிய காரணங்களை முன்னிட்டு, அடிமைகளாக மாறினர், ஒரு குறிப்பிட்ட விலைக்கு சிலரை மற்றவர்கள் கோவில்களுக்கு விற்பது, அரசாங்க அதிகாரிகள் கைத்திறன் உள்ள சில தொழிலாளர்களை பரம்பரைத் தொழிலில் ஈடுபடச் செய்து, விழாக் காலங்களில் அவர்களை வேலைச் செய்யச் செய்வது முதலிய சம்பவங்களும் நேர்ந்தன. இதற்குப் பதிலாக, வேறு தொழிலாளர்களைக் கொண்டு வந்து அமர்த்தியவர்களுக்குக் கோவில் மரியாதையில் ஒரு பங்கு கிடைத்தது. ஒப்பந்தத்தின் மூலம் இத்தகைய பழக்கத்தை நீடித்து நடத்துவதற்கு கிராம சபைகள் அரசாங்க அதிகாரிகளுடன் ஏற்பாடு செய்து கொண்டன. கோவில்கள், மடங்கள் முதலிய ஸ்தாபனங்களில் மட்டுமன்றி தனிப்பட்டவர்களிடையே பணியாற்றி வந்த அடிமைகளில் பலர் பலவிதமாக நடத்தப்பட்டனர்.

காவல்காரன், தோட்டக்காரன், பண்ணையாட்கள், முதலியவர்களின் கூலி விஷயமாக நமக்குக் கிடைத்திருக்கும் தகவல்கள் மிகவும் குறைவு. பொதுவாக, உணவு தான்யங்கள் மூலமும், சில சமயங்களில் நாணயங்களின் மூலமும் கூலி கொடுக்கப்பட்டது என்று தெரிகிறது. திறமைக்குக் தக்கவாறு கூலி விகிதம் மாறுபட்டிருந்தது. பாடல்கள் பாடுவது, கல்வி போதிப்பது, சமய சம்பந்தமான நூல்களிலிருந்து வாசகங்களை இசைப்பது முதலிய பணிகளுக்குக் கொடுக்கப்பட்ட விகிதம் அதிகமாகவே இருந்தது. திறமையற்ற சாதாரண தொழிலாளிக்குக்கூட, வாழ்க்கைக்குப் போதிய கூலி கொடுக்கப்பட்டது என்றும் அறியப்படுகிறது. குறைந்த மதிப்புள்ள நாணயங்கள் பழக்கத்தில் இருந்தன. ஆயினும் அன்றாட அலுவல்களிலே பண்டமாற்றுதல் தொடர்ந்து நீடித்தது. காய்கறிகள் போன்ற அன்றாடத் தேவைகளை நெல்லுக்குப் பதிலாக விற்பனையாளர்களிடமிருந்து பெரும் பழக்கம், சமீப காலம்வரை தொடர்ந்து நீடித்தது. இன்றும் அந்தப் பழக்கம் ஓரளவு நிலவுவதைக் காணலாம். பல்வேறு பண்டங்கள் மாற்றப்படுவதற்கான விகிதங்கள், ஒருவனுக்கு வேண்டிய உணவின்

மதிப்பு, முதலிய விவரங்கள் சோழர்களுடைய கல்வெட்டுக் களில் காணப்படுகின்றன. பாடசாலைகளிலும், கல்லூரிகளிலும் மாணவர்களுக்கு இலவச உணவு அளிப்பதற்காக நிறுவப்பட்ட மான்ய முறைகளில் தாராளமான விகிதங்கள் அளிக்கப்பட்டன என்றும் தெரிகிறது. சில சமயங்களில் பற்றாக்குறையும், பஞ்ச மும் இருந்ததாகவும், அந்தச் சமயங்களில், கோவில்களைச் சேர்ந்த நிதிகளிலிருந்து மக்களுக்குக் கடனுதவி கிடைத்ததாகவும் தெரி கிறது.

நிலச்சுவான்தார் முறை மதிப்புவாய்ந்ததாகவே இருந்தது. ஒவ்வொரு கிராமமும் முக்கியமாக நிலச்சுவான்தார்களின் அமைப் பாகவே இருந்தது. கிராமத்தைச் சுற்றி இருந்த நிலத்தில் ஒரு பகுதி பொதுச் சொத்தாகவே இருந்தது. அந்த நிலங்கள் மேய்ச்சல் நிலங்களாகவும், மற்றும் அந்தந்த கிராமசபைகள் நிர்ணயித்த முறைப்படியும் பயன்படுத்தப்பட்டன. கிராமத்தைச் சேர்ந்த உழவு நிலப் பகுதிகள், தனிப்பட்டவர்களின் சொத்துக்களாகவே இருந் தன. ஆயினும் அவ்வப்போது அவை பரிசீலிக்கப்பட்டு, உரிமை நிர்ணயிக்கப்பட்டது. பரம்பரைச் சொத்து, வெகுமதி, விற்பனை முதலிய பழக்கங்களிலிருந்து, சொத்து விஷயத்தில் தனி உடமை இருந்தது என்பது புலனாகிறது. சட்ட நூல்களிலிருந்தும் இந்தத் தத்துவம் தெளிவாகத் தெரிகிறது. அரசாங்கத்தின் தலைவன் என்ற முறையில் அரசன், நிர்ணயிக்கப்படாத நிலங்களுக்கும், தண்ணீர் வசதிகளுக்கும், உடமை கொண்டவனாக விளங்கினான். பயிர் செய்யப்பட்ட நிலப் பகுதி முழுவதும் மூன்று வகையிலான உடமைகளுக்கு உட்பட்டிருந்தது. இன்றைய ரயத்துவாரி கிராமத் தில் குடியானவன் நில உடமை கொண்டிருப்பது போன்றது முதல் வகை. இதற்கு 'வெட்டான் வகை' என்று பெயர். நிலத்தின் செழிப்புக்கு ஏற்றவாறும், அந்த நிலத்துக்குக் கிடைத்திருக்கும் வசதிகளுக்கும் ஏற்றவாறும் கட்டணம் வசூலிக்கப்பட்டது.

இரண்டாவது வகை, பல்வேறு நில உடமை முறைகளைக் கொண்டிருந்தது. அரசாங்க அதிகாரிகளுக்கும், இராணுவ அதிகாரி களுக்கும், அவர்களுடைய அலுவலுக்காக அளிக்கப்பட்ட மான்யங்கள், கிராமத்தின் பொது ஸ்தாபனங்கள் ஆகிய கோவில் முதலிய நிறுவனங்களுக்கு அளிக்கப்பட்ட மான்யங்கள் முதலி யவையாகும். கோவில் பணியில் ஈடுபட்டவர்களுக்கு, இத்தகைய மான்யங்கள் இருந்தபோதிலும், சில குறிப்பிட்ட அலுவலுக்கு அவர்களுக்குத் தனிப்பட்ட ஊதியமும் அளிக்கப்பட்டது.

ஜீவிதம், போகம், காணி, விருத்தி என்ற பல்வேறு பெயர்களில் இத்தகைய மான்யங்களை பணியாளர்கள் அனுபவித்து வந்தார்கள். கல்வி அறிவு பெற்ற பிராமணர்களுக்கு அளிக்கப்பட்ட 'பிரும்மதேயம்' மான்யம், கோவில்களுக்கு அளிக்கப்பட்ட 'தேவதானம்' மான்யம், அன்னதான நிறுவனங்களுக்கு அளிக்கப்பட்ட 'சாலாபோகம்' என்ற மான்யம் முதலியவைகள் மூன்றாவது வகையில் அடங்கியிருந்தன. இத்தகைய நிலங்கள் எல்லாம் அரசாங்கத்துக்கு முழுக் கட்டணம் செலுத்த வேண்டுமா அல்லது நிர்ணயிக்கப்பட்ட பிரகாரம், செலுத்த வேண்டுமா என்பது பற்றிய விவரங்கள், அந்தந்த மான்யங்களுக்கான சாஸனங்களில் தெளிவாகக் கூறப்பட்டிருந்தன. பிரும்மதேயத்துக்கு அளிக்கப்பட்ட மான்யம், தேவதானமாக மாற்றப்பட்ட உதாரணங்களும் உண்டு. நிலத்தில் கிடைக்கும் பலனை, உழவர்கள் உள்பட அந்த நிலத்தைச் சேர்ந்த எல்லோரும் பகிர்ந்து கொள்ள வேண்டும் என்பதுதான், இந்த நிலஉடமை முறையின் முக்கியக் கொள்கையாக இருந்தது. அந்தந்தப் பகுதியினருக்குக் கிடைக்கும் பங்கு, அவ்வப்போது நிலவிய பொருளாதாரத்தை பொருத்தோ, இருந்தன. இந்த ஏற்பாடுகள் மிகவும் சிக்கலான முறையில் அமுலாக்கப்பட்டு வந்தன. ஆகவே, அவைகள் நல்லெண்ணத்தின் அடிப்படையிலும், விட்டுக்கொடுக்கும் மனப்பான்மையின் அடிப்படையிலும் தான் கையாளப்பட்டிருக்க வேண்டும். சச்சரவுகளும், தாவாக்களும் இல்லாமல் இல்லை, ஆயினும், அவைகள் அதிகமாக ஏற்படவில்லை.

பாசன வசதிகளின் முக்கியத்துவம் உணரப்பட்டிருந்தது. குளங்களைத் தூறெடுத்துச் சீராக்குவதற்காக பல்வேறு மான்யங்கள் நிறுவப்பட்டன. நதிகளின் கரைகளை அவ்வப்போது பழுது பார்த்து, வெள்ளத்தினால் கரை உடைப்பு ஏற்படாமல் இருப்பதற்காகவும் மான்யங்கள் ஏற்பட்டன. கால்நடைப் பராமரிப்பு, பால் பண்ணை நடத்துவது முதலிய அலுவல்கள் இணைப்பாக நடந்து வந்தன. கால்நடைகளை பராமரித்த மன்றாடிகள் தொழில் அடிப்படையில் ஒரு வகுப்பினராக விளங்கினார்கள். கோவில்களில் விளக்குகளுக்கு நெய் வார்ப்பதற்காக தானமாகக் கொடுக்கப்பட்ட கால்நடைகளையும் அவர்கள் பராமரித்து வந்தனர்.

அரசியல் அடிப்படையில் தமிழகம் சோழர் காலத்தில் ஒன்றாக இணைந்தபோது தொழில் சம்பந்தமான கலைகள் வளர்ந்து வந்தன. வியாபாரத்திற்கான வாய்ப்புகளும் பெருகின.

உள்நாட்டில் வெகுவாக வர்த்தக வளர்ச்சியும், பல்வேறு வியாபார ஸ்தலங்களும், தனிப்பட்ட வியாபாரிகளின் வர்த்தக சங்கங்களும் நாட்டின் பல்வேறு பகுதிகளில் நல்ல முறையில் அமைக்கப்பட்டிருந்தும் கல்வெட்டுக்களில் குறிப்பிடப்பட்டு இருக்கின்றன. பல தலைமுறைகளாக நாட்டில் அமைதி நிலவிற்று. அதன் பயனாக, பொருளாதார வளர்ச்சியும் அதிகரித்தது. உலோகத் தொழில் செழிப்பு அடைந்தது. பணம் படைத்தவர்களின் வீடுகளுக்கு அவசியமான பாத்திரங்கள் கலப்பு உலோகங்களில் செய்யப்பட்டன. ஆபரணங்கள் செய்யும் கலை சிறந்த முறையில் கையாளப்பட்டு வந்தது. நிதி படைத்த கோவில்கள், அரண்மனைகள், செல்வந்தர்களின் மாளிகைகள் முதலிய இடங்களில் ஆபரணக் கலைஞர்களுக்கு நல்ல வேளை வாய்ப்புகள் கிடைத்தன. கன்னியாகுமரி, மரக்காணம் போன்ற கரையோரப் பகுதிகளில் கடல் நீரில் எடுக்கப்பட்ட உப்பு தயாரிப்புத் தொழில் பெருமளவுக்கு விஸ்தரிக்கப்பட்டு, அரசாங்கத்தின் கண்காணிப்பில் நடைபெற்றுவந்தது. பெருவழிகள், அகலமான சாலைகள் நிறுவப்பட்டன. சிறிய இணைப்புச் சாலைகளும் அபிவிருத்தி செய்யப்பட்டன.

வர்த்தகச் சங்கங்களில் மிகவும் பிரசித்தி பெற்றது மணிக்கிராமம், இந்தச் சங்கங்கள் உள்நாட்டு வார்த்தகத்தில் மட்டுமின்றி, கடல் கடந்த அயல் நாட்டு வர்த்தகத்திலும் ஈடுபட்டிருந்தன. மேற்கே பாரசீக வளைகுடா வரையிலும், கிழக்கே சீனா, இந்தோனேசியா வரையிலும் வர்த்தகம் பரவியிருந்தது. முதலாம் ராஜராஜனும் அவனுடைய குமாரன் ராஜேந்திரனும், சீனாவுக்கும் வர்த்தக தூது கோஷ்டிகளை அனுப்பினார்கள். ஐந்நூறுவர் என்ற வர்த்தக சங்கம், சோழ நாட்டில் அமைதி பெற்று, வீரப்பட்டினம் என்ற இடத்தில், தன்னுடைய சொந்த ஸ்தாபனங்களை நிறுவிற்று. இந்தச் சங்கத்திற்கு வர்த்தக ரீதியில் பல்வேறு சலுகைகள் இருந்தன. வர்த்தகர்களின் உள்ளூர் அமைப்புக்கு நகரம் என்ற பெயர் வழங்கிவந்தது. உள்நாட்டு வர்த்தகத்திற்கு இடையூறாக இருந்த சங்கத்தை தவிர்த்ததால்தான், முதலாம் குலோத்துங்கனுக்கு 'சுங்கம் தவிர்த்த குலோத்துங்கன்' என்ற பட்டம் கிடைத்தது என்று கொள்ளலாம். அந்த அரசன் மேற்கொண்ட சீர்திருத்தம் எந்த வகையிலானது என்பது மட்டும் தெளிவாகத் தெரியவில்லை.

பொதுவாக, ரொக்கம், தான்யம் முதலியவைகளில் கடன் கொடுக்கல் வாங்கல், நிலவி வந்தது, சந்தர்ப்பத்துக்கு ஏற்றவாறு

வட்டி விகிதங்கள் மாறி நிலவின. கோவில் மான்யங்களிலும், உணவுச்சாலைகளிலும் கொடுக்கப்பட்ட கடன்களுக்கு தான்ய அடிப்படையில் வட்டி விகிதங்கள் நிர்ணயிக்கப்பட்டன, அல்லது தான்யம் கடனாகக் கொடுக்கப்பட்டபோது, சில குறிப்பிட்ட அலுவல்களுக்கு ரொக்கமாக வட்டி வசூலிக்கப்பட்டது. வெவ் வேறு சொத்துக்கள் விற்பனை செய்யப்பட்டபோதும், தானமாகக் கொடுக்கப்பட்டபோதும், மேற்கொள்ளப்பட்ட விதிமுறைகள் ஜங்கம சொத்துக்கள் விஷயத்தில் இருந்ததை விட சிக்கலாகவே இருந்தன. அகில் கட்டை, கற்பூரம், விலை உயர்ந்த வைரக்கற்கள், மூங்கில், தந்தம், சந்தனக் கட்டை, வாசனைத் திரவியங்கள், மருந்துகள், மற்றும் பட்டு, பருத்தித் துணி முதலியவைகள் நெடுந் தூர வர்த்தகத்தின் பொருள்களாக இருந்தன. சோழர்களுடைய இராணுவத்தில் குதிரைப்படை முக்கியத்துவம் பெற்றிருந்தது. இதற்காக அரேபியாவிலிருந்தும், பெகு போன்ற நாடுகளிலிருந் தும் குதிரைகள் இறக்குமதி செய்யப்பட்டன. பதிமூன்று, பதி னான்காம் நூற்றாண்டுகளில் இத்தகைய இறக்குமதி பெருமள வில் நடைபெற்று வந்தது. மேற்குக் கடற்கரையில் இந்த வர்த்த கத்தில் ஈடுபட்டிருந்த வியாபாரிகளை ''குதிரைச் செட்டிகள்'' என்று சோழர் கல்வெட்டுக்கள் குறிப்பிடுகின்றன.

சோழர்களுடைய முக்கிய நாணயம் 'மாடை' அல்லது 'பொன்' என்பது. இந்த நாணயம் ஒரு கழஞ்சு, அதாவது எழுபத்தி இரண்டு முதல் எண்பது குண்டுமணி எடை கொண்டது. இதில் பாதி அளவு மதிப்புகொண்ட நாணயம் காசு என்பது. இந்த நாணயங்களில் உபயோகிக்கப்பட்ட பொன் ஒன்பதரை மாற்றுக் கொண்டது. மதுராந்தகம் மாடை என்ற நாணயம் பல ஆண்டு காலம் முக்கிய நாணயமாக இருந்தது. இது தக்காணத்தில் பல இடங்களிலும், சோழ நாட்டுக்கப்பாலும் பரவிற்று. ஆயினும், இந்த நாணயத்தில் பொன்னின் மதிப்பு அதிக காலம் ஒரே மாதிரி யாக இருக்கவில்லை. பல்வேறு நாணயங்களை வெளியிட்ட தால் குழப்பம் ஏற்பட்டது. இதே வகையில், எடை, அளவுகள் முதலிய விஷயங்களிலும் குழப்பம் ஏற்பட்டிருந்தது. ஒரு குறிப் பிட்ட பகுதிக்குள் ஒரு கால எல்லை வரை, அளவையும், எடை களையும் சீர்திருத்தி அமைப்பதற்கான முயற்சியை எவரும் மேற் கொள்ளவில்லை. சோழர்களுடைய பொன் நாணயங்களில் மிகச் சில தான் நமக்கு கிடைத்திருக்கின்றன. 1946-ஆம் ஆண்டில் தவளேஸ்வரத்தில் கிடைத்த 127 பொற்காசுகள்தான் இவ்வகை யில் அதிகமாகக் கிடைத்தவையாகும்.

போர்களில் வெற்றி கிடைத்ததன் விளைவாக மக்கள் நாட்டின் ஒரு பகுதியிலிருந்து மற்றொரு பகுதிக்கு இடம்பெயரும் வாய்ப்பு ஏற்பட்டது. இதையொட்டி பொருளாதார சமுதாய உறவு களில் புதிய தோற்றங்கள் ஏற்பட்டன. விஜயநகர சாம்ராஜ்யம் தெற்கே பரவியிருந்தபோதும், அதற்கு முன்னால் ஹோய்சல ஆதிக்கம் பரவியபோதும், தமிழ் நாட்டிற்குள் பெருவாரியான தெலுங்கர்களும், கன்னடார்களும் வந்து சேர்ந்தது ஒரு உதாரணம். அரசாங்கத்தின் அதிகாரிகளாகவும், இராணுவத்தைச் சேர்ந்தவர் களாகவும் அவர்கள் நிர்வாகத்தை மேற்கொண்டு நடத்துவதற்கு இடம் பெயர்ந்து வந்தார்கள். அவர்களுக்கு நிலம், மான்யங்கள் போன்ற சலுகைகள் அளிக்கப்பட்டன. சௌராஷ்டிரர்கள் போன்ற தொழில் அதிபர்கள் மதுரையில் குடியேறி, பல வாய்ப்புக்களைப் பெற்றார்கள். மதுரையில் நாயக மன்னர்கள் அவர்களுக்கு ஆதரவு அளித்தார்கள். இந்த சௌராஷ்டிரர்கள், தங்களுடைய பெயர்கள், நடையுடை பாவனைகள், சட்டங்கள், சடங்குகள், முதலியவற்றில் பிராமணர்களின் பழக்கவழக்கங்களைப் பின்பற்றி வந்தார்கள். தெலுங்குத் தலைவர்கள் பலர், உரிமை கொண்டாடிய பாளையங்கள், ஜமீன்கள் இவ்வாறுதான் ஏற்பட்டன. மற்றும், அரசர்கள் கலைஞர்களையும், மதத் தலைவர்களையும், அறிஞர் களையும் போற்றி வந்ததன் காரணமாகவும், மக்கள் இடம் விட்டு இடம் பெயர நேர்ந்தது.

பொதுவாக சரித்திர காலப் பகுதிகள் எல்லாவற்றிலும், முக்கியமாக விஜயநகர ஆட்சிக் காலத்தில், ஆட்சி புரிந்த மன்னரும், மன்னர் சபையும் ஆடம்பர வாழ்க்கையையே நடத்தி வந்தார்கள். மக்களுடைய எளிய வாழ்க்கைக்கும் மன்னர் குடும் பங்களின் ஆடம்பர வாழ்க்கைக்கும் அதிக வேற்றுமை இருந்தது. நாளடைவில் மன்னர்களின் ஆடம்பர வாழ்க்கை வளர்ந்து, ராயர் கள் காலத்தில் மிகவும் பொலிவுற்று விளங்கிற்று. அரண்மனை யைச் சுற்றி ஒரு பெரிய பரிவாரம் இருந்துவந்தது. ஒரு கோவி லில் இருந்தது போல, அரண்மனையிலும் எழுபத்திரண்டு பகுதி கள் இருந்தன. அரச சபைக்கு அழகு கொடுப்பதற்கு பெருவாரி யான அழகுமிக்க இளம் பெண்கள் தேர்ந்தெடுக்கப்பட்டார்கள். இவர்களில் சிலர் வெளிநாடுகளிலிருந்து கொண்டு வரப்பட் டனர். பெரும்பாலோர் போர்மூலம் கைப்பற்றப்பட்டு, அடிமை யாக்கப்பட்டனர். இவர்களைத் தவிர, இசை, நடனம் முதலிய கலைகளில் தேர்ச்சிபெற்ற தேவதாசிகளும் இருந்தனர். அரச

குடும்ப இளவரசிகள் இலக்கியம், கலை முதலிய துறைகளில் பயிற்சி பெற்றார்கள்.

இவர்களில் சிலர், சில சமயங்களில் நிர்வாகம், போர் நடத்துதல் முதலிய பணிகளும் மேற்கொண்டார்கள். விஜயநகர அரசர்களின் மனைவிகளைச் சுற்றியிருந்த பணிப்பெண்கள், அவர்களுடைய ஆடம்பரம் நிறைந்த ஆடைகள், ஆபரணங்கள் முதலியவைகளைப் பற்றி, போர்ச்சுகீசிய வரலாற்று ஆசிரியர் ''பேயஸ்'' பதினாறாம் நூற்றாண்டில் எழுதி வைத்திருக்கிறார். தஞ்சாவூரில் ரகுநாத நாயகன், ராஜப் பிரதிநிதியாக ஆண்ட காலத்தில், அவனுடைய சபையில் பல்வேறு மொழிகளில் பயிற்சி பெற்ற பெண் புலவர்கள் இருந்தது தெரிகிறது. சமுதாயத்தின் உயர்ந்த நிலைகளில் பெண்கள், பல்வேறு பணிகளாற்றி, மிகவும் முக்கியப் பங்கு கொண்டிருந்தார்கள், சில சமயங்களில் இருந்த போதிலும், கட்டாயமாக அமுலாக்கப்படவில்லை. ஆயினும், உடன்கட்டை ஏறுவது பாராட்டுக்குரிய ஒரு விஷயமாகவே இருந்து வந்தது.

ஒரு நாளைக்கு ஒரு முறையாவது அரசன் தன் சபையில் கொலுவீற்று, காட்சியளித்தான். அப்போது சமஸ்தான உயர் அதிகாரிகள் எல்லோரும் சபையில் அமர்ந்து இருந்தார்கள். மாட்சிமைக்குரிய ஆடம்பரம் சிறிதும் குறையாதவாறு பார்த்துக் கொள்ளப் பட்டது. அப்பொழுது மன்னன், பொதுமக்களிடமிருந்து புகார்களைப் பரிசீலித்தான். மற்றும், வெளிநாடுகளிலிருந்து வரும் தூதர்களை வரவேற்பது, தங்களுடைய ஆதிக்கத்திற்கு உட்பட்டிருந்த தலைவர்களிடமிருந்து கப்பம் பெறுவது முதலிய நடவடிக்கைகளும் நடைபெற்றன. சிதம்பரத்தில், செஞ்சியை நிர்வகித்துவந்த நாயக தலைவனை தான் கண்டு பேசியதைப்பற்றி நிகோலஸ் பிமெண்டா என்ற அயல்நாட்டுப் பிரயாணி பின்வருமாறு வர்ணிக்கிறார்: ''சிதம்பரம் செஞ்சியின் ஆதிக்கத்தில் இருந்ததால், அதன் தலைவனாகிய நாயகன் இங்கு வந்திருந்தான். நான் அவன் முன்னிலையில் வர வேண்டுமென்று கட்டளையிட்டிருந்தான். எனக்கு முன்னால் இருநூறு பிராமணர்கள் சென்று, பாதை முழுவதும் புண்ணிய தீர்த்தம் தெளித்தார்கள். நாயக தலைவன் ஒரு பட்டு ஆசனத்தின் மேல் அமர்ந்து இருந்தான். அவன் பக்கத்தில் இரண்டு மெத்தைகள் இருந்தன. ஒரு நீளமான பட்டு ஆடை அணிந்திருந்தான். அவன் கழுத்தில் முத்துக்களும், வைரங்களும் நிறைந்த ஒரு பொன் மாலை

இருந்தது. அவனுடைய தலையிலிருந்த கிரீடத்திலும் முத்துக் கள் நிறைந்திருந்தன. பல்வேறு தலைவர்களும், பிராமணர் களும் அவனைச் சூழ்ந்திருந்தார்கள். என்னை அந்தத் தலைவன் அன்புடன் வரவேற்றான். எனக்கு வெற்றிலை போடும் பழக்கம் கிடையாது என்பதை அறிந்து அவன் வியப்படைந்தான். பின்னர், நான் விடைபெற்றுச் செல்லும்போது, ஜரிகை சேர்ந்த பல விலை உயர்ந்த ஆடைகள் முதலிய வெகுமதிகளை எனக்கு கொடுத்து அனுப்பினான்.''

முஸ்லீம்களின் படையெடுப்பிலிருந்து ஹிந்து சமுதா யத்தைக் காப்பதே விஜயநகர மன்னர்களின் நோக்கமாக இருந் தது. இதன் விளைவாக, சமுதாய ரீதியிலும், சமய ரீதியிலும் கட்டுப்பாடுகள் அதிகமாயின. ஏற்கெனவே சமுதாயத்தில் உயர்ந்த அந்தஸ்து வகித்துவந்து பிராமணர்களுக்கு புதிய சூழ்நிலையில் அதிக மதிப்புக் கிடைத்தது. பிராமணர்களில் சிலர் அரசாங்க இராணுவத் துறைகளிலும் பதவி வகித்து வந்தார்கள். மற்றவர்கள் பொதுவாக, மத சம்பந்தமான விஷயங்கள், இலக்கிய விஷயங் கள் முதலியவைகளில் ஈடுபட்டார்கள். அரசன் முதல் மற்ற பொதுமக்கள் ஈறாக மற்றவர்கள் விரும்பிக் கொடுக்கும் பொருள் களைக் கொண்டே இவர்கள் வாழ்ந்துவந்தார்கள். அறிவு வளர்ச்சி, கல்வி போதனை, இலக்கிய சிருஷ்டி முதலிய துறைகளில் இவர்கள் கவனத்தைச் செலுத்திவந்தார்கள். சமய விஷயங்களில் பாரபட்சமற்ற முறையில் இருந்ததால், நகரங்களிலும், கிராமங் களிலும் இவர்கள் பொதுமக்களுக்கு மத விஷயமான நடவடிக்கை களில் ஒரு உதாரணமாக விளங்கி வந்தார்கள். மற்றும், மக்களின் அன்றாட வாழ்க்கையில் ஏற்படும் பல பிரச்னைகளைத் தீர்த்து வைப்பதிலும் உதவி செய்தார்கள். ஆயினும் பிராமணர்கள் அப்பொழுதே தங்களுடைய உயர்ந்த அந்தஸ்துக்குத் தகுந்தபடி எல்லா சந்தர்ப்பங்களிலும் வாழ்க்கையை மேற்கொண்டிருக்க வில்லை. இவர்களில் சிலருடைய நடவடிக்கைகளைப் பற்றி புகார்களும் இருந்துவந்தன. பொதுவாக, பிராமணர்கள் தங்க ளுடைய வாழ்க்கையின் மூலம் மற்றவர்களுக்கு வழிகாட்டி வந்தார்கள்.

ஜாதிப் பிரிவினை அடிப்படையில் அமைந்த சமுதாய அமைப்பு பொதுவாக ஏற்றுக்கொள்ளப்பட்டிருந்தது. அந்த அமைப்பின் சமூக, பொருளாதார அம்சங்களும் ஏற்றுக்கொள்ளப் பட்டன. அரசாங்கமும் இந்த அமைப்பை அங்கீகரித்திருந்தது.

இதன் விளைவாக உணவு, திருமணம் முதலிய விஷயங்களில் மக்களிடையே பல்வேறு வேறுபாடுகள் நிலவின. ஆயினும், கோயில் நிர்வாகம், நிலம், பாசன விஷயங்கள் பற்றிய பராமரிப்பு, உள்நாட்டு நிர்வாகம் முதலிய விஷயங்களில் மக்கள் ஒன்றுபட்டு உழைப்பதற்கு இந்த வேறுபாடுகள் தடையாக இருக்கவில்லை. உரிமைகளை வற்புறுத்துவதற்குப் பதிலாக கடமையைச் செலுத்துவதே முக்கியமாக கொள்ளப்பட்டிருந்தது. ஆகவே சமூக சூழ்நிலை அமைதி நிறைந்திருந்தது. இடங்கை, வலக்கை போன்ற பிரிவினை அம்சங்கள் இருந்தபோதிலும், சமுதாயம் ஒன்றுபட்டு வாழ்வதற்கான வாய்ப்புக்கள் இருந்தன. நகரங்களிலும், கிராமங்களிலும் அந்தந்த ஜாதி மக்கள் தனித்தனிப் பகுதிகளில் வாழ்ந்து தங்களுக்கே உரித்தான பழக்கவழக்கங்களைக் கடைப்பிடித்து வந்தார்கள். அடிமைகள் போன்று வாழ்ந்து வந்த கீழ்த்தர மக்கள், நிலத்தை உழுதல் முதலிய பணிகளைச் செய்துவந்தார்கள். உயர் குலத்தோர் வாழ்ந்த இடத்துக்குச் சற்று தூரத்திற்கு அப்பால் தங்கள் குடியிருப்புகளை அமைத்துக் கொண்டார்கள்.

சட்ட நூல்களில் பொறிக்கப்பட்டிருந்த தத்துவங்கள் சமுதாயத்தை மறைமுகமாகவே பாதித்தன. உதாரணமாக, முதலாம் குலோத்துங்க சோழன் காலத்தில் ஒரு கிராமத்தில் இருந்த பட்டர்கள் சட்டப் புத்தகங்களிலிருந்து மேற்கோள் காட்டி, ரதக்காரர்கள் என்ற ஜாதியைச் சேர்ந்தவர்களுக்குரிய அலுவல் கட்டிடங்கள் நிறுவுவது, அரங்கங்கள், கோபுரங்கள் எழுப்புவது, சமயச் சடங்குகளுக்கான கருவிகளைத் தயாரிப்பது என்று விவாதித்தார்கள். சில சமயங்களில் சில குறிப்பிட்ட ஜாதிகளின் உரிமைகள் அரசனாலேயே நிர்ணயிக்கப்பட்டன. தென் கொங்கு நாட்டின் கல் தச்சர்களுக்கு, சமூகத்தில் சில சம்பவங்கள் நேரும்போது, சங்கு முழுங்குவது, முரசு ஒலிப்பது, முதலிய உரிமைகளை ஒரு சோழ மன்னன் அளித்திருந்தான். வெளியில் நடமாடும் போது காலணிகள் அணியும் உரிமையும், வீடுகளுக்கு சுண்ணாம்பு பூசும் உரிமையும் அவர்களுக்கு கிடைத்திருந்தது.

அந்தந்த வகுப்பு மக்களின், இருப்பிடம் காலம் முதலியவைகளுக்கேற்ப உடை, பழக்க வழக்கங்கள் மாறியிருந்தன. விஜய நகர மன்னர்கள் காலத்திலும், அதற்கு முன்பும், நம் நாட்டுக்கு வந்திருந்த அயல்நாட்டுப் பிரயாணிகள் எழுதி வைத்திருக்கும் விவரங்களிலிருந்து இதைப் பற்றிய பல்வேறு தகவல்கள் நமக்குக் கிடைக்கின்றன. வர்த்தேமா என்ற பிரயாணி ஒருவர் இதுபற்றிக்

குறிப்பிடும்போது, 'நல்ல நிலையில் உள்ள மக்கள் ஒரு சிறிய அங்கியையும் தலையில் ஜரிகைத் தலைப்பாகையும் அணிந்து கொண்டிருந்தார்கள்' என்று கூறுகிறார். அவர்கள் காலணிகள் அணியவில்லையென்று தெரிகிறது. மற்ற சாதாரண மக்கள் இடுப் பில ஒரு வேஷ்டியை மாத்திரம் உடுத்து இருந்தார்கள் என்றும் தெரிகிறது. வசதி படைத்தவர்கள் ஜரிகைத் தலைப்பாகை, குல்லாய் முதலியவைகளை தலையில் அணிந்து, காலணிகளும் அணிந்திருந்தார்கள். உயர்குலப் பெண்களும், அரண்மனையைச் சேர்ந்த நடன மாதர்களும் விலை உயர்ந்த, வர்ணம் நிறைந்த, பட்டு பருத்தி ஆடைகளை அணிந்தார்கள். அரிசி, பருப்பு, காய்கறி கள், கீரை வகைகள், பால், பால்பொருள்கள், மற்றம் இறைச்சி முதலியவை உணவுப் பொருள்களாக இருந்தன. பிராமணர்கள், சமணர்கள், சைவர்கள் ஆகியோர் இறைச்சி உட்கொள்ளவில்லை. வாழ்க்கைக்கு அத்தியாவசியமான பொருள்கள் ஏராளமாக இருந் தன. பஞ்சமும், பற்றாக்குறையும் இல்லை என்றே சொல்லலாம்.

அந்தக் காலத்து கல்வி முறையைப் பற்றி ஆராயும்போது சம்ஸ்கிருத மொழியில் உயர்கல்வி போதிக்கப்பட்டது என்பதை அறிகிறோம். பல்வேறு கல்வெட்டுக்களில் சம்ஸ்கிருத மொழிக் கல்விக்கான மான்யங்கள் கொடுக்கப்பட்டது பற்றி குறிப்பிடப் பட்டிருக்கிறது. பொதுமக்களுக்கான கல்வி விஷயத்தில், கிராமப் பள்ளியாசிரியர்களுக்கு மான்யங்கள் கொடுக்கப்பட்டன. இன்று தொழில்நுட்பக் கல்வி, தொழில் முறைக் கல்வி என்று கூறப் படும் கல்வியறிவு அந்தக் காலத்தில், குடும்பத்தில் பரம்பரை யாகத் தொடர்ந்துவந்த அலுவலாகவே இருந்தது. கோவில் அல்லது அரண்மனை முதலிய பெரிய கட்டிடங்கள் நிர்மாணிக்கப் பட்ட பொழுதுதான், திறமைசாலிகளான பணியாட்கள் முன் னுக்கு வருவதற்கு வாய்ப்புகள் கிடைத்தன. இன்று அழியாமல் நிற்கும் புராதனச் சின்னங்களைப் பார்க்கும்போது, அந்தக் காலத் தில் கைத்திறன் மிக்க கலைஞர்கள் ஏராளமாக இருந்தனர் என்பது தெளிவாகிறது. கல்வெட்டுக்களில் காணப்படும் எழுத்துக்களும், செப்பேடுகளில் பொறிக்கப்பட்டிருக்கும் எழுத்துக்களும் மிகவும் அழகான முறையில் அமைந்திருப்பதால், அவ்வாறு எழுத்துக் களை பொறித்தவர்கள், கைத்திறன் விஷயத்தில் மட்டுமின்றி, எழுத்து அறிவிலும் சிறந்தவர்களாக இருந்தார்கள் என்று கொள்ள லாம். இத்தகைய கல்வெட்டுக்களில் காணப்படும் இலக்கியச் சுவையையும், பொதுவாக இலக்கிய சிருஷ்டி கணிசமாக ஏற்பட்டு

இருந்ததையும் பார்க்கும்போது, அப்பொழுது மொழி வளர்ச்சி சிறந்த முறையில் ஏற்பட்டிருந்தது என்பது தெரியும். ஆயினும், இத்தகைய சிறப்பு எவ்வாறு ஏற்பட்டது, மக்கள் எந்த முறையில் இவ்வளவு திறமைபெற்றார்கள் என்பதற்கான சான்றுகள் நமக்குக் கிடைக்கவில்லை.

1623-ஆம் ஆண்டில் நம் நாட்டுக்கு வந்திருந்த இத்தாலிய பிரயாணி 'பியட்ரோ டெல்லா வல்லா' என்பவர் அப்பொழுது, தாம் கண்ட கிராமப் பள்ளிக்கூடங்கள் பற்றி விவரமாக எழுதி வைத்திருக்கிறார். கிராமங்களில் கல்வி முறை கையாளப்பட்ட விதம், பாடங்களைப் படித்து ஒப்பித்தல், தரையில் பரப்பிய மணலில் எழுதிப் பழகுதல் முதலிய பழக்கங்களை அவர் குறிப் பிட்டிருக்கிறார். இத்தகைய பழக்கங்கள் இன்றும் சில கிராமங் களில் வழக்கத்தில் இருக்கின்றன. கிறிஸ்துவ பாதிரிமார்கள் நம் நாட்டுக்கு வந்தபோது, அவர்கள் பள்ளிக் கூடங்கள், ஆஸ்பத்திரி கள் முதலியவைகளை நிறுவி, அவைகள் மூலம் பொதுமக்க ளிடையே கிறிஸ்துவ மதத்தைப் பரப்பத் தொடங்கினார்கள். மதுரை, சென்னையில் சாந்தோம் பகுதி, சந்திரகிரி முதலிய இடங் களில் அவர்கள் இவ்வாறு பள்ளிக்கூடங்களை ஆரம்பித்தார்கள். மதுரையில் நிறுவியிருந்த உயர் கல்வி முறைபற்றி டி நோபிலி என்ற கிறிஸ்துவ பாதிரி 1610 ஆம் ஆண்டில் எழுதிய கடிதம் ஒன்றிலிருந்து விவரங்கள் கிடைக்கின்றன. அவர் கூறுகிறார், ''மதுரையில் பல்வேறு வகுப்புக்களில் கல்வி பயிலும் பத்தாயிரம் மாணவர்கள் இருக்கிறார்கள். இவர்கள் எல்லோருமே பிராமண குலத்தைச் சேர்ந்தவர்கள். இந்தக் குலத்தைச் சேர்ந்தவர்கள்தான் உயர்கல்வி பெறுவதற்குத் தகுதி வாய்ந்தவர்கள். வாழ்க்கைக்கு அவசியமான வசதிகளைத் தேடுவதால் கல்வியில் கவனம் செலுத்த முடியாமல் போவதைத் தடுப்பதற்கு வேண்டிய மான்யங் களை மன்னர்கள் நிறுவியிருந்தார்கள். இந்த மான்யங்களிலிருந்து கிடைக்கும் வருவாய் மூலம் ஆசிரியர்களுக்குச் சம்பளம், மாணவர் களின் வாழ்க்கைக்குத் தேவையான வசதிகள் முதலியவை கிடைத் தன. உயர் கல்விமுறை, பல்வேறு பாடத் திட்டங்களாக வகுக்கப் பட்டிருந்தது'' என்றும் அவர் கூறுகிறார். ஆயினும், கல்வி பயில் வதற்கு மற்ற வகுப்பார்களுக்கு தடை விதிக்கப்படவில்லை. 1625-ஆம் ஆண்டில் ஒரு பாதிரி எழுதியிருந்த கடிதத்திலிருந்து பறையர் குலத்தைச் சேர்ந்த ஒருவன் கல்வியறிவு சிறந்து விளங்கி, சம்ஸ்கிருத மொழியில் புலமையும் பெற்றிருந்தான் என்று

தெரிகிறது. மற்றொரு கடிதத்தில், ஒரு பெண் கல்வியறிவில் சிறந்து விளங்கியதாகவும் கூறப்பட்டிருக்கிறது. அவள் சம்ஸ்கிருத மொழியிலேயே பேசியதுடன், பல நூல்களிலிருந்தும் மேற்கோள்கள் காட்டினாள். கம்மாளன் ஒருவன், சமய ரீதியிலான விவாதம் ஒன்றில் கலந்து கொண்டு, சுற்றியிருந்தவர்கள் வியக்கும் வகையில் விவாதித்தான் என்றும் டி நோபிலி கூறுகிறார்.

வயது அடைந்தவர்களுக்கு கல்வி விஷயத்திலும், கோவில்களுக்கும் மான்யங்கள் அளிக்கப்பட்டன. இதிகாச புராணங்களைப் பற்றி எடுத்துக் கூறுவதற்கு நிறுவப்பட்ட மான்யங்கள் இவ்விஷயத்தில் பயன்பட்டன. புராண, இதிகாசங்களை சொல்பவர், தாம் எடுத்துக் கொண்ட விஷயத்திதைப் பற்றி எல்லோருக்கும் விவரிப்பதோடு நிற்காமல், பல்வேறு விஷயங்களைப் பற்றியும் விளக்கி, நடைமுறை விஷயங்களைப் பற்றியும் பொது ஜனங்களுக்கு எடுத்துச் சொல்விவந்தார். இவ்வகையில் பொது மக்களுக்கு அறிவு புகட்டும் வழக்கம் இன்றும் இருந்துவருகிறது. நல்ல பயிற்சி பெற்ற பாட்டுக்காரர்கள் மூலம், துதிப்பாடல்கள் இசைக்கப்பட்டன. மடங்களைச் சேர்ந்த பள்ளிக்கூடங்களில், இதற்காக இளைஞர்களுக்குப் பயிற்சி அளிக்கப்பட்டது. மடங்களைப் போலவே, சமண பள்ளிகளிலும், புத்த விகாரங்களிலும் பயிற்சி நடைபெற்றுவந்தது. இந்த ஸ்தாபனங்களில் பெரிய நூலகங்கள் இருந்தன. அவ்வப்போது பழைய நூல்கள் புதிதாகவும் எழுதப்பட்டுவந்தன.

கோவில்கள் வழிபாட்டுக்கும், மற்ற கலாச்சார பொருளாதார வாழ்வுக்கும் ஒரு கேந்திரமாக விளங்கிவந்தன. கோவில்கள் அமைப்பது, அவைகளின் பராமரிப்பு முதலியவைகளால் பல கட்டிடக் கலைஞர்கள், ஓவியர்கள், கைத்திறன் பணியாளர்கள் முதலியவர்களுக்கு வேலை வாய்ப்புக்கள் கிடைத்ததோடு, அவர்கள் ஒருவருக்கொருவர் போட்டியிட்டு தங்களுடைய திறமையைக் காட்டுவதற்கும் உதவியாய் இருந்தது. கல்லிலும் உலோகத்திலும் விக்கிரகங்கள் செய்ய சிற்பக் கலைஞர்களுக்கு நல்ல வாய்ப்பு இருந்தது. சோழர் காலத்து செப்பு விக்கிரகங்கள், விஜய நகர மன்னர் காலத்தில் திருப்பதியில் இருந்த செப்பு விக்கிரகங்கள் முதலியவை உலகக் கலைப்படைப்புகளில் சிறந்தவையாக இன்றும் விளங்குகின்றன. பெரும் உலோகப் பகுதிகளைக் கொண்டு, இன்றைய நவீன சாதனங்கள் ஒன்றும் இல்லாமலே,

அழகுமிக்க உருவங்களை வார்த்தது, என்றும் வியப்புக்குரிய விஷயமாகும்.

கோவில்களில், அன்றாட அலுவல் முறையினால், பாணர்கள், நடன மாதர்கள், புஷ்பங்கள் விற்பவர்கள், சமையல்காரர்கள் மற்றும் பல்வேறு பணியாட்களுக்கும் தொடர்ந்து வேலை வாய்ப்பு இருந்தது. அவ்வப்போது நடைபெற்றுவந்த கோவில் உற்சவங்களில் சந்தைகள், அறிவுப் போட்டிகள், மல்யுத்தங்கள், மற்றும் பொது மக்களுக்கு விருப்பமான பல்வேறு களியாட்டங்களும் நடைபெற்றுவந்தன. பள்ளிக்கூடங்களும், மருத்துவசாலைகளும் கோவில்களிலேயே அமைந்திருந்தன. மற்றும், பொது மக்கள் கூடுவதற்கும், நாடகம் போன்ற கலை நிகழ்ச்சிகளை நடத்துவதற்கும் கோவில்கள் உபயோகப்பட்டன. நிலம், ரொக்கம் முதலியவை மூலம் அவ்வப்போது மான்யங்கள் நிறுவப்பட்டு வந்ததால், கோவில்களில் போதிய அளவு பெரும் நிதி வசதி இருந்தது.

கோவில் நிலங்களில் பணியாற்றும் பண்ணையாட்கள், மற்றும் கோவில் விஷயமாக பல்வேறு அலுவல்களை மேற்கொண்டவர்களுக்கும் வாழ்க்கையின் மற்றத் துறைகளில் கடைத்தேற, கணிசமான பயன் கிடைத்துவந்தது. கோவில் விக்கிரகங்களுக்கு, குறிப்பாக உற்சவமூர்த்திகளுக்கு, பல்வேறு விலை உயர்ந்த ஆபரணங்கள் செய்யப்பட்டது, ஆபரணக் கலைஞர்கள், பொற்கொல்லர்கள் முதலியவர்களுடைய திறன் சிறந்து விளங்குவதற்கு காரணமாய் இருந்தது.

ஒரு பெரிய கோவிலின் பொருளாதார அம்சங்களைப் பற்றிய முழு விவரங்கள், தஞ்சாவூர் பெரிய கோவில் கல்வெட்டுக்களில் நன்றாக விளக்கப்பட்டிருக்கின்றன. இதே முறையில் தான், சோழர் காலத்தில், இந்தக் கோவில் பொது வாழ்க்கையில் பெற்றிருந்த பங்கு போலவேதான் மற்ற கோவில்களும் அன்றைய வாழ்க்கையில் இடம் பெற்றிருந்தன. நாகரிக வாழ்க்கைக்கு சிறப்பான அம்சங்கள் முழுவதும், கோவிலைச் சுற்றியே இயங்கி வந்தன. தர்ம உணர்ச்சியின் அடிப்படையில் வாழ்க்கையின் பல அம்சங்கள் கட்டுப்படுத்தப்பட்டு, வளர்ந்தன என்று கூறலாம். சமுதாய நல விஷயத்தில், அந்தக் காலத்திய கோவில்கள் இணையற்ற ஸ்தாபனங்களாக விளங்கின.

மக்களின் விளையாட்டுக்கள், பொழுதுபோக்குகள் முதலியவை பற்றிப் போதிய விவரங்கள் கிடைக்கவில்லை.

மன்னர்களும், செல்வந்தர்களும் வேட்டையாடும் பழக்கம் கொண்டிருந்தார்கள். இதற்காக அவர்களுக்குச் சாதாரண மக்கள் பலர் உதவி செய்ய வேண்டியிருந்தது. மிருகங்களுக்கிடையே சண்டை, மல்யுத்தங்கள், சில சமயங்களில் பெண்களுக்கிடையே மல்யுத்தம் முதலிய பொழுது போக்குகள் உயர்குல மக்களின் பழக்கமாக இருந்தன. சூதாட்டத்தில் பந்தயங்கள் நடத்துதல், சேவல் சண்டை, ஆட்டுச் சண்டை முதலியவை பொதுமக்களின் களியாட்டங்களாக விளங்கின. அடிக்கடி உற்சவங்களும், சந்தைகளும் நடைபெற்று வந்தன. பாம்பாட்டிகள், செப்பிடு வித்தைக்காரர்கள் முதலியவர்கள் நாட்டில் பல்வேறு இடங்களுக்கும் சென்று. மக்களுக்கு அதிகச் செலவின்றி மகிழ்ச்சி அளித்து வந்தார்கள். கும்மி, கோலாட்டம் முதலிய் கிராமிய நடனங்களும் மக்களுக்கு மகிழ்ச்சி தரும் விஷயமாக விளங்கின.

மக்களில் பெரும்பாலோர் கிராமங்களில்தான் வசித்து வந்தார்கள். விவசாயமே முக்கிய தொழிலாக இருந்தது. நில உடமை, அந்தஸ்து அளிக்கும் விஷயமாக இருந்தது. கிராமத்தில் குடியானவர்கள் முக்கியமாக வாழ்ந்துவந்தார்கள். கிராமசபை, நிலச் சொந்தக்காரர்களுடைய ஸ்தாபனமாக விளங்கிற்று. அவ்வப்போது நிலத்தைப் பிரித்துப் பாகுபாடு செய்து நிர்ணயிக்கும் முறை பழக்கத்திலிருந்தது. நில உடமைக்காரர்கள் தவிர, பல்வேறு நில உரிமையற்ற தொழிலாளர்களும் பெருவாரியாக இருந்தார்கள். இந்த விவசாயத் தொழிலாளர்கள், விவசாயத்திலும், அறுவடைக் காலத்திலும் பணியாற்றி வந்தார்கள். இவர்களில் பலர் அடிமை வாழ்க்கையே நடத்திவந்தார்கள். உள்நாட்டு விஷயங்களை நிர்வகிப்பதில் நில உடமைக்காரர்களுக்கு இருந்ததுபோல, இவர்களுக்கு எவ்வித பங்கும் இருந்ததில்லை. கிராமத்தில வாழ்ந்துவந்த கைத்திறன் தொழிலாளர்கள், கிராமத்திற்குப் பொதுவான நிலத்தில் பங்குபெற்றிருந்தார்கள். அவர்கள் கிராமத்திலேயே வாழ்ந்து, அவ்வப்போது ஏற்படும் பணிகளைச் செய்வதற்கு வாய்ப்பாக இருப்பதற்கு, இத்தகைய ஏற்பாடு செய்யப்பட்டிருந்தது. ஒவ்வொரு குறிப்பிட்ட பணிக்கும், தனி ஒப்பந்தத்தின் மூலம் கூலி நிர்ணயிக்கப்பட்டது.

ஜாதிப் பிரிவினைகளுக்கு அப்பாற்பட்ட கீழ்த்தர மக்கள் பல்வேறு சிறிய பணிகளைச் செய்துவந்தார்கள். அவர்களுக்கும் கிராமப் பொது நிர்வாகத்திலிருந்து கூலி கொடுக்கப்பட்டது. இதுதான் ஆயகார் முறையின் ஆரம்பமாக இருந்தது. பின்னர், இது

விஜயநகர மன்னர் காலத்தில் முறைப்படி அமுலாக்கப்பட்டது. முதலில் ஆயகார் முறையாகவும், பின்னர் ரயத்துவாரி நிலஉடமை முறையாகவும் பிரிட்டிஷ் ஆட்சிக் காலத்தில் உருவெடுத்த இந்தப் பழக்கம், சோழர் காலத்தில் செழித்து வளர்ந்திருந்த கிராம சமுதாயத்தின் சுதந்திரத்தைக் குலைத்துவிட்டது. அன்றாட வேலைக்காக தான்யங்கள் மூலம் கூலி கொடுக்கப்பட்டது. சிறிய நிலப் பகுதிகளில் வேலை செய்துவந்த குடியானவர்கள், அவர்களுக்கு ஓய்வு இருந்தபோது, இவ்வாறு தான்யக் கூலிக்காகப் பணியாற்றி வந்தார்கள். கோவில்கள் போன்ற பொது ஸ்தாபனங்களுக்குச் சொந்தமான நிலங்களில் குத்தகை மூலம் விவசாயம் மேற்கொள்ளும் வழக்கம் பொதுவாக நிலவி இருந்தது. மான்யம் கொடுக்கப்பட்டபோது ஏற்பாடு செய்யப்பட்ட முறையின் அடிப்படையில், தனியாக மேற்கொள்ளப்பட்ட ஒப்பந்தத்தின் மூலம் குத்தகை விதிகள் குறிப்பிடப்பட்டன. இத்தகைய ஒப்பந்தங்கள் மூலம், கிடைத்த உரிமைகளின் பயனாக, சில குத்தகைக்தாரர்கள், தாங்கள் உழைத்த நிலத்தின் உரிமையில் பங்கு கொள்ளும் வாய்ப்பும் ஏற்பட்டது. நிலவரி விகிதங்களை நிர்ணயிப்பதற்காக, புஷ்பத் தோட்டங்கள், பழத்தோட்டங்கள், நஞ்சை நிலங்கள், புஞ்சை நிலங்கள், காட்டுப்புற நிலப்பகுதிகள், முதலிய பல்வேறு பகுதிகளுக்கிடையே இருந்த வேற்றுமைகள் தெளிவாக வகுத்துப் பராமரிக்கப்பட்டன. நஞ்சை நிலங்களில் அந்தந்த நிலப் பகுதியின் செழிப்புக்கு ஏற்றபடி, வரி விகிதம் நிர்ணயிக்கப்பட்டது. உணவு தான்யங்கள், பருப்பு வகைகள் தவிர, பருத்தி, கரும்பு போன்ற வர்த்தகப் பொருள்களும் உற்பத்தி செய்யப்பட்டன. தோட்டப் பகுதிகளில் வெற்றிலை, பாக்கு, இஞ்சி, மஞ்சள், பழவகைகள், காய்கறி வகைகள், புஷ்பங்கள் முதலியவை உற்பத்தி செய்யப்பட்டன.

நீர்ப்பாசனத்தின் அவசியம் தொன்று தொட்டு நன்றாக அறியப்பட்டிருந்தது. நதிகளின் குறுக்கே அணைகள் அமைக்கப்பட்டு, அங்கிருந்து கால்வாய்கள் வெட்டப்பட்டன. கால்வாய்களும், ஓடைகளும் இல்லாத பகுதிகளில் பெரிய ஏரிகள் நிறுவப்பட்டன. இத்தகைய ஏரிகளை நன்றாகப் பராமரிப்பதற்கான ஏற்பாடுகளும் செய்யப்பட்டன. வரிவஜா நடவடிக்கைகளின் மூலம் தரிசு நிலங்களை மீட்பதற்கான அலுவல்களும் மேற்கொள்ளப்பட்டன. கோவில், மடம் முதலிய ஸ்தாபனங்களுக்கும் பிராமணர்களுக்கும் சொந்தமான நிலப் பகுதிகளில் பண்ணையாட்களின் நிலை வசதியாகவே இருந்தது என்று சொல்லலாம்.

ஆனால், உயர் அதிகாரிகளுக்கும் தனவந்தர்களுக்கும் சில உரிமைகள் கொடுக்கப்பட்ட போதும், நிலவரி வசூல் செய்யும் உரிமை சிலரிடையே பகிர்ந்து அளிக்கப்பட்டபோதும், வரி விகிதமும், வரி வசூல் செய்யும் முறையும் பண்ணையாட்களை பாதிக்கும் முறையில் இருந்தன. சோழர்களுடைய திறமைமிக்க நிர்வாகத்தின் போதுகூட, வரி வசூலித்தோர் இழைத்த கொடுமைகள் பற்றி புகார்கள் இருந்தன. விஜய நகர ஆதிக்கம் க்ஷீணித்த பிறகு, நாயகர் காலத்தில், அரசாங்கத்தின் பங்காகிய மகசூலை பண்ணையாட்கள் அரசாங்க அதிகாரிகள் நிர்ணயித்த அதிக விலைக்கு வாங்க வேண்டுமென்று கட்டாயப்படுத்தியதாகவும் தெரிகிறது. கால்நடைப் பராமரிப்பு, பால் பண்ணை நடத்துதல் முதலியவைகளுக்கான தனி நிலப்பகுதிகளும் இருந்தன. கோவில்களைச் சேர்ந்த கால்நடைகள், உணவுசாலைகளைச் சேர்ந்த கால்நடைகள், அவைகளைப் பராமரித்துவந்த இடையர்கள் முதலியவர்களைப் பற்றி கல்வெட்டுக்களில் விவரங்கள் காணப்படுகின்றன. உயர்குலத்தோரின் உணவில் நெய் ஒரு முக்கியப் பகுதியாக இருந்தது. கோவில்களில் திருவிளக்குகளில் ஏற்றுவதற்கும் நெய் பயன்பட்டு வந்தது.

பல்வேறு தொழில் முறைகளும், கைத்திறன் வேலை முறைகளும், ஜாதி அமைப்புக்களாகவும், வர்த்தகச் சங்கங்களாகவும் அமைந்தன. தொன்றுதொட்டு வந்த முறையில், இந்தத் தொழில்கள் கூட்டு முயற்சியின் மூலம் நடைபெற்று வந்தன. ஆகவே, மிகவும் சிறந்த கட்டிடக் கலைஞர்கள், சிற்பிகள், ஓவியர்கள் முதலியவர்களுடைய தனிப்பட்ட பெயர்கள் நமக்குக் கிடைக்கவில்லை. உள்நாட்டின் போக்குவரத்து வசதிகள் எவ்வாறு இயங்கி வந்தன என்பது பற்றியும் தெளிவான தகவல்கள் நமக்குக் கிடைக்கவில்லை. நதிகள் போக்குவரத்துச் சாதனங்களாக இயங்குவதற்கு வாய்ப்புக்கள் இல்லை. கால்வாய்கள் பாசன வேலைகளுக்கு மட்டுமே பயன்பட்டன. சாலைகள் அமைக்கப்பட்டதாக கல்வெட்டுக்களில் விவரங்கள் காணப்படுகின்றன. அந்தந்தப் பகுதியின் அதிகாரிகள் சாலைகளைப் பராமரிக்கும் பொறுப்பை ஏற்றிருந்தார்கள். கிராம மக்கள் சாலைகள் அமைப்பதற்கு இலவசமாகப் பணியாற்றி வந்தார்கள். ஒரு ராஜபாட்டையின் அகலம் 24 அடி என்று நிர்ணயிக்கப்பட்டிருந்தது. சிறிய குறுகிய பாதைகளும் பல அமைந்திருந்தன. கடற்கரையோரமாக கப்பல் போக்குவரத்து நன்றாக இயங்கிவந்தது. கிராமப் பகுதிகளிலிருந்து

வியாபாரப் பொருள்கள் வண்டிகள் மூலமாகவும், சுமை விலங்குகளின் மூலமாகவும், மக்களின் தலைச்சுமைகளாகவும் கொண்டுவரப்பட்டன. சாலைகளில் போதிய பாதுகாப்பு இருக்கவில்லை. குழப்பம் நிறைந்த காலத்தில் அங்கங்கே கொள்ளைக்காரர்கள் இயங்கிவந்தார்கள். விஜய நகர அரசன் அச்சுதராயன் காலத்தில் இத்தகைய குழப்பத்தினால் நாடெங்கிலும் வியாபாரம் க்ஷீணித்தது. பெரு வழிகளில் நிறைந்திருந்த கள்வர்களின் நடவடிக்கைகளினால் யாத்ரிகர்களின் போக்குவரத்தும் அதிகமாகத் தடைப்பட்டது.

பரம்பரையாக வந்த சமுதாய அமைப்பு அதிகமாகப் பாதிக்கப்படாமல், நீடித்து இயங்கி, பதினெட்டாவது நூற்றாண்டின் குழப்பத்தையும் தாண்டி நின்றது. பத்தொன்பதாவது நூற்றாண்டிலும், இருபதாம் நூற்றாண்டு ஆரம்பகாலத்திலும், பிரிட்டிஷ் ஆட்சி சமூகம், மதம் ஆகிய விஷயங்களில் தலையிடாமல் நிர்வாகத்தை நடத்திவந்தது. பதினெட்டாவது நூற்றாண்டில் பாதுகாப்பும் சுபிட்சமும் பாதிக்கப்பட்டிருந்தது. கரையோரங்களில் ஐரோப்பிய வர்த்தக ஸ்தாபனங்கள் ஏற்பட்டபோது, சிறிது அமைதியும், தொழிலுக்கும் வர்த்தகத்துக்கும் வாய்ப்புக்களும் கிடைத்தன. இந்த ஸ்தாபனங்களுக்கு அருகில் வாழ்ந்துவந்த மக்கள், இந்த வாய்ப்புக்ளைப் பயன்படுத்திக் கொண்டார்கள். பதினெட்டாவது நூற்றாண்டின் பிற்பகுதியில் நாட்டின் கைத்திறன் வெகுவாகப் பாதிக்கப்பட்டது. ஐரோப்பாவில் தொழில் புரட்சி ஏற்பட்டதன் பயனாக, மலிவான விலையில், இயந்திரங்கள் மூலம் தயாரிக்கப்பட்ட பொருள்கள் பெருவாரியாக நாட்டிற்குள் வந்ததால் ஏற்பட்ட போட்டியில், இத்தகைய நிலைமை ஏற்பட்டிருந்தது. மக்கள் மேலும் மேலும் விவசாயத்தையே நம்பி வாழ வேண்டிய நிர்ப்பந்தம் ஏற்பட்டது.

போர், பாதுகாப்பின்மை ஆகிய சூழ்நிலையில் மக்கள் வளர்ச்சி அடையாமல் இருந்த நிலைமை, பத்தொன்பதாம் நூற்றாண்டில் சீரான நிர்வாகமும், அமைதியும் நிலவியபோது, மாறிவிட்டது. ஆயினும், அரசாங்கத் தரப்பிலும், மக்கள் தரப்பிலும் ஆக்க முறையிலான பொருளாதாரக் கொள்கை ஒன்று இல்லாததன் காரணமாக மக்களிடையே வாழ்க்கைத் தரம் குறைய ஆரம்பித்தது. ஆங்கிலக் கல்வி முறை ஆரம்பிக்கப்பட்டு, கிறிஸ்துவ பாதிரிகளின் முயற்சிகளின் மூலம் நாடு முழுவதும் பரவிய போது, பல்வேறு வகையிலான விளைவுகள் ஏற்பட்டன. புதிய

கல்வி முறையினால், புதிய வகுப்பு ஒன்று தோன்றிற்று. சமுதாயத்தில் நல்ல நிலையில் இருந்தவர்களே இத்தகைய கல்வி வசதிகளைப் பயன்படுத்திக் கொண்டு, அன்னிய ஆட்சியில் பதவிகள் ஏற்று, நிர்வாகத்தில் பங்கு கொண்டார்கள். அன்னிய ஆட்சி வர்க்கத்தின் மீது ஏற்பட்ட ஒரு பற்று, ஹிந்து சமுகத்தைப் பற்றி கிறிஸ்துவ பாதிரியார்கள் அவ்வப்போது கண்டித்து வந்த வழக்கம் முதலியவைகளின் பயனாக, இந்த அதிகார வர்க்கம், ஹிந்து பழக்க வழக்கங்களைப் பழிக்கத் தொடங்கி, விரைவில் எல்லா வகைகளிலும் ஆங்கிலேயர்களைப் பின்பற்றும் பழக்கத்தை மேற்கொண்டது. இந்த மனப்பான்மையின் விளைவாக, இந்த வகுப்பு பொது மக்களைவிட்டு தனித்து வாழ நேரிட்டது. இந்த மனப்பான்மையைத் தொடர்ந்து சமூக சீர்திருத்த விஷயமாகவும் பல முயற்சிகள் மேற்கொள்ளப்பட்டன. இந்த முயற்சிகள் எல்லாம் நல்ல முறையில் மேற்கொள்ளப்பட்டவை என்று சொல்வதற்கு இல்லை. ஆயினும், நாளடைவில் ஆங்கிலக் கல்வி யறிவு பெற்ற வகுப்பார், தனி மனிதன் சுதந்திரம், அரசியல் சுதந்திரம் போன்ற உணர்ச்சிகளைப் பெற்று, மேற்கத்திய நாடுகளைப் போல நமது நாடும் மதிப்பு அடைய வேண்டுமென்றே முறையில் சிந்திக்கத் தொடங்கினர். இந்த உணர்ச்சி வளர்ச்சி அடைந்ததன் பயனாக, இருபதாம் நூற்றாண்டில் தேசிய இயக்கம் தோன்றியபோது அதிக சக்தி பெற்றது.

இருபதாம் நூற்றாண்டில் பல்வேறு வகைகளில் பல்வேறு மாறுதல்கள் ஏற்பட்டிருக்கின்றன. முதல் உலக மகா யுத்தத்தின் விளைவாக, நமது நாட்டில் வாழ்க்கைத் தரம் மிகவும் பின்னடைந்து இருந்தது அறியப்பட்டது. அதுவரை எதிலும் தலையிடாமல் இயங்கிவந்த நிர்வாகம், யுத்தத்திற்கு அவசியமான பொருள்களைத் தயாரிப்பதற்காக தொழில் வளர்ச்சிக்கு ஏற்பாடு செய்யவேண்டி ஏற்பட்டது. இது இரண்டாவது மகா யுத்தத்தின் போது மிகவும் தீவிரமாக மேற்கொள்ளப்பட்டது. அதன் பின்னர் நாடு சுதந்திரம் அடைந்தபோது, நாடு முழுவதற்கும் பொருளாதாரத் திட்டமிடும் அலுவல் மேற்கொள்ளப்பட்டது. பல மின்சாரத் திட்டங்கள், கனரகத் தொழில்கள், விஞ்ஞான முறையிலான விவசாய அலுவல்கள் முதலிய அலுவல்கள் ஐந்தாண்டு திட்டங்களின் மூலம் மேற்கொள்ளப்பட்டன. சென்னை, கோயம்புத்தூர், திருச்சிராப்பள்ளி, மதுரை போன்ற நகரங்கள் மிகவும் விரிவாக வளர்ச்சி அடைந்து, பல்வேறு துறைகளில் பெருவாரியான மக்களுக்கு வேலை வாய்ப்புக்கள் அளித்து வருகின்றன.

கல்விவசதி, ரயில், பஸ், போக்குவரத்து வசதி அமைப்புகள், ரேடியோ, பத்திரிகைகள் முதலியவைகள் பொதுமக்களின் தொடர்புச் சாதனங்கள் போன்ற வாய்ப்புக்களினால் சமுதாயத்தின் தோற்றமே முற்றிலும் மாறி வருகிறது. வயது வந்தோர் வோட்டுரிமையின் அடிப்படையில் இயங்கும் அரசாங்க நிர்வாகம், பழைய காலத்து சட்ட முறைகளைத் திருத்தி அமைப்பதற்கு தீவிரமாக முயற்சி எடுத்து வருகிறது. சோஷலிஸ பாணியில் அமைந்த சமுதாயமே லட்சியமாக மேற்கொள்ளப்பட்டிருக்கிறது. ஜாதிப் பிரிவினையின் வேறுபாடுகள் மறைந்து வருகின்றன. தீண்டாமையை ஒழிப்பதற்கு மகாத்மா காந்தி பாடுபட்டதன் பயனாக, 'தீண்டாமைப் பழக்கத்தை மேற்கொள்வது குற்றம்' என்று சட்டப்படி இப்பொழுது நிர்ணயிக்கப்பட்டிருக்கிறது. நாட்டின் கிராமப் புறங்களில் மட்டும் பழைய முறையிலேயே வாழ்க்கை நடந்து வருகிறது. ஆயினும், பொதுமக்களின் நோக்கு புதிய விஷயங்களின் சக்தியால் மாறிவருகிறது. அதே சமயத்தில் நமது நாட்டின் பழைய பண்பாடு பற்றிய உணர்வு மீட்கப்பட்டு வருகிறது. பெரிய தொழில்களுக்கு அடுத்தாற்போல், கைத்திறன் வேலை முறைகளும் மீட்கப்பட்டிருக்கின்றன. எழில் மிகுந்த பொருள்களைத் தயாரிப்பதற்கும், வேலை வாய்ப்புக்களுக்கும் இவைகள் உதவுகின்றன.

தொழில்நுட்பக் கல்வி ஸ்தாபனங்கள், தொழில்கள் குடும்பப் பழக்கமாகவும் ஜாதிப் பழக்கமாகவும் இருந்ததை மாற்றி, எல்லோரும் மேற்கொள்ளும் வாய்ப்புகளைத் தருகின்றன. ஆயினும், 1956ம் ஆண்டில் நாட்டின் பல்வேறு பகுதிகள் மொழிவாரி ராஜ்யங்களாகத் திருத்தி அமைக்கப்பட்டதன் விளைவாக, ஏற்பட்டிருக்கும் பிரிவினை உணர்ச்சி மட்டும் கவலை தரும் விஷயமாகவே இருக்கிறது. இந்த உணர்ச்சி தமிழ்நாட்டில் தீவிரமாகக் காணப்படுகிறது. சம்ஸ்கிருத மொழியும், நாட்டின் வட பகுதியும், பிராமணர்களும் ஒன்று என்ற ஒரு தவறான எண்ணத்தின் அடிப்படையில் இந்த உணர்ச்சி தோன்றியிருக்கிறது. ஆயினும், இத்தகைய நோக்கத்தினால் ஏற்படக்கூடிய அபாயத்தைப் பற்றிய உணர்வே இதை அதிகம் வளராமல் தடுத்துவிடுமென்று நம்ப இடமுண்டு.

***

4. சமயம்

சங்க காலத்தில் நிலவிய சமயாச்சாரம் பல்வேறு சம்பிரதாயங்களின் சேர்க்கையாகவே விளங்கிற்று. வேள்வியின் அடிப்படையிலான வேதாச்சாரத்தையே மன்னர்களும், குறுநிலத் தலைவர்களும் பின்பற்றி வந்தார்கள். இவ்வகையில் பல வேள்விகளைச் செய்து புகழ் பெற்ற பாண்டிய மன்னன் 'பல்சாலை முதுகுடுமிப் பெருவழுதி' என்ற பட்டத்தைப் பெற்றான். பல்வேறு தெய்வங்களை வழிபடுவதற்கான பல கோட்டங்கள் அங்கங்கே நிறுவப்பட்டன. மஹாவிஷ்ணுவின் அனந்தசயனம் பெரும் பாணாற்றுப்படையில் விவரிக்கப்பட்டிருக்கிறது. புறநானூறு காப்புச்செய்யுளில் சிவபெருமானின் பல்வேறு ரூபங்களைப் பற்றித் தெரிந்து கொள்ளுகிறோம். சிவபெருமான், பலராமன், கிருஷ்ணன், சுப்ரமணியம் ஆகிய தெய்வங்களைப் பற்றியும் ஒரு பாடலில் வர்ணிக்கப்பட்டிருக்கிறது. சுப்பிரமணியம் அல்லது முருகன் வழிபாட்டில் 'வேலன் ஆடல்' என்ற நடனம் முக்கிய அம்சமாக இருந்தது. கிருஷ்ணன் வழிபாட்டில் அடங்கிய பழைய சம்பிரதாயங்களில் பல, முருகன் வழிபாட்டிலும் நிலவிவந்தன. துர்க்கை போன்ற ஒரு வனதேவதையை வழிபடும் வழக்கமும் பழைய வரலாறுகளிலிருந்து பெறப்பட்டதாகவே கொள்ளலாம்.

அந்தக் காலத்தில் பௌத்த மதமும், ஜைன மதமும் நாட்டில் தலையெடுக்கத் தொடங்கின. ஆயினும், சங்க கால நூல்களில் அவைகளைப் பற்றிய குறிப்புக்கள் அதிகம் காணப்படவில்லை. வரலாறு, இல்லற வாழ்க்கை சம்பந்தமான சடங்குகள், இவை களைப் பற்றியும் அதிகம் தெரியவில்லை. பிராமணர்கள் சம்பந்தப் பட்ட மட்டில், இந்திய ஆரிய பழக்கமான ஐந்து வகையான யக்ஞங் கள் நிறைவேற்றப்பட்டன. பிறப்பு, இறப்பு நிகழ்ச்சிகள் சம்பந்த மான சடங்குகள் பற்றிய குறிப்புக்கள் இருக்கின்றன. இறந்தவர் களைப் புதைப்பதும், எரிப்பதும் வழக்கத்தில் இருந்தது.

பொதுமக்கள் கிராம தேவதைகளை வழிபட்டு வந்தார்கள். இந்த தேவதைகளில் பல அசுர குணங்களைச் சேர்ந்தவைகளாக இருந்தன. வழிபாடு விஷயத்தில் விரிவான முறைகள் கையாளப் பட்டன. சகுனம், அபசகுனம் முதலிய நம்பிக்கைகளும் மக்க ளிடையே பரவியிருந்தன. பறவைகள் பறந்து செல்வதை நோக்கு வதன் மூலம் சகுனத்தை அறிந்து கொண்டார்கள். விரித்த

தலையுடன் காணப்படும் பெண் அபசகுனம் என்றும், காககை கரைவதால் வீட்டுக்குடைய தலைவன் திரும்பி வருவதைப் பற்றி அறிந்து கொள்ளலாமென்றும் நம்பிக்கைகள் இருந்தன. தேவதை களுக்குப் பலி கொடுப்பதன் மூலம் மழை வரவழைக்கலாம் என்றும் நம்பியிருந்தார்கள். சோதிடம் போன்று ஆருடம் கூறும் பழக்கங்கள் பல்வேறு வகையில் கையாளப்பட்டன. சமயாச்சாரத் தின் உயர்ந்த கட்டத்தில், சங்க காலத்தில் தமிழ்நாட்டில் நிலவிய வழக்கங்கள் பெரும்பாலும் வட பாரதத்திலிருந்து வந்தவை. கிராம மக்கள், பழங்குடி மக்கள் முதலியவர்களிடையே அந்தந்த மக்க ளுக்குரிய புராதன வழக்கங்கள் நிலவி வந்தன. ஆயினும், வட பாரத சமயாச்சாரத்திற்கு, தமிழகத்தில் தத்துவ சாஸ்திர ஆராய்ச்சி யில் நல்ல பலன் ஏற்பட்டிருந்தது.

தமிழகத்தின் மகான்களும், தீர்க்கதரிசிகளும், ஒரு புதுவகை யான பக்தி முறையை உருவாக்கினார்கள். கடவுளிடம் முற்றிலும் சரணடைந்துவிடுவது என்ற இந்த தத்துவம் பத்தாம் நூற்றாண் டில் இயற்றப்பட்ட பாகவத புராணத்தின் மூலம் விளங்குகிறது. குமரிலபட்டர், பிரபாகரர் இருவரும் உருவாக்கிய ''மீமாம்சம்'' என்ற வேதாச்சார தத்துவங்களை வட பாரதம், தென் பாரதத்தி லிருந்து தான் அறிந்து கொண்டது. சங்கரர், ராமானுஜர், மத்வர் ஆகிய மூன்று சமயாச்சாரியார்களும் நிறுவிய மூன்று முக்கிய பிரிவுகளான வேதாந்த முறைகள் தென்னகத்தில்தான் தோன்றின. தமிழகத்தில் தோன்றி வளர்ந்த மற்றொரு தத்துவ முறை சைவ சித்தாந்தம். தென்னகத்தில் வேதங்களைப் பற்றிய பாஷ்யங்கள் பல்வேறு காலங்களில் பலரால் இயற்றப்பட்டு, இன்று வரை ஆராய்ச்சிகள் தொடர்ந்து நடைபெற்று வருகின்றன.

ஐந்தாம் நூற்றாண்டு வரையில் மக்களிடையே மத விஷ யத்தில் ஒரு அமைதியும், சலிப்புத் தன்மையும் நிலவி வந்தது. பௌத்தர்களும், ஜைனர்களும், தங்குதடையின்றி தங்களுடைய சமயாச்சாரங்களைப் பின்பற்றி வந்தார்கள். ஆயினும், சங்க கால முடிவுக்குப் பின்னர், பல்லவர்களும், பாண்டியர்களும் வளர்ச்சி அடைவதற்கு சிறிது முன்பாக, ஆறாம் நூற்றாண்டின் பிற்பகுதி யில், ஒரு மாறுதல் உண்டாயிற்று. ஜைனம், பௌத்தம் போன்ற மதங்களால் நாடு மிகப் பாதிக்கப்பட்டு விடுமென்ற அச்சம் தோன்றிற்று. களப்பிரர்களால் ஏற்பட்ட புரட்சியும், இதற்கு ஒரு காரணமாயிற்று. வைஷ்ணவர்களும், சைவர்களும் இத்தகைய

அபாயத்தை தடுப்பதற்கு பெருமுயற்சி அவசியம் என்று கருதி னார்கள். செல்வாக்குப் படைத்த சமயத் தலைவர்கள், பௌத்தர் களையும், ஜைனர்களையும் எதிர்த்துப் பேசத் தொடங்கினார்கள். பகிரங்க விவாதம், அற்புதங்களைச் செய்வதில் போட்டிகள், பல்வேறு சாதனைகள் மூலம் மதக்கோட்பாடுகளின் உண்மையை அறிந்து ஆராய்வது, முதலிய முயற்சிகள் மேற்கொள்ளப்பட்டன. மதப்பற்று உடையவர்கள் பல தலைவர்களுடன் நாடு முழுவதும் யாத்திரை மேற்கொண்டு, புண்ணிய ஸ்தலங்களுக்குச் சென்று, விவாதங்களை நடத்திவந்தனர். இதற்குப் பிறகாலத்தில் இயற்றப் பட்ட இலக்கியங்களிலிருந்தும், இந்தக் காலத்திய கல்வெட்டுக் களிலிருந்தும் இந்த இயக்கங்களைப் பற்றி நமக்கு விவரங்கள் தெரிகின்றன.

கல்வெட்டுக்களில், பல்லவ ராஜசிம்மன் காலத்தவை முக்கியமானவை ஆகும். இந்த மன்னன் சைவ சித்தாந்த வழியைப் பின்பற்றி, தன்னுடைய பாவங்களைத் தீர்த்துக்கொண்டான் என்று ஒரு கல்வெட்டு கூறுகிறது. வைஷ்ணவர்களின் நாலாயிரத் திவ்வியப் பிரபந்தமும், சைவ நாயன்மார்களின் தேவாரமும் அன்றைய சமய நிலை பற்றி நன்றாக விளக்குகின்றன. சைவ சமய வளர்ச்சியில் அறுபத்து மூன்று நாயன்மார்கள் புகழ்பெற்று விளங்கினார்கள். அவர்களது வரலாறுகளைச் சேக்கிழார் தொகுத்து வைத்தார். இந்த அறுபத்து மூன்று நாயன்மார்களில் காரைக்கால் அம்மையார் என்ற ஒரு பெண்மணியும், ஆதனூர் பறக்குலத்தைச் சேர்ந்த நந்தனும் அடங்கியுள்ளார்கள். மற்றும், பல்லவ தளபதி யான சிறுத்தொண்டரும் ஒரு நாயன்மார் ஆவார். தேவாரம் இயற் றிய மூன்று முக்கிய நாயன்மார்களில் திருநாவுக்கரசுதான் முதன் முதலில் புகழ்பெற்று விளங்கினார். அவருடைய சம காலத்தவ ரான ஞானசம்பந்தரின் பாடல்கள் தேவாரத்தில் முக்கிய இடம் பெற்று இருக்கின்றன. திருநாவுக்கரசு இளம் வயதில் ஜைனர் களுடைய பிரசாரத்துக்கு ஆளாகி, அந்நாளில் பாடலீபுத்திரம் என்று பெயர் வழங்கிய கடலூரில் ஒரு மடத்தில் சேர்ந்துவிட்டார். அவருடைய சகோதரி சிவபெருமானிடம் முறையிட்டதன் பயனாக, அவருக்கு ஏற்பட்ட வயிற்று நோயை, திருவதிகையில் கோவில் கொண்ட சிவபெருமான் தீர்த்துவைத்தார். அதன் பயனாக அப்பர் மீண்டும் சைவ மதத்தில் சேர்ந்தார். பாடலீபுத்திர சன்யாசி களின் தூண்டுதலினால், பல்லவ மன்னன் அவரை பலவகையில் இம்சைப்படுத்தினான். கடைசியில், அந்தப் பல்லவனே ஜைன

மதத்தைக் கைவிட்டு, சைவ மதத்தில் சேர்ந்துவிட்டான். இந்தப் பல்லவ மன்னன் முதலாம் மகேந்திரவர்மன் என்று கூறப்படுகிறது. ஆனால், இதுபற்றிய சான்றுகள் தெளிவாக இல்லை.

தஞ்சாவூர் மாவட்டத்தில் சீர்காழியில் பிராமண குலத்தில் தோன்றிய ஞானசம்பந்தர், தமது மூன்றாவது வயதிலேயே பார்வதி தேவியிடம் ஞானப்பால் அருந்தி, அதுபற்றி தம்முடைய தந்தைக்கு பாடல் மூலம் விளக்கியதாக ஐதீகம். ஞானசம்பந்தர் பாண்டிய அரசி, அமைச்சர் இருவருடைய கோரிக்கையின்படி, பாண்டிய நாட்டிற்குச் சென்று, பாண்டிய மன்னனை ஜைன மதத்தைக் கைவிட்டு, சைவ மதத்தில் சேரும்படி செய்தது ஒரு முக்கியமான கட்டம். அதன் பிறகு, ஜைன மதம் க்ஷீணிக்கத் தொடங்கிற்று. தேவாரம் இயற்றிய நாயன்மார்களில் மூன்றாமவர் சுந்தரமூர்த்தி நாயனார். இவர் ஞானசம்பந்தர் காலத்துக்கு ஒரு நூற்றாண்டுக்குப் பின்தோன்றியவர். சுந்தரமூர்த்திக்கு திருமணம் நடைபெற இருந்தபோது, சிவபெருமான் அதைத் தடுத்து, சுந்தர மூர்த்தியைத் தம்முடைய அடிமையாக உரிமை கொண்டாடியது, அவருடைய வரலாற்றில் முக்கிய அம்சம். அப்பொழுது சேர நாட்டை ஆண்டுவந்த மன்னன் சேரமான் பெருமான். அவர் சுந்தர மூர்த்தியின் நண்பர். கைலாசத்துக்குச் சென்று, சிவபெருமானின் திருவடிகளை அடைந்தார்கள். சுந்தரமூர்த்தி ஒரு குதிரை மீதும் சென்றார்கள் என்பது ஐதீகம். சுந்தரமூர்த்தி இறைவனுடன் கொண்ட உறவு, ஒரு நண்பனுடையது போன்று இருந்ததால், அவருக்குத் தம்பிரான் தோழன் என்ற பட்டமும் ஏற்பட்டிருந்தது.

மற்றொரு புகழ்பெற்ற சைவப் பெரியார் மாணிக்கவாசகர். இவர் இரண்டாம் வரகுண பாண்டியன் காலத்தவர் என்று சொல்லலாம். அரசன் குதிரை வாங்குவதற்கு இவரிடம் கொடுத்திருந்த பணத்தைக் கொண்டு, இவர் சிவபெருமானுக்குக் கோவில் ஒன்றை நிறுவியதன் பயனாக, அரசனால் சிறையில் வைக்கப் பட்டார். சிவபெருமானே நேரில் குதிரை வியாபாரியாகத் தோன்றி, குதிரைகளைக் கொண்டு வந்து சேர்த்து, அவரை விடுவித்தார். பின்னர், அந்தக் குதிரைகள் நரிகளாக மாறி ஓடிவிட்டன என்பதும், இவர் வரலாற்றில் அடங்கிய சம்பவம். மாணிக்கவாசகர் இயற்றிய நூல்கள்: திருவாசகம், திருசிற்றம்பலக் கோவை. ஞான சம்பந்தர், அப்பர். சுந்தரமூர்த்தி ஆகிய மூவரின் பாடல்களும் மெய்ப்பொருள் அறிவுநிலை பற்றிய மிகவும் நுட்பமான உணர்ச்சிகளைச் சித்தரிக்கின்றன. மாணிக்க வாசகரின் பாடல்களில் உணர்ச்சி மேலிட்டு, பக்திப் பெருக்குத் தொனிக்கிறது.

இத்தகைய தெய்வபக்தி இயக்கத்திடையே சைவ மத வழிபாட்டிலேயே பல்வேறு கடுமையான வழிபாட்டு முறைகள் அப்போது நிலவியிருந்தன. பாசுபதர்கள், காபாலிகர்கள், முதலிய வீரசைவப் பிரிவினர் காஞ்சீபுரம், திருவொற்றியூர், கொடும்பாளூர் முதலிய இடங்களில் இருந்தார்கள். இடுகாட்டுச் சாம்பலை உடலில் பூசிக்கொள்ளுதல், மண்டை ஓட்டில் உணவு ஏந்தி அருந்துதல் முதலிய பழக்கங்களைக் காளாமுகர்கள் கொண்டிருந்தார்கள்.

பக்தி இயக்கத்தின் வைஷ்ணவப் பிரிவு, ஆண்டாள் மதுர கவி இருவர் உட்பட, பன்னிரண்டு ஆழ்வார்களால் நிறுவப்பட்டது.

பொய்கையாழ்வார், பேயாழ்வார், பூதத்தாழ்வார் ஆகிய மூவரும் காஞ்சீபுரம், மயிலை, மல்லை ஆகிய இடங்களில் தோன்றியவர்கள். இவர்கள் ஐந்தாவது, அல்லது ஆறாவது நூற்றாண்டைச் சேர்ந்தவர்கள் என்று சொல்லலாம். இவர்களுக்குப் பின்னால் தோன்றிய திருமழிசையாழ்வார் செங்கற்பட்டு மாவட்டத்தைச் சேர்ந்தவர். மற்றவர்களை விட இவர் அடிக்கடி விவாதங்களில் ஈடுபட்டுவந்தார். வைஷ்ணவ மக்களுக்கு மஹானாக மாறுவதற்கு முன் இவர் ஜைன, புத்த, சைவ மதங்களில் பற்றுதல் உடையவராக இருந்தார். இவருக்குப் பின்னால் தோன்றிய திருமங்கை யாழ்வார் தஞ்சாவூர் மாவட்டத்தில் இருந்த ஒரு குறுநிலத் தலைவர். இவர் வழிப்பறிக் கொள்ளைக்காரனாக மாறி, ஒரு வைஷ்ணவப் பெண்ணை மணந்துகொள்ள முயற்சி செய்தார் என்றும், அவளுக்காக தம்முடைய சமயத்தை மாற்றிக்கொண்டார் என்றும் சொல்லப்படுகிறது. இவருடைய பாடல்கள் நல்ல இலக்கியச் சிறப்புக் கொண்டவை. இவர் தம்முடைய பாடல்களில் இரண்டாம் நந்திவர்ம பல்லவனையும் இராஷ்ட்ர கூட தந்திதுர்க்கனையும் குறிப்பிடுவதால், எட்டாம் நூற்றாண்டிடைச் சேர்ந்தவர் என்று அறிகிறோம். ஞானசம்பந்தர் பாடல்களைப் போல அமைந்த இவரது பாடல்கள், ஜைன, புத்த மதத்தைத் தாக்கும் வகையில் பாடப்பட்டிருக்கின்றன.

எட்டாவது நூற்றாண்டின் பிற்பகுதியிலும், ஒன்பதாம் நூற்றாண்டின் ஆரம்பத்திலும், மற்ற ஆழ்வார்கள் தோன்றினர். ஸ்ரீவில்லிப்புத்தூரைச் சேர்ந்த பெரியாழ்வார் பாண்டிய மன்னன் ஸ்ரீமாற ஸ்ரீவல்லபனின் முன்னிலையில், ஒரு விவாதத்தில் வெற்றி பெற்றார். ஆண்டாள், அல்லது கோதை என்ற பெயர் கொண்ட வைஷ்ணவப் பெண் இவருடைய வளர்ப்புப் பெண். ஆண்டாள்,

தம்முடைய பாடல்களில் விஷ்ணுவை நாயகனாக பாவித்துப் பாடி யிருக்கிறார். இவருடைய பாடல்கள் முழுதிலும் கிருஷ்ண பக வானின் லீலைகளைப் பற்றிய குறிப்புகள் காணப்படுகின்றன. திருப்பாணழ்வார் தாழ்ந்த குலத்தில் பிறந்தவராதலால், நந்தனைப் போல இவருக்கு ஸ்ரீரங்கம் கோவிலுக்குள் செல்வதற்குத் தடை இருந்தது. தொண்டரடிப் பொடியாழ்வார் என்று புகழ்பெற்ற விப்ரநாராயணர், மற்ற சமய முறைகளை திருமங்கையாழ்வார் போலவே மிகவும் கடுமையாக கண்டித்தார். அடுத்தபடியாக கேரளத்தில் அரசாண்டுவந்த குலசேகர மன்னன், தம்முடைய சம்ஸ்கிருத, தமிழ், அறிவுத் திறமையால் பகவானைப் பற்றி பல பாடல்களை இயற்றி, 'குலசேகர ஆழ்வார்' என்ற பெயர் பெற்றார். கடைசியாக, நம்மாழ்வாரும் அவருடை சீடர் மதுரகவியும் தோன்றி னார்கள். நம்மாழ்வாருக்கு மாறன் அல்லது சடகோபன் என்ற பெயரும் உண்டு. அவர் தமது முப்பத்து ஐந்தாம் வயதிலேயே சன்னியாசம் பெற்றுக் கொண்டார். திருமங்கையாழ்வாருக்கு அடுத்தபடியாக, பெருமளவில் பாடல்களை இயற்றிய இவர், ஆனந்த பக்திரசமும் தத்துவங்களும் நிறைந்த பாடல்களைப் பாடியிருக்கிறார்.

பாண்டிய, பல்லவர் காலத்தில் மஹான்கள் பாடல்கள் இயற் றிய வழியை, சோழர் காலத்திலும் பல்வேறு புலவர்களும் சமயாச் சாரியார்களும் தொடர்ந்து பின்பற்றிவந்தார்கள். சமயாச்சாரியார் களும் தொடர்ந்து பின்பற்றி வந்தார்கள். பக்தி இயக்க காலத்தில் தோன்றிய தமிழ்ப் பாடல்கள் எல்லாம் வேதங்களுக்குச் சமமாகப் போற்றப்பட்டன. அவைகள் எல்லாம் திருமுறையாகத் தொகுக்கப் பட்டன. அன்றாடக் கோவில் வழிபாட்டில் அவைகள் கையாளப் பட்டு, அவைகளை இயற்றிய ஆசிரியர்களும் கடவுளின் அவதாரங் களாகப் பாவிக்கப்பட்டனர். இந்த பக்தி இயக்கத்தின் பலனாகத் தான் அந்தக் காலத்தில் கோவில் ஒரு முக்கியமான நிறுவனமாக வளர்ச்சி அடைய ஆரம்பித்தது. பல்லவர் காலத்தில் கட்டப்பட்டது போலவே, சோழர்கள் காலத்திலும் பல்வேறு அளவிலான பல கோவில்கள் ஒவ்வொரு கிராமத்திலும் நகரத்திலும் தோன்றின. தஞ்சாவூரிலும், கங்கைகொண்ட சோழபுரத்திலும் காணப்படும் மாபெரும் கோவில்கள் அந்தக் காலத்திய பக்தி இயக்கத்தின் சின்னங்களாக விளங்கின. சைவ நாயன்மார்களால் பாடப்பட்ட பாடல்கள், முதலாம் ராஜராஜன் காலத்தில், நம்பியாண்டார் நம்பி யால் தொகுக்கப்பட்டன. பன்னிரண்டாம் நூற்றாண்டு வரையில்,

இந்தத் தொகுப்பில் பல பாடல்கள் சேர்க்கப்பட்டன. வைஷ்ணவப் பாடல்களின் தொகுப்பு நாதமுனியால் இயற்றப்பட்டது. கடவுளின் உதவி மிகவும் அவசியம் என்றும், அன்பு அடிப்படையிலான பக்தி ஒரு தத்துவ நெறி முறையாகும் என்றும், இவர் தாம் இயற்றிய பாடல்களில் விளக்கியிருக்கிறார்.

வைஷ்ணவ மதாச்சாரியர் வழியில் இவருக்கு அடுத்த படியாகத் தோன்றியவர், இவருடைய பேரன் ஆளவந்தார் என்பவர். யமுனைக் கரையில் இளம் பிராயத்தில் கிருஷ்ணன் இருந்த ஸ்தலங்களுக்கு அடிக்கடி சென்று வந்ததின் பலனாக இவருக்கு யமுனாச்சாரியார் என்ற பெயரும் உண்டு. நாதமுனியின் சீடருடைய தூண்டுதலால், இவர் பக்தி மார்க்கத்தில் ஈடுபட்டார். பரமாத்மாவின் உண்மை நிலை, ஜீவாத்மாவின் சுயேச்சையான நிலை இரண்டையும் தெளிவாக்கும் முறையில் இவர் எழுதி வைத்த நூல்களிலிருந்து, ராமானுஜர் அடிக்கடி மேற்கோள் காட்டியிருக்கிறார். ராமானுஜர் தான், வைஷ்ணவ ஆச்சாரியர்களிடையே மிகவும் தலை சிறந்தவர். பதினொன்றாம் நூற்றாண்டின் முற்பகுதியில் சென்னைக்கருகே ஸ்ரீபெரும்புதூரில் தோன்றிய ராமானுஜர், இளம் பிராயத்தில் காஞ்சீபுரத்தைச் சேர்ந்த யாதவப்ரகாசரிடம் தத்துவ போதனை பெற்றார். இவர், சங்கராச்சாரியாரின் சீடர்களில் ஒருவர். அப்பொழுது அவரை சந்தித்த யமுனாச்சாரியார், ஸ்ரீ வைஷ்ணவர்கள் அதிகம் தோன்ற வேண்டுமென்று கடவுளைப் பிரார்த்தித்துவிட்டு, ஸ்ரீரங்கத்துக்குத் திரும்பிவிட்டார். ராமானுஜர் தம்முடைய குருவுடன் அடிக்கடி கருத்து வேற்றுமை தெரிவித்து, ஸ்ரீரங்கத்தைச் சேர்ந்த சமயாச்சாரியர்களுடன் தொடர்பு கொண்டார். யமுனாச்சாரியார், ராமானுஜரை தம்மிடம் வரவழைத்தார். ஆனால், ராமானுஜர் ஸ்ரீரங்கம் வந்துசேரு முன்னரே, யமுனாச்சாரியார் காலமாகிவிட்டதால், ராமானுஜரே, அங்குள்ள மடத்தின் தலைவரானார். இந்தப் பதவியினால், கோவில் பாடசாலை விஷயங்களில் தமக்கு ஏற்பட்ட அதிகாரத்தைக் கொண்டு, அவர் வெகு சீக்கிரத்தில் தம்முடைய ஆச்சாரிய ஸ்தானத்தை நிலை நாட்டினார்.

சங்கரர் உருவாக்கிய மெய்த் தத்துவத்தை அவர் நிராகரித்தார். உபநிஷத்துக்களில் அத்வைத தத்துவம் கிடையாது என்று அவர் வாதாடினார். ஆகவே, கடவுளிடம் ஒருவன் பக்தி கொள்ளக் கூடிய முறையிலான வேதாந்த, தத்துவ முறையான விசிஷ்டாத்வைதத்தை அவர் உருவாக்கினார். ஜீவாத்மா கடவுளிடம் இருந்தே

தோன்றுகிறது என்றாலும், கடவுளிடம் ஐக்கியமாகாமல், கடவுளிடமே சேர்ந்து நிலைத்து, பரமானந்த நிலையைப் பெறமுடியும் என்று அவர் விளக்கினார். கோவில் ஆகம முறைகளையும் அவர் சீர்திருத்தம் செய்தார். பரம்பரையாக வந்த சமய அமைப்பின் வர்ணம், ஜாதி முறைகளை அவர் கைவிடவில்லை என்றாலும், 'பக்தி அடிப்படையில் எல்லோரும் சமம்' என்று அவர் வாதாடினார். சில முக்கியமான கோவில்களில், தாழ்ந்த குலத்தவர்கள் ஆண்டுக்கு ஒரு நாள் பிரவேசித்து, கடவுளை வழிபடலாம் என்ற ஏற்பாட்டை அவர் செய்தார். அவர் பாரதம் முழுவதும் சுற்றுப் பிரயாணம் செய்து, தம்முடைய கொள்கையைப் பரப்பிவந்தார். சோழ மன்னர்கள் தீவிர சைவர்கள். ஆதலால், ராமானுஜருக்கு ஆதரவு கொடுத்திருக்க முடியாது. ஒரு சோழ மன்னன் சிதம்பரத்தில் இருந்த முக்கியமான விஷ்ணு விக்கிரகத்தை எடுத்துச் சமுத்திரத்தில் எறிந்துவிட்டதாகச் சொல்லப்படுகிறது. வைஷ்ணவர்கள், ஹிமசிக்கப்பட்டவர்கள் என்பது மிகைப்படுத்தப்பட்ட விஷயம் என்றாலும், ராமானுஜர் மைசூருக்கு வெளியேற வேண்டியதாய் இருந்தது. பின்னர், 1122-ஆம் ஆண்டு வரை அவர் ஸ்ரீரங்கத்துக்கு வரமுடியவில்லை என்பது உண்மை. இதற்கிடையில், அவர் ஹோய்சால மன்னன் விஷ்ணுவர்த்தனனை ஜைன மதத்திலிருந்து வைஷ்ணவ மதத்துக்கு மாற்றிவிட்டார். ஸ்ரீரங்கத்துக்குத் திரும்பிய பிறகு, அவர் தம்முடைய சமாதி காலம் வரை, தம்முடைய பணியை அங்கேயே தொடர்ந்து செய்து வந்தார்.

பதின்மூன்றாம், பதினான்காம் நூற்றாண்டுகளில் ராமானுஜரைப் பின்பற்றிவந்த வைஷ்ணவர்களிடையே ஒரு பிளவு ஏற்பட்டது. 'ப்ரபத்தி' (சரணாகதி தத்துவம்) விஷயமாக கருத்து வேறுபாடு ஏற்பட்டதன் விளைவாக, இந்தப் பிளவு தோன்றிற்று. 'பகவானின் அருளைப் பெற வேண்டுமென்றால், பக்தன் பெரு முயற்சியை மேற்கொள்ள வேண்டும்' என்ற தத்துவத்தை வற்புறுத்தியவர்களுக்கு 'வடகலை'ப் பிரிவினர் என்ற பெயர் ஏற்பட்டது. 'தென்கலை'ப் பிரிவினர், 'அத்தகைய முயற்சி அவசியமில்லை. சரணாகதி தத்துவத்திலேயே பகவானுடைய அருள் அடங்கியிருக்கிறது' என்று வாதாடினார்கள். மற்ற வேறுபாடுகளில், தென்கலைப் பிரிவினர் வடமொழிக்குப் பதிலாகத் தமிழையே கொண்டார்கள். தென்கலைப் பிரிவினரின் ஸ்தாபகர் 1213-ஆம் ஆண்டில் பிறந்த பிள்ளை லோகாச்சாரியார் என்பவர். இவர் பதினெட்டு தத்துவ நெறிகளான இரகசியங்களை இயற்றியிருக்கிறார். இவருடைய

நூல்களுக்கு மணவாள மாமுனிவர் பாஷ்யம் எழுதியிருக்கிறார். வடகலைப் பிரிவினரின் தலைவர் 1268-ஆம் ஆண்டில் பிறந்த வேதாந்த தேசிகர். இவர் கவிதை, தத்துவம், உலக விவகாரங்கள் எல்லாவற்றிலும் அனுபவம் மிக்கவர். மக்கள் வாழ்க்கையையும், மன்னர்களின் வாழ்க்கையையும் பாதிக்கும் வகையில் வைஷ்ண வம் ஒரு பெரும் இயக்கமாக வளர்ச்சி அடைந்துவந்தது. 1556-ஆம் ஆண்டு ராமராயரின் வேண்டுகோளின்படி, ஸ்ரீபெரும்புதூரில் ராமானுஜர் ஆலயப் பராமரிப்புக்காக மன்னன் முப்பத்தொரு கிரா மங்களை மான்யமாக அளித்தான்.

பன்னிரண்டாவது, பதின்மூன்றாவது நூற்றாண்டுகளில் ஆகம அடிப்படையிலான சைவ மதம் வளர்ச்சி அடைந்தது குறிப் பிடத்தக்கது. ஆகமங்களைப் பற்றி சுந்தரமூர்த்தி நாயனார் முதலில் குறிப்பிடுகிறார். திருமூலர் திருமந்திரத்தில் இவைகள் பற்றிக் குறிப்புக்கள் காணப்படுகின்றன. ஆகமங்கள் சிவபெரு மானால் மக்களுக்கு உணர்த்தப்பட்டவை என்று மாணிக்கவாசகர் போற்றியிருக்கிறார். அவர் ஆதி சங்கரரின் அத்துவைத தத்து வத்தை மறுத்திருக்கிறார். தமிழ் சைவ சித்தாந்த முறையை முதலில் முறைப்படி வகுத்தவர் மெய்கண்டார்தான். மெய்கண்டார் பெண்ணாற்றங்கரையில் பதின்மூன்றாவது நூற்றாண்டில் தோன் றிய ஒரு பக்தி நிறைந்த நூலாசிரியர். இவர் பரஞ்சோதி முனிவ ரிடமிருந்து சிட்சை பெற்றார் என்று சொல்லப்படுகிறது. இவர் இயற்றிய சிவஞானபோதம் என்ற நூல், பன்னிரண்டு சம்ஸ்கிருத சூத்திரங்களிலிருந்து மொழி பெயர்க்கப்பட்டது. சைவ சித்தாந் தத்தின் மூலப்பொருளாக இவை கருதப்படுகின்றன. இந்த நூலின் விளைவாக விரிவான பல தத்துவ நூல்கள் தோன்றின. நாளடை வில், சித்தாந்த தத்துவ இயக்கத்தார்களிடையே சிறு வேறுபாடு கள் கொண்டு, பல்வேறு பிரிவுகள் தோன்றின. இந்தத் தத்து வத்தில் முக்கியமாக ஆராயப்பட்ட விஷயம், மற்ற தத்துவங் களில் செய்யப்பட்டது போலவே, கடவுள். தூல சரீரம், ஆத்மா மூன்றுக்கும் உள்ள உறவை நிர்ணயிப்பதுதான். தூல சரீரமும், ஆத்மாவும் கடவுளைப் போலவே நிரந்தரமானவை என்று இந்த சித்தாந்தம் எடுத்துக் கூறிற்று. ஜாதி வேற்றுமைகளுக்கும் சடங்கு களுக்கும் அப்பாற்பட்ட இந்தச் சித்தாந்தம், உள்ளத்தில் கடவுள் பக்தி அவசியம் என்பதை உணர்த்துகிறது. மனநிறைவு, மற்றவர் களுக்கு நீதி, விவேகம் ஆகிய மூன்று அம்சங்களும் வழிபாட்டுக் குரிய மலர்கள் என்று ஒரு நூலாசிரியர் எழுதி வைத்திருக்கிறார்.

விஜயநகர மன்னர்களின் ஆட்சியில், தென் பாரதக் கோவில்கள் வெகுவாக விஸ்தரிக்கப்பட்டன. கோபுரங்கள், கல்யாண மண்டபங்கள், ஆயிரக்கால் மண்டபங்கள் முதலியவை ஏற்கனவே நிறுவப்பட்ட கோவில்களில் அமைக்கப்பட்டன. நாயகர்கள் காலத்தில் மதுரையில் நிறுவப்பட்டதைப்போல, புதிதாக கோவில்களும் கட்டப்பட்டன. நாயக மன்னர்களும் பக்தி நிறைந்தவர்களாக விளங்கினார்கள்.

தமிழ்நாட்டில் சைவ மதத்தைச் சேர்ந்த சித்தர்கள் ஒழுக்கம் நிறைந்த மஹான்களாக விளங்கினார்கள். கிறிஸ்துவர்களும், முகமதியர்களும் மதம் மாற்றம் செய்ய மேற்கொண்ட முயற்சிகளின் பயனாக, சித்தர்கள் இவ்வாறு ஹிந்து மதத்தின் அம்சங்களைத் தங்களுடைய பாடல்கள் மூலம் எடுத்துக் கூறினார்கள் என்று கொள்ளலாம். சித்தர்களில் அகப்பை சித்தர், பாம்பாட்டி சித்தர் என்ற இருவரும் பல பாடல்களை எழுதி, புகழ் அடைந்திருந்தார்கள். சித்தர் பாடல்கள் எல்லாம் சிலவாக்கியம் என்ற நூலில் தொகுக்கப்பட்டிருக்கின்றன. பதினெட்டாம் நூற்றாண்டில் நிலவிய அராஜக நிலையிலும், பிரிட்டிஷ் ஆட்சிக் காலத்திலும் சமயாச் சாரத்திலோ, தத்துவ சாஸ்திரப் பயிற்சியிலோ புதிய மாறுதல்கள் எதுவும் ஏற்படவில்லை. பதினெட்டாம் நூற்றாண்டின் ஆரம்பத்தில் தோன்றிய தாயுமானவர் உணர்ச்சிமிக்க, பக்திப் பெருக்கு நிறைந்த பாடல்களைப் பாடிவைத்தார். இவருடைய பாடல்களில் சில சொல்நயம், எதுகை, மோனை, சிறப்பு நிறைந்திருக்கின்றன. பின்னர் தோன்றிய சிவஞான யோகி திராவிட மகாபாஷ்யம் போன்ற உரை நூல்களை எழுதினார். இவருடைய உரைநூல்கள் சிவஞான போதத்தின் விளக்கமாக அமைந்தன. பத்தொன்பதாவது நூற்றாண்டில், தென்னாற்காடு மாவட்டத்தில் வடலூரில் தோன்றிய ராமலிங்க ஸ்வாமிகள் கடவுகளை ஜோதியாகவும், ஆனந்தம் நிறைந்த பரம்பொருளாகவும் கருதிப் பாடினார். மிகவும் சரளமான நடையில் இயற்றப்பட்டிருக்கும் அவருடைய பாடல்கள் அருட்பா என்று வழங்கப்படுகின்றன.

இருபதாம் நூற்றாண்டில் வாழ்க்கை நிலையின் விளைவாக மதச் சடங்குகள் அவ்வளவாக அனுஷ்டிக்கப்படவில்லை என்றாலும், மக்களிடையே சமயாச்சார விஷயத்தில் அடிப்படை மாறுதல் எதுவும் ஏற்படவில்லை. திருவண்ணாமலையில் ரமண மகரிஷி மக்களுக்கு வழிகாட்டியாக விளங்கியதும், புதுச்சேரியில் அரவிந்த கோஷ் தத்துவ விஷயமாகப் பல்வேறு நூல்களை

இயற்றியதும், மஹான்கள் இன்னும் முற்றிலும் மறைந்துவிட வில்லை என்பதை எடுத்துக் காட்டுகிறது. பழைய மடங்கள் செல்வாக்குடன் விளங்கிவந்தன. புதிய மடங்களும் தோன்றி வளர்ச்சியடைத் தொடங்கின. திருவண்ணாமலை, ராமேஸ்வரம், புதுச்சேரி அரவிந்தர் ஆசிரமம் தவிர ராமகிருஷ்ணமடமும் தமிழ் நாட்டில் பல்வேறு இடங்களில் கல்வி ஸ்தாபனங்களையும், மருத்துவசாலைகளையும் நிறுவி பராமரித்து வருகின்றன.

சமயாச்சார சமூக விஷயத்தில் பிரிட்டிஷ் ஆட்சி நடுநிலை வகித்துவந்தது. இப்பொழுதும் பாரத அரசியல் மத சார்பற்ற வகையில்தான் அமைந்திருக்கிறது. இதன் பயனாக, மதம் என்ற அம்சம், கல்வி முறைக்கு அப்பாற்பட்டதாகவே போய்விட்டது. கிறிஸ்துவ கல்வி ஸ்தாபனங்களில் மட்டும் மத விஷயமான பாடங்கள் பாடத் திட்டத்தில் சேர்க்காத வகையில் போதிக்கப் பட்டு வருகின்றன. தமிழகப் பண்பாடு வளர்ச்சியில் வேறு சில மதங்களும் பெரும் பங்கு பெற்றிருந்தன. கிறிஸ்துவுக்கு முன் னும், பின்னுமான ஆரம்ப நூற்றாண்டுகளில், பௌத்த, ஜைன சந்நியாசிகள் குகைகளில் வாழ்ந்து வந்ததைப் பற்றி நமக்குத் தெரியும். படிப்படியாக அவர்கள் கல்லாலும், செங்கல்லாலும் நிறுவப்பட்ட ஆசிரமங்களிலும் வகிக்கத் தொடங்கினார்கள். ஹிந்து மதத்தைச் சேர்ந்த மஹான்கள் பக்தி இயக்கத்தைத் துவக்கியதன் பயனாக, பௌத்த மதம் க்ஷீணிக்கத் தொடங்கிற்று. இந்தக் காலத்தில்தான் பௌத்தமதக் காவியமான மணிமேகலை இயற்றப்பட்டது. ஆயினும், மௌத்த மதம் அடியோடு மறைந்து விடவில்லை. சோழர்கள் காலத்தில் நாகப்பட்டினத்தில் பௌத் தர்கள் இருந்ததாகத் தெரிகிறது. தஞ்சாவூரில் பெரிய கோவில் கூட, புத்தர்களுடைய வாழ்க்கை பற்றிய பல காட்சிகள் சித்தரிக்கப்பட்டிருக்கின்றன. பதினோறாம் நூற்றாண்டில் வீர ராஜேந்திரன் காலத்தில் இயற்றப்பட்ட வீரசோழியம் என்ற தமிழ் இலக்கண நூலை ஒரு பௌத்த அறிஞர்தான் இயற்றினார். காஞ்சீ புரத்தில் கூட, ஒரு பகுதி பௌத்த காஞ்சி என்று வழங்கப்பட்டது.

பௌத்த மதத்தைவிட, ஜைன மதமே, மக்கள் வாழ்க்கையை அதிகமாக பாதித்து வந்தது. ஜைனர்கள், தமிழ் இலக்கிய வளர்ச் சிக்கு அதிகமாக உதவி செய்திருக்கிறார்கள். பௌத்த மதத்தை விட ஜைன மதத்திற்கும், ஹிந்து மதத்துக்கும் ஒற்றுமை அம்சங் கள் அதிகமாக இருந்தன. ஜைன மதம் க்ஷீணித்தபோதிலும் தமிழகத்திலிருந்து அது முற்றிலும் மறைந்துவிடவில்லை. பல்வேறு

பகுதிகளில் இந்த மதத்தைச் சேர்ந்தவர்கள் இன்னும் இருக்கிறார் கள். தஞ்சாவூர், கும்பகோணம் முதலிய இடங்களில் இவர்கள் வாழ்ந்து வருகிறார்கள். மன்னார்குடி, தேவங்குடி, போன்ற இடங் களில் இவர்களுக்கான கோவில்கள் அமைந்திருக்கின்றன. வெள்ளாளர்களைப் போல் தோன்றும் இவர்களில், ஆண்கள் பூணூல் அணிந்து கொள்கிறார்கள். அவர்கள் வழிபாட்டு முறை பொதுவாக ஹிந்து மதக் கோவில்களில் வழங்கப்படுவதைப் போல இருந்தாலும், விக்கிரஹங்கள் எல்லாம் தீர்த்தங்கர வடிவங் களாக இருக்கின்றன. இவர்கள் மறு பிறப்பில் நம்பிக்கை உடை யவர்கள். நிர்வாணமே இறுதியான லட்சியம் என்று நம்புகிறார்கள். கூடிய மட்டில் அஹிம்சையைக் கைக்கொண்டு வாழ்கிறார்கள். நான்கு பிரிவுகளாக வாழும் இந்த மதத்தாரிடையே, மூன்று பிரி வினர் புரோகிதர்களாகவும், ஒன்று சாதாரண மக்களாகவும் இருக் கிறார்கள். பிறப்பு, திருமணம் போன்ற இல்லற சடங்குகள் பிராம ணர்களின் பழக்க வழக்கங்களை ஒத்திருக்கின்றன. சிவராத்திரி, தீபாவளி ஆகிய பண்டிகைகளை இவர்கள், ஜைன தீர்த்தங்கரர் கள் மோட்சம் அடைந்த நாட்களாகக் கொண்டாடுகிறார்கள். பொங்கல் ஆகிய பண்டிகைகளையும் அவர்கள் கொண்டாடு கிறார்கள்.

கிறிஸ்துவ சகாப்தத்தின் ஆரம்ப காலத்தில் இருந்தே அரேபியாவிலிருந்து வர்த்தகர்கள் தென்னகத்திற்கு வந்து, கடற்கரை நகரங்களில் வியாபார ஸ்தலங்களை அமைத்தார்கள். காயல்பட்டணம், நாகூர் முதலிய இடங்களில் முஸ்லிம் வியாபார ஸ்தலங்கள் அமைந்தன. துருக்கியைச் சேர்ந்த சையித் இள வரசன் பதினோறாம் நூற்றாண்டில் திருச்சிராப்பள்ளிக்கு அருகே, இஸ்லாமிய மதத்தைப் பற்றிய பிரசாரம் மேற்கொண்டு, பல ஹிந்துக்களை இஸ்லாமிய மதத்துக்கு மாற்றினார் என்று சொல் லப்படுகிறது. அவருடைய சமாதியும் திருச்சிராப்பள்ளியில் இருக்கிறது. பதினான்காம் நூற்றாண்டில் மதுரையில் ஏற்பட்ட சுல்தானிய வம்சம் சிறிது காலம் ஆட்சி செலுத்திற்று. 1371-ஆம் ஆண்டில் விஜயநகர சாம்ராஜ்யத்தைச் சேர்ந்த குமார கம்பனா, இந்த ஆட்சியை முறியடித்துவிட்டார். பதினேழாம் நூற்றாண் டின் பிற்பகுதியில் தென்னகத்தில் முகலாய ஆதிக்கம் நிலவிய தாலும், திப்பு சுல்தான் மேற்கொண்ட கட்டாய மத மாற்ற நடவடிக்கைகளாலும் தமிழகத்தில் பலர் இஸ்லாமிய மதத்தைத் தழுவினார்கள். இதன் விளைவாக இப்பொழுது தமிழர்களிடையே

முஸ்லீம்கள் ஒரு முக்கியமான சிறுபான்மை வகுப்பினராக விளங்குகிறார்கள். இவர்களில் பலர் லப்பைகள், மரக்காயர்கள் என்பவர்கள்.

இந்த முஸ்லிம்கள் மதப் பற்றுக் கொண்டவர்கள். ஆனால் அவர்களுடைய தாய்மொழி தமிழ்தான். இல்லறச் சடங்கு, சொத்துரிமை முதலிய விஷயங்களில் அவர்கள் ஹிந்துக்களின் பழக்க வழக்கங்களையே பின்பற்றி வருகிறார்கள். ஹிந்துக் களுடன் நல்லுறவு கொண்டு வாழும் இந்த முஸ்லிம் மக்கள், பழனி சுப்ரமணிய ஸ்வாமி கோவிலுக்குச் சென்று வருகிறார் கள். ஹிந்துக்களும், திருப்பரங்குன்றம், நாகூர் போன்ற இடங் களில் உள்ள முஸ்லிம் மஹான்களின் சமாதிகளுக்குச் சென்று வருகிறார்கள். மொகரம் பண்டிகையையடுத்து வரும் விழாக் களில் இரண்டு வகுப்பாரும் பங்கு கொள்கிறார்கள். மரக்காயர்கள் என்னும் முஸ்லிம் வகுப்பார் பெரும்பாலும் வியாபாரத்தில் ஈடு படுபவர்கள். அவர்கள் லப்பைகளுடன் திருமண உறவு, அல்லது சம போஜன உறவு கொள்வதில்லை.

ஹிந்து மதம், தென்னகத்தில் இஸ்லாமிய மதத்தால் எவ்வளவு தூரம் பாதிக்கப்பட்டது என்று தெளிவாகச் சொல்வதற்கில்லை. ஒரே கடவுள் என்ற கொள்கையை வற்புறுத்துதல், உணர்ச்சி அடிப்படையிலான வழிபாடு, கடவுளுக்குத் தன்னையே அர்ப் பணித்துக் கொள்ளுதல், ஆத்மிக விஷயத்தில் ஒரு ஆச்சாரி யனைப் பின்பற்றுதல், ஜாதி மத வேறுபாடுகளுக்கும் சடங்கு களுக்கும் அதிக முக்கியத்துவம் கொடுக்காமல் இருத்தல் ஆகிய அம்சங்கள், இஸ்லாமிய மதம் இங்கு பரவியதன் விளைவாக ஹிந்து மதத்தில் ஏற்பட்ட மாறுதல்கள் என்று சொல்லப்படுகிறது. ஆதி சங்கரரின் அத்வைத தத்துவம் கூட, இதன் விளைவே என்று சிலர் கூறுகிறார்கள். ஆனால், இந்த மாறுதல்கள் எல்லாம் ஹிந்து மதத்தின் வளர்ச்சியின் பயனாகவே ஏற்பட்டவை என்று தெளி வாகக் கூறமுடியும். இஸ்லாமிய மதத்தினால் இந்த மாறுதல்கள் ஏற்பட்டன என்று நிரூபிப்பதற்கான சான்றுகள் போதிய அளவு இல்லை.

கி.பி. முதல் நூற்றாண்டில் அர்ச் தாமஸ் தென்னகத் தில் கிறிஸ்துவ மதத்தைக் கொண்டுவந்தார் என்பது பரம்பரைக் கதை. ஆறாம் நூற்றாண்டில் கொல்லத்திலும் கொச்சியிலும் கிறிஸ்துவ கோவில்கள் அமைக்கப்பட்டன. எட்டாம் நூற் றாண்டிலே மலையாளப் பிரதேசத்தில் கிறிஸ்துவர்களுக்கு

மான்யங்கள் கொடுக்கப்பட்டதற்கான சான்றுகள் இருக்கின்றன. 1542-ஆம் ஆண்டில் அர்ச் ப்ரான்ஸிஸ் சேவியரும், போர்ச்சுகீசியரும் தென்னகத்துக்கு வந்த பிறகுதான் கிறிஸ்துவ மதத்தைப் பற்றிய தீவிரப் பிரசாரம் தொடங்கிற்று. பதினேழாம் நூற்றாண்டில் மதுரையில் ராபர்ட் டீ நோபிலி எனும் கிறிஸ்துவப் பாதிரியார் தீவிர முறையில் பிரசாரமும், மத மாற்று நடவடிக்கைகளும் மேற்கொண்டார். அவர், கிறிஸ்துவராகச் சேர்ந்த ஹிந்துக்கள், தங்களுடைய பழைய சடங்குகளைச் செய்வதற்கும் அனுமதி கொடுத்தார். பிற்காலத்தில் மதுரை நாயகர்களின் ஆதரவில் கிறிஸ்துவ பாதிரியார்கள் இருந்தபோதிலும், கிராம மக்களிடையே இவர்களுக்கு எதிர்ப்புத் தோன்ற ஆரம்பித்தது. திருமலை நாயகனின் ஆட்சிக் காலத்தில் ர்ராபர்ட் டீ நோபிலி மதுரையை விட்டு நீங்கி, சேலம், திருச்சிராப் பள்ளி பகுதியில், தம்முடைய பிரசார வேலையைத் தொடங்கினார். 1711-ஆம் ஆண்டில் பெஸ்சி பாதிரி திருநெல்வேலி பகுதியில் தீவிர பிரசாரம் செய்துவந்தார். தமிழ் கவிதை இலக்கியத்துக்கும் அவர் பெரும் பணியாற்றியிருக்கிறார். பின்னர், பிராடஸ்டென்ட் நாடுகளிலிருந்து வந்த கிறிஸ்துவ பாதியார்களும் பிரசார வேலையை மேற்கொண்டார்கள். சென்னையில் கிறிஸ்துவக் கல்லூரியை இவர்கள் அமைத்து, கல்வித் துறையில் சிறந்த சேவை புரிந்தார்கள். ஆயினும், தென்னகத்தில் உள்ள கிறிஸ்துவர்களில் பெரும் பாலோர் ரோமன் கத்தோலிக்கர்களாகவே இருக்கிறார்கள்.

* * *

5. இலக்கியம்

நமக்குக் கிடைத்திருக்கும் பழைய தமிழ் இலக்கியம், சங்க நூல்களாகும், இந்த நூல்களில் 2300க்கும் குறைவான பாடல்களே அடங்கியிருக்கின்றன. பாடல்களில் சில, நான்கு அல்லது ஐந்து வரிகள் நீளம் உள்ளவை. பல, எண்ணூறு அடிகளுக்கு மேலும் அடங்கியவை. இந்த சங்க நூல்களில் காணப்படும் பாடல்களின் மொத்த அடிகளின் எண்ணிக்கை சுமார் முப்பதாயிரம் இருக்கும். இவைகளில் கிட்டத்தட்ட நூறு பாடல்களை இயற்றியவர்களின் பெயர்கள் தெரியவில்லை. மற்றவைகளை இயற்றிய புலவர்கள் 473 பேர்கள். இவர்களில் சிலர் பெண்கள். இந்தப் பாடல்கள் எட்டுத்தொகை, பத்துப்பாட்டு என்ற தொகுப்புகளாகப் பிரிக்கப்பட்டிருக்கின்றன. ஒவ்வொரு பாடலின் கடைசியிலும், அதைப் பாடிய புலவரின் பெயர், பாடல் எந்தச் சந்தர்ப்பத்தில் இயற்றப்பட்டது என்ற விவரங்கள் காணப்படுகின்றன. தொகுப்புக்களை இயற்றியவர் இவ்வாறு கூறும் விவரங்கள் சரியானவை என்றே நாம் கொள்ளலாம்.

தமிழ் இலக்கணத்தில் பழைய மரபின் பிரகாரம், அந்த இலக்கியம் இரண்டு பெரும் பிரிவுகளாக வகுக்கப்பட்டது. காதலர்கள், தங்களுடைய உணர்ச்சி வேறுபாடுகளைப் பற்றி எடுத்துக்கூறும் பாடல்கள் ''அகம்'' என்ற பிரிவைச் சேர்ந்தவை. வள்ளன்மை, போர் முதலிய செயல்களை எடுத்துக் கூறும் பாடல்கள் ''புறம்'' என்ற பிரிவைச் சேர்ந்தவை. இந்த மரபின் கீழும் பல்வேறு மாறுபாடுகள் இருந்தன. இத்தொகுப்புகளில் முதலாவதாக எட்டுத் தொகையை கூறலாம் எடுத்தொகையில் அடங்கிய பாடல்கள் வருமாறு: முதலில், நற்றிணை, அதாவது நல்ல முறையில் அமைந்த திணை என்பதாகும். திணை என்பது, சம்பிரதாயப்படி ஐந்து வகையான பிரிவுகளை விளக்குகிறது. அதாவது, இந்த வகையில், ஒரு குறிப்பிட்ட சூழ்நிலையில் தலைவன், தலைவி இருவருக்குமிடையே ஏற்படும் உணர்ச்சி வகையிலான சம்பவங்களைப் பற்றியும் திணை கூறுகிறது. நற்றிணையில் 400 பாடல்கள் இருக்கின்றன. ஒவ்வொரு பாடலும் ஒன்பது முதல் பன்னிரண்டு அடிகள் கொண்டு, ஒரு பாண்டிய மன்னன் ஆதரவுடன் தொகுக்கப்பட்டது. அந்தப் பாண்டிய

மன்னின் பெயர், இந்தப் பாடல்களைத் தொகுத்தவருடைய பெயர் முதலிய விவரங்கள் காணப்படவில்லை. பாரதம் பாடிய பெருந் தேவனார் இயற்றிய கடவுள் வாழ்த்துடன் இந்தத் தொகுப்பு ஆரம் பிக்கிறது. இந்தப் பெருந்தேவனாரின் பாரதம், பின்னால் நந்தி வர்மன் காலத்தில் வாழ்ந்த பெருந்தேவனார் பாடிய பாரதத் திற்கு மாறுபட்டது. இவர் பாடிய பாரதத்தில் பல பிரிவுகள் கிடைக்கவில்லை.

இந்தத் தொகுப்பில் இரண்டாவது பாடல் பிரிவு, குறுந் தொகை என்பது. இதில் அடங்கியுள்ள பாடல்கள் ஒவ்வொன் றும் நான்கு முதல் எட்டு அடிகள் கொண்டவை. 205 புலவர்கள் பாடிய 400 பாடல்களை பூரிக்கோ என்பவர் தொகுத்து அளித் ததாகத் தெரிகிறது. இந்தப் பாடல்கள் அகப்பொருளைத்தான் விஷயமாகக் கொண்டவை. இந்தத் தொகுப்பின் ஆரம்பத் திலும், பெருந்தேவனார் பாடிய கடவுள் வாழ்த்து இருக்கிறது. மூன்றாவதாக, ஐங்குறு நூறு, அதாவது குறுகிய பாடல்கள் 500 கொண்டது இதிலும் பெருந்தேவனார் கடவுள் வாழ்த்து அடங்கியிருக்கிறது. இந்தத் தொகுப்பில் ஒவ்வொரு புலவரும், ஒவ்வொரு திணையைப் பற்றி 100 பாடல்கள் பாடியிருக்கிறார் கள். கூடலூர்கிழார், அவருடைய போஷகரான சேரமன்னன் இருவரும், இந்தத் தொகுப்பை தயாரித்தார்கள். நான்காவதாக, பதிற்றுப்பத்து என்பது, ஒவ்வொன்றிலும் பத்துப் பாடல்கள் அடங் கிய பத்துப் பிரிவுகளாகும். இந்தத் தொகுப்பில் காணும் ஒவ்வொரு பகுதியான பத்துப் பாடல்களையும் ஒரு புலவர் பாடியிருக்கிறார். அந்தப் பாடல்கள் ஒரு சேர மன்னனின் புகழைப் பாராட்டும் வகை யில் அமைந்திருக்கின்றன. அவற்றில் முதல் பத்துப் பாடல்களும், கடைசி பத்துப் பாடல்களும் கிடைக்கவில்லை. ஆகவே அவை களைத் தொகுத்த புலவர், அவருடைய போஷகரான மன்னன், முதலிய பெயர் விவரங்கள் கிடைக்கவில்லை.

ஐந்தாவதாக, பரிபாடல்: முதலில் எழுபது பாடல்கள் அடங் கிய தொகுப்பிலிருந்து கிடைத்த சில பாடல்களே இந்தத் தொகுப் பில் இருக்கின்றன. விஷ்ணுவின்மீது எட்டு பாடல்களும், முருகன் மீது 31 பாடல்களும், காடு கிழால் என்ற வனதேவதையின் மீது ஒரு பாடலும், வைகையாற்றின் மீது 26 பாடல்களும், மதுரை யைப் பற்றி நான்கு பாடல்களும், இந்தத் தொகுப்பில் அடங்கி யிருக்கின்றன. இவைகளில் 24 முழுப் பாடல்களும், மற்றவை களின் சிறு பகுதிகளுமே கிடைத்திருக்கின்றன. தொகுத்த புலவர்

பற்றிய விவரங்கள் இல்லை. ஆறாவதாக, கலித்தொகை என்பது 150 பாடல்களைக் கொண்டது. கலிச் சீர் கொண்ட பாடல்களாத லால், இவைகளுக்குக் கலித்தொகை என்ற பெயர் ஏற்பட்டது. இந்தத் தொகுப்பின் பொருளும் அகம்தான். ஐந்து திணைகளில் ஒவ்வொன்றுக்கும் சம எண்ணிக்கையான பாடல்கள் இருக்கின் றன. ஒவ்வொரு பகுதியையும் ஒரு தனிப்புலவர் பாடியிருக்கிறார். இவைகள் எல்லாவற்றையும் தொகுத்தவர் நல்லந்துவனார் எனும் புலவர்.

ஏழாவது, அகநானூறு: அகப்பொருளைப் பற்றிய 400 பாடல்கள் கொண்டது. இவைகளுக்கும் பெருந்தேவனார் கடவுள் வாழ்த்துப் பாடியிருக்கிறார். பாண்டிய மன்னன் உக்கிரப் பெரு வழுதியின் ஆதரவில் இருந்த புலவர் ருத்ர சர்மன், இந்தத் தொகுப்பைத் தயாரித்தார். எட்டுத்தொகையின் கடைசி தொகுப்பு புறநானூறு: புறப்பொருளைப் பற்றிய 400 பாடல்கள் கொண் டது. பெருந்தேவனாரின் கடவுள் வாழ்த்தும் உண்டு. புறநானூறும், பதிற்றுப்பத்தும் வரலாற்று விவரங்கள் பல அடங்கியவை. பல்வேறு மன்னர்கள், தலைவர்கள், போர்கள், மற்றும் அரசியல் சம்பவங்கள் முதலியவைகளைப் பற்றி, இந்தப் பாடல்களில் குறிப் புக்கள் காணப்படுவதால், வரலாற்று ஆராய்ச்சிக்கு இந்த இரண்டு தொகுப்புகளும் மிகப் பயன்படுகின்றன. அந்தக்காலத்து சமுதாய நிலை, சமய நிலை, தொழில் வளம், வர்த்தகம், முதலிய வற்றைப் பற்றிய விவரங்கள் அறியப்படுகின்றன. அயல்நாட்டு வர்த்தகம், யவனர்கள் முதலிய விஷயங்கள் பற்றி இந்தப் பாடல் களில் காணப்படம் குறிப்புக்கள், புராதன காலத்து ஐரோப் பிய வரலாற்று ஆசிரியர்கள் குறிப்பிட்டிருக்கும் தகவல்களுக்கு சான்று கூறுகின்றன. மற்றும், தொல்பொருள் ஆராய்ச்சியின் மூலம் கிடைக்கும் தகவல்களுக்கும் இந்தத் தொகுப்புகள் ஆதாரம் கொடுக்கின்றன.

பத்துப்பாட்டு என்ற மற்றொரு தொகை நூல், பத்து நீண்ட பாடல்களைக் கொண்டதாகும். இவைகளில் முதல் பாட்டு முருகனைப் பற்றியது. மற்றவைகள் வரலாறு கண்ட மன்னர் கள், சம்பவங்கள் முதலியவைகள் பற்றி எடுத்துக் கூறுகின்றன. சங்க நூல்களில் ஒரு சிறு பகுதிதான் நமக்குக் கிடைத்திருக் கின்றன. பெருந்தேவனார் பாடிய பாரதத்துடன் சங்க நூல்களில் பெரும்பாகம் கிடைக்காமல் மறைந்துபோய்விட்டது என்றே சொல்லலாம். தமிழ் இலக்கண நூல்களில் மிகவும் பழமையான

தொல்காப்பியம் இந்தக் காலத்தைச் சேர்ந்ததுதான். ஆயினும், அது சற்று பிற்காலத்தில் இயற்றப்பட்டது என்பதற்கும் அந்த நூலிலேயே சில சான்றுகள் இருக்கின்றன. சம்ஸ்கிருத இலக்கணத்தின் ஐந்திரம் என்ற பிரிவிலிருந்து தொல்காப்பியத்துக்கு விஷயங்கள் எடுக்கப்பட்டன என்றும் சொல்லப்படுகிறது.

சங்க நூல்களில் வடக்கத்திய சம்ஸ்கிருத பண்பாட்டின் சிந்தனைகளும், லட்சியங்களும் நிறைந்திருந்த போதிலும், அவைகள் வியப்பு அளிக்கும் முறையில் தனிப்பட்ட மொழி வளம் பெற்று விளங்கின. இந்தப் பாடலை இயற்றிய புலவர்கள் சுருங்கச் சொல்லும் காலையில் தேர்ந்து, நல்ல முறையில் சம்பவங்களைப்பற்றி வர்ணித்திருக்கிறார்கள். அவர்களுடைய சொல்லடைவில் சம்ஸ்கிருதச் சொற்கள் மிகவும் குறைவு. சமூக, பொருளாதார நிலைகளைப் பற்றி இந்தப் புலவர்கள் தெளிவான முறையில் வர்ணித்திருக்கிறார்கள். மன்னனின் அரண்மனை, பிராமணர்களின் வீடுகள், மீனவர்களின் குடிசைகள், எல்லாவற்றையும் அவர்கள் அப்பொழுது இருந்த இயல்புடன் எடுத்துக் கூறுகிறார்கள். போர்கள், சம்பவங்கள், விருந்துகள் எல்லாவற்றையும் திறம்பட வர்ணித்திருக்கிறார்கள். தலைவன், தலைவி இருவருக்குமிடையே ஏற்படும் காதல், ஊடல் முதலிய உணர்ச்சியான சம்பவங்களையும் நன்றாக சித்தரித்திருக்கிறார்கள். இந்தப் பாடல்களைப் படிக்கும்போது உண்டாகும் ரசனை, இவைகளை மொழிபெயர்த்தலால் கிடைக்காது.

தமிழ் இலக்கியத்தின் அடுத்த காலப் பகுதி, கி.பி. 850-ஆம் ஆண்டுவரை நீடிக்கிறது. இந்தக் காலப் பகுதியில் சம்ஸ்கிருத மொழி, தமிழை அதிகமாக பாதிக்கத் தொடங்கிற்று. இலக்கியத்தில் சமணர்கள் செல்வாக்கு அடைந்திருந்தார்கள். அதன் பின்னர் ஹிந்து சமய மறுமலர்ச்சி தீவிரமாக ஏற்பட்டது. அந்த மறுமலர்ச்சியின் விளைவாக, சைவ நாயன்மார்கள், வைஷ்ணவ ஆழ்வார்கள் ஆரம்பித்த பக்தி இயக்கம் நாட்டில் வேகமாக பரவிற்று. நாயன்மார்கள், ஆழ்வார்கள் பாடிவைத்த பக்திப் பாடல்களும் இலக்கியத்தைச் செழிக்கச் செய்தன. நீதி நூல்கள் என்ற வகையில், இந்தக் காலத்தில் இயற்றப்பட்ட பல்வேறு பாடல்கள் சங்க நூலின் இயல்பைக் கொண்டவையாய் இருந்தன. அவைகள் எல்லாம் பதினெண்கீழ்க் கணக்கு என்ற பெயரால் தொகுக்கப்பட்டன. இந்தத் தொகுப்பில் அடங்கி, மிகவும் புகழ் அடைந்துள்ள நூல் திருவள்ளுவருடைய திருக்குறளாகும். இந்த நூலில் 1330

பாடல்கள் உண்டு. அறம் பற்றி 38, பொருளைப் பற்றி 70, இன்பத்தைப் பற்றி 25, என்ற வகையில், ஒவ்வொரு பிரிவிலும் பத்து குறள்கள் அடங்கியிருக்கின்றன. மனு, கௌடில்யர், வாத்ஸ்யாயனர் ஆகிய சம்ஸ்கிருத புலவர்களின் நூல்களை நன்றாய்ப் படித்திருந்த ஒரு சமண ஆசிரியர் குறளை இயற்றியிருக்கலாம்.

பதினெண்கீழ் கணக்கில் அடங்கிய மற்ற நூல்கள் மக்களுடைய நடத்தைப் பற்றி எடுத்துக்கூறும் வகையில் அமைந்திருக்கின்றன. இவைகளில் திரிகடுகம், ஏலாதி, சிறுபஞ்சமூலம் என்ற தொகுப்புகள், மருத்துவப் பெயர்களைக் கொண்டு, உடல் நோய்க்கு மருந்து உதவுவது போல, மனநோய்க்கு மருந்து என்ற வகையில் அமைந்திருக்கின்றன. 400 வெண்பாக்களைக் கொண்ட பழமொழி என்ற தொகுப்பும் ஒரு சமண நூலாகும். இந்த வெண் பாக்களில் ஒவ்வொன்றிலும் ஒரு பழமொழி சேர்க்கப்பட்டு, ஒரு சம்பவம் அல்லது கதை பற்றி விளக்குகிறது. ஆசாரக்கோவை என்ற தொகுப்பு, சம்ஸ்கிருத நூலிலிருந்து எடுத்துக் கூறப்பட்ட ஒரு தமிழ் ஸ்மிருதி என்றே கொள்ளலாம்.

பொது இலக்கியத்தில் மிகவும் பிரசித்தி பெற்ற மூன்று காவியங்களை, சமணர்களும் பௌத்தர்களும் இயற்றியிருந்தார்கள். இவைகளில் சிலப்பதிகாரம் ஒரு இணையற்ற நூலாகும். இதை இயற்றிய ஆசிரியர், இது இயற்றப்பட்ட காலம் முதலிய விவரங்கள் இன்னும் ஆராய்ச்சிக்கு உட்பட்ட வையாக இருக்கின்றன. தமிழ் இலக்கியத் துறையில் இது ஒரு ஒப்பற்ற நூலாகவே விளங்குகிறது. சம்பவங்களைப் பற்றி தெளிவான வர்ணனை, கதை சொல்லும் முறையில் ஒரு கவர்ச்சி, திறம்பட அமைக்கப்பட்ட யாப்ப முதலியவை இந்த நூலின் விசேஷங்களாகும்.

கோவலன் என்ற தனவணிகன் ஒருவன், தன் மனைவி கண்ணகியை கைவிட்டு, மாதவி என்ற விலைமாது ஒருத்தியை புகார் நகரில் தேடிச் சென்றதால், தன்னுடைய சொத்து முழுவதையும் இழந்துவிடுகிறான். கோவலனுக்கும், மாதவிக்கும் ஏற்பட்ட ஒரு ஊடலின் காரணமாக, தன்னுடைய மனைவியை மீண்டும் அடைகிறான். இருவரும் புகாரைவிட்டு, மதுரைக்குச் சென்று, வாழ்வு தேட முயற்சி செய்கிறார்கள். அங்கு கண்ணகியின் சிலம்பை விற்றுப் பொருள் தேட கோவலன் முயற்சிப்பதை யொட்டி, அந்தக் காவியத்துக்குச் சிலப்பதிகாரம் என்ற பெயர் ஏற்பட்டிருக்கிறது. பாண்டியனின் அரண்மனையைச் சேர்ந்த ஒரு பொற்கொல்லனின் சதியின் விளைவாக, கோவலன் பாண்டிய

அரசியின் சிலம்பைத் திருடியதாகக் குற்றஞ்சாட்டப் பட்டு, சிரச் சேத தண்டனை அடைகிறான். இதைக் கேட்ட கண்ணகி அரண் மனைக்கு விரைந்து, தன்னுடைய மற்றொரு சிலம்பைக் காட்டி, கோவலன் குற்றமற்றவன் என்று நிரூபிக்கிறாள். பாண்டிய மன்னன் தன்னுடைய தவறை உணர்ந்தவுடன், மனமுடைந்து உயிர் இழக்கிறான். ஆயினும், கண்ணகி, அத்துடன் திருப்தி யடையாமல், மதுரைக்குத் தீயிட்டு வஞ்சம் தீர்த்துக் கொள் கிறாள். அதன் பின்னர் அவள், சேரநாடு சென்று, தன்னுடைய கணவனுடைய விண்ணுலகம் அடைகிறாள். சேர மன்னன் செங்குட்டுவன், அவளைப் பத்தினித் தெய்வமாக பிரதிஷ்டை செய்கிறான். இதுதான் சிலப்பதிகாரத்தின் கதை.

தெய்வீகமான அம்சங்கள் பல அடங்கி இருந்தபோதிலும், இந்தக் காவியத்தில் மனித இயல்பைப் பற்றி மிகவும் நல்ல முறையில் எடுத்துச் சொல்லப்பட்டிருக்கிறது. கதை மூன்று தமிழ் ராஜ்யங்களிலும் நடக்கிறது. இதை இயற்றியவர் இளங்கோ அடிகள்; சேர மன்னன் செங்குட்டுவனின் சகோதரர் என்று கூறப் படுகிறது. ஆனால்,செங்குட்டுவனுக்கு இத்தகைய சகோதரன் உண்டு என்பது பற்றி சங்க நூல்களில், எங்குமே சான்று கிடைக்க வில்லை. மற்றும் இளங்கோ, புலவர் சாத்தனாரின் சமகாலத்தவர் என்று குறிப்பிடும்போது, இதுபற்றிய சிக்கல் அதிகமாகிறது. சாத்தனார் மதுரையைச் சேர்ந்த வணிகர். மணிமேகலை என்ற காப்பியத்தை இயற்றியவர். மணிமேகலை ஒரு பௌத்த சமயக் காவியம். கோவலனுக்கு மாதவி மூலம் பிறந்த மணிமேகலை பற்றிய கதை. பெரும்பாலும் பௌத்த சமய விஷயங்களைப் பற்றியது. இந்தக் காவியத்தில் சிலப்பதிகாரத்தில் காணும் இலக் கியச் சிறப்போ அல்லது நாடகத் துறை உணர்ச்சியோ காணப்பட வில்லை. ஒரு சாதாரண காவியமாகவே தோன்றுகிறது. இந்த இரண்டு காவியங்களையும் பாடிய ஆசிரியர்கள் இருவரும் தங்கள் தங்களுடைய காவியங்களை மற்றவருக்கு படித்துக் காட்டினார் கள் என்றும் குறிப்பிடப்படுகிறது. சங்க நூல்களில் சீத்தலைச் சாத்தனார் என்ற புலவர் ஒருவரைப் பற்றி குறிப்புகள் காணப்படு கின்றன; அவருடைய பாடல்களில் பத்து, நான்கு தொகுப்புக் களில் அடங்கியிருக்கின்றன. ஆனால் அவர் பௌத்த மதத்தைச் சேர்ந்தவரல்ல. மணிமேகலையில் தர்க்க சாஸ்திரத்தின் பல அம்சங்கள் காணப்படுகின்றன. இவைகள் தின்னாகர் என்ற சம்ஸ் கிருத புலவர் எழுதி வைத்த நியாய ப்ரவேஸம் என்ற நூலை

அடிப்படையாகக் கொண்டவை. இந்த நூல் கி.பி. ஐந்தாவது நூற்றாண்டில் இயற்றப்பட்டது. மற்றும், சிலப்பதிகாரம், மணி மேகலை ஆகிய இரு காவியங்களின் இலக்கிய அமைப்பும் சங்க நூல்களின் அமைப்பும் வேறுபட்டிருக்கின்றன. ஆகவே சங்க நூல்களுக்கும் இந்தக் காவியங்களுக்கும் இடையே பல நூற் றாண்டு காலம் இடைவெளி உண்டு என்று கருதுவதில் தவ றில்லை.

கொங்குவேளிரின் பெருங்கதை என்பது மற்றொரு பெரிய சமண நூலாகும். இந்தக் காவியத்தில் சில பகுதிகளே கிடைத் திருக்கின்றன. கௌஸாம்பி மன்னன் உதயணனின் குமாரன் நரவாகனதத்துனுடைய தீரச்செயல்கள் பற்றி இந்தப் பாடல் கூறு கிறது. பைஸாசி பாஷையில் மேற்கு கங்கமன்னன் துர்வினிதன் ஆறாம் நூற்றாண்டில் எழுதிய பாடலை, குணாத்யன் என்ற புலவன் சம்ஸ்கிருதத்தில் மொழி பெயர்த்திருந்தான். அந்த சம்ஸ் கிருத பாடலையொட்டி, இந்தப் பெருங்கதை இயற்றப்பட்டது என்று தோன்றுகிறது. பெருங்கதையின் நடை மிகவும் சிறப் பானது. எல்லோரும் விரும்பிப் படிக்கக்கூடியது. மற்றும் இரண்டு தமிழ் காவியங்கள் வளையாபதி, குண்டலகேசி என்பவையாகும். இந்தக் காலத்தில் இன்னும் பல்வேறு ஜைன ஆசிரியர்கள் எழுதி வைத்த பல இலக்கண நூல்களின் பெயர்கள் மட்டும்தான் கிடைத்திருக்கின்றன. சில சமயங்களில் அவைகள் மற்ற நூல் களில் மேற்கோள் காட்டப்பட்டிருக்கின்றன.

கோஷ்டிகளாகத் துதிப்பாடல்கள் பாடும் வகையில் அமைந்த, நாயன்மார்கள், ஆழ்வார்கள் முதலியவர்களின் பாடல் கள், பத்து, பதினொன்றாவது நூற்றாண்டுகளில் தொகுக்கப் பட்டன. சைவத் திருமுறை எனும் தொகுப்பு முதலாம் ராஜராஜன் காலத்தில் நம்பியாண்டார் நம்பி என்பவரால் தொகுக்கப்பட்டது. இந்தத் தொகுப்பின் முதல் ஏழு பகுதிகளுக்கும், தேவாரம் என்று பெயர். ஞான சம்பந்தர், அப்பர், சுந்தரமூர்த்தி ஆகிய மூன்று நாயன்மார்கள் பாடிய பாடல்களும் இந்தத் தேவாரத் தொகுப்பில் அடங்கியிருக்கின்றன. இந்தத் தொகுப்பின் கடைசிப் பகுதியாக சேக்கிழாரின் பெரிய புராணம் சேர்க்கப்பட்டு, பன்னிரு திருமுறை என்ற பெயரில் பூர்த்தியடைகிறது. மாணிக்க வாசகரின் பாடல் கள் ஆகிய திருவாசகம் 8-ஆம் திருமுறையாகச் சேர்க்கப்பட்டிருக் கிறது. இதில் கிறிஸ்துவ மத உணர்ச்சிகளும் ஆங்காங்கே காணப் படுவதாக சிலர் கூறுகின்றனர். அதற்குப் பின்வருவது திருமூலர்

திருமந்திரம் என்ற 10-ஆம் திருமுறையாகும். 3000 பாடல்களில் சைவநெறி பற்றி திருமந்திரம் கூறுகிறது. மற்றும் இரண்டு பிரிவு களில் (9, 11-ஆம் திருமுறைகளில்) பல்வேறு காலப் பகுதியில் வாழ்ந்துவந்த சைவப் பெரியார்களின் பாடல்கள் அடங்கியிருக் கின்றன. மாணிக்கவாசகர் இயற்றிய திருக்கோவை, அல்லது திருசிற்றம்பலக்கோவை என்பது 400 பாடல்கள் அடங்கியது. கோவை என்ற பாடல் துறையில் இது மிகவும் பழைய நூலாகும். மனிதனின் ஆத்மா கடவுளை அடைய எங்கும் நிலையையும், நாயகி, நாயகன் பாவத்தில் சித்திரிக்கும் முறையையும் கோவை பொருளாகக் கொண்டிருக்கிறது.

வைஷ்ணவர்களுடைய பக்திப் பாடல் தொகுப்பு நாலாயிர திவ்வியப் பிரபந்தம் என்ற பெயரில் அமைந்திருக்கிறது. நாலா யிரம் பாடல்கள் அடங்கிய இந்தத் தொகுப்பில் நாதமுனி என்னும் ஆசிரியர், ஆழ்வார்களின் பாடல்களைச் சேர்த்து அளித்தார். திருமங்கையாழ்வார், நம்மாழ்வார் ஆகிய இருவரும், ஒவ்வொரு வரும் இயற்றிய ஆயிரம் பாடல்கள் இதில் அடங்கியிருக்கின்றன. திருமங்கையாழ்வாரின் பாடல்களில் தத்துவ முறையான சிந்தனை களும், மெய்ப் பொருள் அறிவு நிலையும் நன்றாகச் சித்திரிக்கப் பட்டிருக்கின்றன. நாலாயிர திவ்வியப் பிரபந்தத்தில், மற்றும், பெரியாழ்வார் பாடல்களும், அவருடைய வளர்ப்புப் பெண் ஆண் டாளின் பாசுரங்களும், குலசேகராழ்வார் பாடல்களும் சேர்க்கப்பட் டிருக்கின்றன. மஹாவிஷ்ணுவின் அவதாரங்களில், குறிப்பாக ராமாவதாரம், முதலியவற்றின் விசேஷ அம்சங்களைப் பற்றிப் பாடுவதில் ஆழ்வார்கள் ஆனந்தம் கொண்டார்கள்.

தமிழில் வசனநடை பிற்காலத்தில்தான் ஏற்பட்டது. சிலப் பதிகார காவியத்தில், சில சிறு உரைநடைப் பகுதிகள் காணப் படுகின்றன. பின்னால் பொதுவாக, காவிய நூல்களுக்காக எழுதப் பட்ட உரைகளில்தான் வசனநடை உருவெடுத்தது. அந்த நடை யும் அவ்வளவு எளிதானதாக இருக்கவில்லை. நக்கீரன் எழுதி வைத்ததாகச் சொல்லப்படும் இறையனார் அகப்பொருள் உரையில் தான் முதன் முதலாக தமிழ் வசன நடை கையாளப்பட்டது. அதில் தான் மூன்று சங்கங்களைப் பற்றியும் விவரங்கள் கொடுக்கப் பட்டிருக்கின்றன. இந்த நடையில் மிகவும் கரடுமுரடான சொற் கள் நிறைந்திருக்கின்றன. நந்திக் கலம்பகம் என்ற நூலின் ஆசிரியர் பெயர் தெரியவில்லை. இந்தச் செய்யுள் நூலில் பல்வேறு யாப்பு முறைகள் கொண்ட 80 பாடல்கள் அடங்கி

யிருக்கின்றன. ஒன்பதாவது நூற்றாண்டில் தெள்ளாற்றுப் போரில் வெற்றி பெற்ற பல்லவ நந்திவர்மனைப் பற்றிய வரலாறு இந்த நூலில் அடங்கியுள்ளது. நந்திவர்மன் காலத்தில்தான் பெருந்தேவனாரின் பாரதமும் இயற்றப்பட்டது. இந்தப் பெருந்தேவனாரும், சங்க நூல்களின் தொகுப்புக்களில் கடவுள் வாழத்து எழுதிய பெருந்தேவனாரும் வெவ்வேறு கவிஞர்கள், என்றுதான் தெரிகிறது. இவர்கள் இருவரும் ஒருவர்தான் என்று கருதுவதற்குச் சான்றுகள் ஒன்றும் கிடைக்கவில்லை. பெருந்தேவனாரின் பாரதத்தில் ஒரு பகுதிதான் கிடைத்திருக்கிறது. சம்ஸ்கிருத காவிய அமைப்பான சம்பு முறையில், உரை நடைப்பகுதிகளுடன் இந்த நூல் இயற்றப்பட்டிருக்கிறது. உத்யோக பர்வமும் பீஷ்மபர்வமும் பூரணமாகக் கிடைத்திருக்கின்றன. துரோண ப்ர்வத்தில் 13-வது நாள் போர் வரைதான் கிடைத்திருக்கிறது. மகாபாரத கதையின் போக்குக்கு ஏற்ப, இந்தக் காவியத்தில் நல்ல சொல்லாட்சி காணப்படுகிறது.

சோழ சாம்ராஜ்யத்தில் 850 முதல் 1200 ஆண்டு வரை தமிழ் இலக்கிய வளர்ச்சி நல்ல நிலையில் இருந்தது. ஜைன முனிவர் திருத்தக்கதேவர் இயற்றிய ஜீவகசிந்தாமணி பத்தாவது நூற்றாண்டைச் சேர்ந்தது. ஜீவகனுடைய வரலாற்றைப் பற்றி கூறுவது. இந்த நூல், ஒன்பதாவது நூற்றாண்டு சம்ஸ்கிருத நூல்களிலிருந்து விஷயங்களைச் சேர்த்துக் கொண்டிருக்கிறது. ஜீவகன் ஒரு பெரும் வீரன். அவன் ஒவ்வொருவராக எட்டு அரசிகளை மணந்ததையொட்டி இந்த நூலுக்கு மணநூல் என்றும் பெயர் வழங்கப்பட்டது. பின்னர், ஜீவகன் ஒரு ராஜ்யத்தின் அரசனாக ஆட்சி புரிந்து, கடைசியில் ஒரு துறவியாக மாறிவிடுகிறான். மூவாயிரம் பாடல்கள் அடங்கிய இந்தக் காவியத்தில், மஹா காவியத்தின் லட்சணங்கள் காணப்படுகின்றன. பன்னிரண்டாவது நூற்றாண்டில் ராமாயணத்தை தமிழில் பாடிய மஹா கவி கம்பனின் மேதைக்கு இந்தக் காவியம் ஊக்கம் அளித்தது என்று சொல்லப்படுகிறது. அந்தக் காலத்திய மற்றொரு ஜைன முனிவர் தோலாமொழி என்பவர் சூளாமணி என்ற காவியத்தை இயற்றினார். ஜைன புராணக் கதை ஒன்றை, இந்தக் காவியம் சிறந்த கவித் திறனுடன் எடுத்துக் கூறுகிறது.

கல்லாடனார் எனும் புலவர் தாம் இயற்றிய கல்லாடம் என்ற 100 அகப்பொருள் பாடல்கள் அடங்கிய நூலில், சங்க காலத்து சொல்லாட்சியை மீண்டும் கையாள முயன்றார். இந்த நூலில்

சிவபெருமானின் 64 திருவிளையாடல்களும் விளக்கப்பட்டிருக் கின்றன. ஒன்பதாம் நூற்றாண்டின் கடைசிப் பகுதியில் முததொள் ளாயிரம் என்ற காவியம் இயற்றப்பட்டது. தமிழக மன்னர்கள் மூன்று பேர்கள் ஒவ்வொருவர் மீதும் 300 பாடல்கள் வீதம், தொள்ளாயிரம் பாடல்கள் அடங்கியிருக்கின்றன. மிகவும் சிறந்த முறையில் இயற்றப்பட்ட வெண்பாக்கள் பல இந்த நூலில் காணப்படுகின்றன. வெண்பாக்களில் ஆறு அடிகள் அடங்கி யிருக்கின்றன. இந்தப் பாடல்கள் எல்லாம் தமிழ் அகப்பொருள் இலக்கியத்தில் மிகவும் அழகானவையாக விளங்குகின்றன.

சோழ ராஜ்யத்தின் ஆஸ்தான கவியாக இருந்த ஜெயங் கொண்டார், முதலாம் குலோத்துங்கன் கலிங்கப் போரில் அடைந்த வெற்றியை கலிங்கத்துப்பரணி என்ற காவியத்தில் வர்ணித்திருக்கிறார். பரணி என்ற போர்க்கள வர்ணனையை பொருளாகக் கொண்டு எழுதிய நூல்களில் இதுதான் மிகவும் பழமையானது. நல்ல சொல்லாட்சியும், சொல்லடைவுக்கேற்ற சீர்களும் கொண்ட பாடல்கள் அடங்கிய இந்த நூல் ஒரு சிறந்த காவியமாகும். மற்றொரு ஆஸ்தான கவி ஒட்டக்கூத்தன், குலோத் துங்கனுக்குப் பிறகு அரசாண்ட விக்கிரம சோழன், இரண்டாம் குலோத்துங்கன், இரண்டாம் ராஜராஜன் ஆகிய மூன்று மன்னர் களின் ஆட்சிக்காலத்திலும் ஆஸ்தான கவிஞராக இருந்தார். இவர்கள் மூன்று பேர்கள் மீதும், அவர் உலாக்கள் பாடியிருக்கிறார். பாட்டுடைத் தலைவன் நகரத் தெருக்களில் பவனி வருவதைச் சித்திரிப்பதுதான் உலா என்பது. விக்கிரம சோழன்மீது ஒட்டக் கூத்தன் எழுதிய பரணி ஒன்று இப்பொழுது நமக்குக் கிடைக்க வில்லை. இரண்டாவது குலோத்துங்கனைப் பற்றி அவர் எழுதிய பிள்ளைத்தமிழ் பெயர் பெற்றது. தக்கனுடைய யாகத்தை வர்ணிக் கும் முறையில் அவர் இயற்றிய தக்கயாகப்பரணி, கலிங்கத்துப் பரணியின் பாணியில் எழுதப் பட்டது.

கம்பரும், கூத்தனும் சம காலத்தவர். கூத்தனை விடச் சிறந்த கம்பர் தமிழ் இலக்கியத்திலேயே தலைசிறந்த கவிஞர் என்பது பலருடைய கருத்து. ராமாவதாரம் என்ற பெயரில் கம்பர் இயற்றிய ராமாயணம், வால்மீகி காவியத்தையொட்டி எழுதப்பட்டது என்றா லும், தமிழ் காவியங்களில் மிகச் சிறந்த சிருஷ்டியாக விளங்கு கிறது. இந்தக் காவியத்தில் கம்பர், தாம் வாழ்ந்த காலத்தின் சூழ் நிலையையே சித்திரிக்கிறார். கைலாசத்தைப் பற்றி கம்பன் விஸ்த ரிப்பது, சோழ நாட்டைப் பற்றி அவர் கொண்டிருந்த உருவகத்தின்

பிரதிபலிப்புதான். அகத்திணை மரபையொட்டி, ராமனும் சீதையும் மிதிலையில் ஒருவருக்கொருவர் பார்த்துக் கொள்வதைச் சித்திரித்திருக்கிறார். இந்த சந்தர்ப்பத்தில், இருவருக்கும் ஏற்படும் பரஸ்பர உணர்ச்சிகளை மிகவும் விரிவாக எடுத்துக் கூறியிருக்கிறார். இந்தச் சம்பவம் வால்மீகி காவியத்தில் கிடையாது. வால்மீகி காவியத்தில் விவரித்துக் கூறப்பட்ட தசரதனுடைய அஸ்வமேத யாகத்தை கம்பன் சுருக்கியே கூறுகிறார். இதற்கு மாறாக, சில இடங்களில் வால்மீகியில் காணும் சில குறிப்புக்களை தம்முடைய காவியத்தில் கம்பன் விரிவாக விளக்குகிறார். உதாரணமாக, அனுமானிடம் உள்ள கணையாழியை வாங்கும் இடத்தில், சீதையின் உணர்ச்சிகளைப் பற்றி மிகவும் விரிவாக விளக்குகிறார். கம்பருடைய வாழ்க்கை வரலாறு பற்றிப் போதிய ஆதாரங்கள் நமக்குக் கிடைக்கவில்லை. தஞ்சாவூர் மாவட்டத்தில், திருவெண்ணை நல்லூரைச் சேர்ந்த சடையப்ப வள்ளல் தமக்கு போஷகராக இருந்ததைப் பற்றி, கம்பர் தம்முடைய காவியத்தில் அடிக்கடி எடுத்துக் கூறுகிறார். ஆனால், அந்தக் காலத்திய சோழ மன்னர்களைப் பற்றி காவியத்தில் குறிப்புகள் காணப்படவில்லை. இன்னும் பல சிறு காவியங்கள் கம்பர் இயற்றியவையாகக் கூறப்படுகின்றன.

சோழர்கள் காலத்தில் பக்திப் பாடல்கள் மிகவும் செழிப்பாக வளர்ச்சி அடைந்து வந்தன. தஞ்சாவூரிலும், கங்கை கொண்ட சோழபுரத்திலும் நிறுவப்பட்ட புதிய ஆலயங்கள் மேலும் புதிய பாடல்களுக்கு ஊக்கமளித்தன. சைவத் திருமுறைகளை தொகுத்த நம்பியாண்டார் நம்பியின் பாடல்களும் ஒன்பது பதினொன்றாம் திருமுறைகளில் சேர்க்கப்பட்டுள்ளன. திருத்தொண்டார் புராணம், அல்லது பெரிய புராணம் என்று கூறப்படும் நூல், இரண்டாம் குலோத்துங்கன் காலத்தில் சேக்கிழாரால் இயற்றப்பட்டது. தமிழக சைவ சித்தாந்தத்தின் வளர்ச்சியில் இது ஒரு பெரிய கட்டமாகும். அறுபத்து மூன்று நாயன்மார்களின் வாழ்க்கை வரலாற்றை இதிகாச வகையில் இந்தப் புராணம் எடுத்துக் கூறுகிறது. இதை இயற்றிய ஆசிரியர் சோழ ராஜ்யத்தில் உயர் பதவி வகித்து வந்தார். கர்ணபரம்பரையாக வந்த கதைகளுடன், அதிகாரபூர்வமான சாஸனங்களிலிருந்தும் அவர் குறிப்புகள் எடுத்து தமது நூலுக்குப் பயன்படுத்திக் கொண்டார். தென்னாட்டில் சைவ சமயம் செழித்து ஓங்கி வளர்ந்ததை எடுத்துக் கூறும் வகையில், இந்த நூல் ஒரு மிகச் சிறந்த சிருஷ்டியாக விளங்குகிறது

அந்தக் காலத்தில் வைஷ்ணவ சமய நூல்கள், சம்ஸ்கிரு தத்திலேயே பெரும்பாலும் இயற்றப்பட்டு வந்தன. சைவ மதத்தை விட மக்களிடையே அதிகமாகப் பரப்புவதற்கு வாய்ப்புக் கொண்டே வைஷ்ணவ சமயம், சம்ஸ்கிருத நூல்கள் மூலமே வளர்ச்சி அடைந்தது என்பது ஒரு வியப்பு அளிக்கும் விஷயம். வைஷ்ணவம் பற்றிக் கூறும் சம்ஸ்கிருத நூல்களுக்கு உரை எழுதியவர்கள் கூட, சம்ஸ்கிருதம் தமிழ் இரண்டும் சேர்ந்த ஒரு மணிப்பிரவாள நடையையே கையாண்டார்கள். ஆகவே இந்த நூல்கள் பொதுமக்களின் ரசனைக்கு அப்பாற்பட்டவையாக இருந்தன. வைஷ்ணவ சமயாச்சாரியார் ராமானுஜரைப் பற்றி அவருடைய சீடர்களில் ஒருவர் எழுதி வைத்த, நூறு பாடல்கள் கொண்ட ராமானுஜ நூற்றந்தாதி எனும் நூல் ஒன்றுதான் தமிழில் இயற்றப் பட்டது. ஒரு பாடலின் கடைசிச் சொற்றொடரை, அதற்கு அடுத்த பாலுக்கு ஆரம்பத்தில் வைத்துப் பாடுவதே அந்தாதி முறை. ஆழ்வார்களில் சிலர் கூட இந்த அந்தாதி முறையைப் பின்பற்றிப் பாடல்கள் இயற்றியிருக்கிறார்கள்.

ஜைனர்கள் தொடர்ந்து தமிழ் இலக்கிய சிருஷ்டியில் ஈடுபட்டு இருந்தார்கள். பன்னிரண்டு தியான முறைகளைப் பற்றி ஆத்மாவுக்கு எடுத்துக் கூறும் முறையில், தேவேந்திர முனிவர் இயற்றிய நூல், ஜீவ சம்போதனை ஆகும். பத்தாவது நூற்றாண்டின் இறுதியில், அமிதசாகரன் என்ற ஜைன ஆசிரியர், யாப்பருங்கலம், யாப்பருங்கலக் காரிகை என்ற இரண்டு யாப்பு இலக்கண நூல்களை இயற்றினார். புத்தமித்திரர் என்ற பௌத்த ஆசிரியர் தாம் இயற்றிய வீரசோழியம் என்ற நூலில், தமிழ், சம்ஸ்கிருதம் ஆகிய இரு மொழிகளின் இலக்கணத்துக்கும் பொது வான ஒற்றுமையைக் காண முயன்றார். சம்ஸ்கிருத கவிஞர் தண்டி இயற்றிய காவியதர்சம் என்ற நூலின் பாணியில் எழுதப் பட்டது. தண்டியலங்காரம் என்ற தமிழ் நூல். இந்த நூலில், அணி இலக்கணத்தைப் பற்றி விரிவாக எடுத்துக் கூறப்பட்டிருக் கிறது. இதன் ஆசிரியரின் பெயர் முதலிய விவரங்கள் தெரிய வில்லை. குணவீரபண்டிதன் என்ற ஜைன முனிவர் இயற்றிய நேமிநாதம் என்ற நூல், தமிழ் இலக்கணமாகிய நன்னூலில் காணப்படுவது போன்ற சொற்றொடர்கள் பற்றிய இலக்கணத் தைக் கூறுகிறது. பவணந்தி முனிவர் இயற்றிய நன்னூல், தமிழ் இலக்கணத்தின் ஆரம்பப் புத்தகமாகவே விளங்கிவருகிறது. பிங்களம் என்ற அகராதி நூல் ஒன்றும் இருந்தது. அடுத்த காலப்

பகுதியில் மிகவும் வளர்ச்சி பெற்ற, சைவ சித்தாந்த தத்துவத்தை முதன் முதலில் எடுத்துக் கூறியவை திருவுந்தியார், திருக்களிற் றுப்படியார் என்ற இரண்டு நூல்களாகும். இவைகளுக்குப் பின்னர், மெய்கண்டார் என்னும் ஆசிரியர் சிவஞான போதம் என்ற சைவ சித்தாந்த நூலை இயற்றினார்.

சோழ சாம்ராஜ்யம் முடிவு அடைந்ததிலிருந்து விஜய நகர சாம்ராஜ்யம் தோன்றிய காலம்வரையில் (1200 - 1650) பல்வேறு தத்துவ நூல்கள், காவியங்களுக்கான உரை நூல்கள், புராணங் கள், பிரபந்தங்கள் முதலியவைகள் இயற்றப்பட்டன. இவைகளில் பல, பிற மொழிகளிலிருந்து எடுத்து எழுதப்பட்டவை. தமிழர்கள் அரசியல் சுதந்திரம் இழந்ததோடு, இலக்கிய சிருஷ்டித் திறமை யும் இழந்து இருந்தார்கள் என்றே தோன்றுகிறது. பல்வேறு பிரிவுகளைச் சேர்ந்த மடங்கள், பொதுமக்களுக்கு கல்வி அறிவு கொடுப்பதில் பெரும் பங்கு பெற்றிருந்தன. மற்றும், மடங்களைச் சார்ந்தவர்கள், பண்டித முறையில் கல்வி அறிவு பெறுவதையே குறிக்கோளாகக் கொண்டார்கள் என்றும் தோன்றுகிறது. இந்தக் காலத்தில் ஆசிரியர்கள் குறுகிய மனப்பான்மையுடனேயே தங்க ளுடைய தொழிலில் ஈடுபட்டார்கள். இவர்களில் பெரும்பாலோர் ஹிந்துக்கள். ஜைனர்களும் பலர் இருந்தார்கள். நாட்டின் தெற்குக் கோடியில் உள்ள பாண்டியர்கள் தான் தமிழகத்தின் பழைய பெருமையைப் பராமரித்து வந்தார்கள். அரசியல் உலகத்தில் தங்க ளுக்குப் பங்கு கிடைக்காததை அவர்கள் இலக்கியத்தின் மூலம் ஈடுசெய்ய முயன்றார்கள்.

பதின்மூன்றாம் நூற்றாண்டின் முதல் பகுதியில் மெய்க்கண் டார் சைவ சித்தாந்த தத்துவத்தின் கொள்கைகளை பன்னிரண்டு சூத்திரங்களில் எடுத்துக் கூறினார். சிவ-ஞான போதம் என்ற நூலில் இந்த சூத்திரங்களுக்கு விளக்கங்களும் எடுத்துரைத்தார். மெய்கண்டாருடைய தந்தைக்கு குருவாக இருந்த பின்னர், மெய்கண்டாருக்கே சீடராக இருந்த அருணந்தி என்ற ஆசிரியர், சிவஞானசித்தியார் என்ற பாடலை இயற்றினார். பல்வேறு தத்துவ முறைகள் இந்த நூலில் ஆராயப்பட்டிருக்கின்றன. பௌத்த மதத்தில் அடங்கிய நான்கு பிரிவுகள், ஜைன மதத்தின் இரண்டு பிரிவுகள் இதில் ஆராயப்பட்டிருக்கின்றன. சைவ சித்தாந்த தத்து வத்தின் சாஸ்திரம் முழுவதும், மேலும் பத்து நூல்களில் விளக்கப் பட்டிருக்கின்றது. இவை யெல்லாவற்றையும் சேர்த்துத் தொகுத் தவர் உமாபதி சிவாச்சாரியார் என்ற ஆசிரியர்.

பதினான்காம் நூற்றாண்டில், அத்வைத தத்துவத்தைப் பற்றிய தொகுப்பு நூல்கள் இரண்டு வெளிவந்தன. ஸ்வருபா னந்தா தேசிகர் இயற்றிய சிவப்பிரகாசப் பெருந்திரட்டு, அவ ருடைய சுற்றத்தார் தத்துவராயர் இயற்றிய குறுந்திரட்டு இரண்டுமிவை. குறுந்திரட்டில் சுமார் 1500 பாடல்கள் இருக் கின்றன. பெருந்திரட்டு நூலில் பாதி அளவில் அது அமைந் திருக்கிறது. தத்துவராயர் மற்றும் பல துதிப்பாடல்களை இயற்றி யிருக்கிறார். இப்பாடல்கள் பல, பிற்காலத்தில் தோத்திரப் பாடல் கள் எழுதுவதற்கு மாதிரியாக விளங்கின. இவர்களில் சிறப்படைந் தவர், பதினைந்தாம் நூற்றாண்டில் திருப்புகழ் இயற்றிய அருண கிரிநாதர். முருகன் மீது, 1400 பாடல்கள் கொண்ட திருப்புகழ், கடவுள் பற்றிய உருவகத்தை மிகச் சிறந்த முறையில் சித்திரிக் கிறது. விஜய நகர மன்னன் கிருஷ்ணதேவ ராயர் காலத்தில் ஆஸ்தான வித்வான்களில் ஒருவராக இருந்த ஹரிதாஸர், தம் முடைய இருசமய விளக்கம் என்ற நூலில் வைஷ்ணவம், சைவம் ஆகிய இ,ண்டு சமயப் பிரிவுகளையும் பற்றி விரிவாக எழுதி வைத்திருக்கிறார். ஆயினும் அவர் அதிகமாய் சைவச் சார்பு உடை யவர் என்பது தெளிவாகிறது. மற்றும் ஸ்தல புராணங்கள், ஆலய வழிபாடு முறைகள் அடங்கிய சமய நூல்கள், தத்துவ நூல் கள் முதலியவை இந்தக் காலத்தில் ஏராளமாக இயற்றப்பட்டன. பிரபோத சந்திரோதயம் என்ற நூல் 48 அத்தியாயங்களில் இரண் டாயிரம் பாடல்கள் கொண்டது. கிருஷ்ண மிஸ்ர என்பவர் சம்ஸ் கிருதத்தில் எழுதிய தத்துவ நாடகத்தின் பெயரும் பிரபோத சந்திரோதயம்தான். இந்தத் தமிழ் நூலுக்கு மெய்ஞ்ஞான விளக்கம் என்ற பெயருமுண்டு. இந்தக் காலத்தில் எழுதப்பட்ட வைஷ்ணவ சமய நூல்கள் பெரும்பாலும் உரை நூல்களாகவே இருந்தன. மெய்ப்பொருள் அடிப்படையிலான இரகசியங்களைப் பற்றிய தமிழ்த் தத்துவ உரை நூல்களில் சம்ஸ்கிருத மொழிக் கலப்புடன் விளக்கங்கள் தரப்பட்டன. இவர்களில் மூன்று உரை ஆசிரியர்கள் முக்கியமானவர்கள். பதின்மூன்றாம் நூற்றாண்டின் ஆரம்பத்தில் பிள்ளை லோகாச்சாரியார் பதினெட்டு இரகசியங் களைப் பற்றி விளக்கியிருக்கிறார். 1268 - 1369-ல் வாழ்ந்த வேதாந்த தேசிகர் தமிழிலும், சம்ஸ்கிருதத்திலும் பெருவாரி யான நூல்களை இயற்றியிருக்கிறார். 1360-ஆம் ஆண்டில் பிறந்த மணவாள மகாமுனி வைஷ்ணவ தென்கலைப் பிரிவைச் சேர்ந்த ஒரு அறிஞர்.

இலக்கியச் சிறப்பு மிகுந்து விளங்கிய சில புராணங்களைப் பற்றியும் நாம் இங்கு குறிப்பிட வேண்டும். சுமார் 1580-ஆம் ஆண்டு வாக்கில் இயற்றப்பட்ட சுந்தர பாண்டியம் சிவபெருமானின் 64 திருவிளையாடல்களைப் பற்றி எடுத்துக்கூறுகிறது. பெரும்பற்றப்புலியூர் நம்பி இயற்றிய திருவிளையாடல் புராணம், வேதாரண்யத்தைச் சேர்ந்த பரஞ்சோதி முனிவர் இயற்றிய திருவிளையாடல் புராணம், இரண்டிலும் இதே மாதிரி சிவபெருமானின் திருவிளையாடல்கள் விளக்கப்பட்டிருக்கின்றன. கம்பருடைய கவிதையைப் பின்பற்றி, சம்ஸ்கிருத ஸ்கந்த புராணத்திலிருந்து விஷயத்தை எடுத்துக்கொண்டு, கச்சியப்ப சிவாச்சாரியார் என்பவர் தமிழில் கந்தபுராணத்தை இயற்றினார்.

சமயச் சார்பற்ற இலக்கிய நூல்களில் ஒன்றான தஞ்சை வாணன் கோவை என்பது தஞ்சாவூரைச் சேர்ந்த பொய்யா மொழிப் புலவர் இயற்றியது. இந்த நூலில் பாண்டிய மன்னன் மாறவர்மன் குலசேகரனுடைய பாண தளபதிகளில் ஒருவரைப் பற்றி குறிப்பு இருக்கிறது. புகழேந்தியின் நளவெண்பா, நளன் தமயந்தி இருவரைப் பற்றிய கதையை சரளமான முறையில் கூறுகிறது. வில்லிப்புத்தூரார் இயற்றிய பாரதத்தில் 4350 செய்யுள்களில் பாரதக் கதை முழுதும் சொல்லப்படுகிறது. இந்தச் செய்யுள்கள் எல்லாம் மிக இனிமை நிறைந்து இருக்கின்றன. மற்றும் உலாக்கள், கோவைகள், அந்தாதிகள் முதலிய நூல்களும் இந்தக் காலத்தில் ஏராளமாக இயற்றப்பட்டன. திருநெல்வேலி மாவட்டத்தில் தென் காசியைச் சேர்ந்த பாண்டிய மன்னன் அதிவீரராமன் சம்ஸ்கிருத நூலான நைஷதத்தைப் பின்பற்றித் தமிழில் நைடதம் என்ற செய்யுள் நூலை இயற்றினார். பதினாறாம் நூற்றாண்டின் மத்தியில் இயற்றப்பட்ட இந்த நூலை அறிஞர்கள் வெகுவாகப் போற்றுகிறார்கள். அந்த மன்னனின் உறவினரான வரதுங்கராமன் கொக்கோகத்தை தமிழில் மொழிபெயர்த்தார்.

ஐரோப்பியர்கள் தமிழ்நாட்டுக்கு வந்து சேர்ந்ததால், தமிழ் இலக்கியத்துக்கு ஏற்பட்ட விளைவுகளில் ஒன்று, சிவப்பிரகாசர் கிறிஸ்துவ மதத்தை எதிர்த்து எழுதிய ஏசுமத நிராகரணம் என்ற நூலாகும். பதினேழாம் நூற்றாண்டில் இயற்றப்பட்ட இந்த நூல் இப்பொழுது கிடைக்கவில்லை. இந்த ஆசிரியர் எழுதிவைத்த மற்றொரு நூலான பிரபுங்கலீலையில், வீர சைவர்கள் வழிபட்டு வந்த, சிவபெருமானின் அவதாரமான, அல்லமதேவனைக் குறிப்பிட்டிருக்கிறார். இந்த நூல் கன்னட மொழியிலிருந்து மொழி

பெயர்க்கப் பட்டது. சிவப்பிரகாசர் பிரம்மச்சாரியாகவே இருந்து, பல நூல்களை இயற்றிவிட்டு, தம்முடைய 32-வது வயதிலேயே காலமானார்.

தமிழ் இலக்கண நூல் வகைகளில், யாப்பு இலக்கணங்கள், அகம், புறம் முதலிய திணை இலக்கணம், அணி இலக்கணம் முதலியவைதவிர, பதினேழாம் நூற்றாண்டின் ஆரம்பத்தில் திருவாரூரைச் சேர்ந்த வைத்யநாத தேசிகர் இயற்றிய இலக்கண விளக்கம் என்ற நூலும் இருந்தது. தமிழ் இலக்கணம் முழுவதையும் எடுத்துக்கூறும் இந்த நூலுக்கு குட்டித் தொல்காப்பியம் என்ற பெயரும் இருந்தது. இந்தக் காலத்தில்தான் சங்க நூல்களுக்கும், தொல்காப்பியத்துக்கும், சிலப்பதிகாரத்துக்கும் பலர் பல்வேறு உரைகளை எழுதிவைத்தார்கள். மண்டல புருஷன் இயற்றிய ஜைன அகராதியான நிகண்டு சூடாமணி இந்தக் காலத்தில் இயற்றப்பட்டதாகத் தான் தெரிகிறது. அந்த நூலில் கிருஷ்ணதேவ ராயரைப் பற்றி குறிப்புக்கள் இருப்பதால், இவ்வாறு கொள்ளப்படுகிறது. ஆயினும், இதே கிருஷ்ணதேவ ராயர் அதற்கு முன்னால் ராஷ்ட்ரகூட வம்சத்தைத் சேர்ந்த மூன்றாவது கிருஷ்ணனாகவும் இருக்கலாம். அந்த மன்னனும், பத்தாவது நூற்றாண்டில் இலக்கிய வளர்ச்சிக்கு மிகவும் ஆதரவு கொடுத்துவந்தான். தமிழகத்திலும், அந்த மன்னனுக்குத் தொடர்பு இருந்தது. சூடாமணி, விருத்தப் பாடல்களாக அமைந்திருந்ததால், அதை மக்களிடையே எளிதில் பரப்புவதற்கு வாய்ப்பு இருந்தது.

அகர வரிசையில் சொற்களை அமைத்து எழுதப்பட்ட முதல் அகராதி 1594-ஆம் ஆண்டில் வீரசைவ சிதம்பர ரேவன சித்தர் எழுதிய 'அகராதி' என்பதாகும். அதன் பிறகுதான், இத்தகைய நூல்களுக்கு அகராதி என்ற பெயர் வழங்கலாயிற்று. சமய நெறிகள் அடங்கிய நூல்கள் இரண்டையும், திருநெல்வேலியைச் சேர்ந்த தமிழாகர முனிவர் இயற்றினார். 1633-ஆம் ஆண்டில் இயற்றப்பட்ட இவருடைய பிரயாச்சித்த சமுச்சயம், ஆஸௌச தீபிகை ஆகிய இரண்டு நூல்களிலும், பாவம் செய்ததற்குப் பரிகாரங்கள் விளக்கப் பட்டிருக்கின்றன.

விஜயநகர சாம்ராஜ்யம் க்ஷீணித்த பிறகு ஏற்பட்ட அரசியல் குழப்பம், சமூகத்துறையில் வளர்ச்சியைத் தடுத்து விடவில்லை. இலக்கிய வளர்ச்சியும் பாதிக்கப்படவில்லை. புராணங்களும்,

ப்ரபந்தங்களும் பெருவாரியாக இயற்றப்பட்டன. அவைகளில் முக்கியமான சிலவற்றைத்தான். நாம் இங்கு கவனிக்க வேண் டும். பதினேழாம் நூற்றாண்டின் இறுதியிலும், பதினெட்டாம் நூற்றாண்டின் ஆரம்பத்திலும் வாழ்ந்த படிக்காசுப் புலவர் தம் முடைய தொண்டைமண்டல சதகம் என்ற நூலில் வரலாற்றைக் குறிப்புக்கள் பலவற்றைச் சேர்த்திருக்கிறார். இது மாதிரி மற்றும் பல பாடல்களில் அவர் பல்லவத் தலைவன் ஒருவனைப் பற்றி புகழ் பாடியிருக்கிறார். தோத்திரப் பாடல்கள் பலவும் அவர் இயற்றியிருக்கிறார். ராமநாதபுரத்தின் சமஸ்தானாதிபதி ரகுநாத சேதுபதியும், கீழ்க்கரை வியாபாரி ஷேக் காதிர் பெரியதம்பி மரக்காயர் என்பவரும் படிக்காசுப் புலவருக்கு ஆதரவு அளித்து வந்தார்கள். இவர்தான் சீதக்காதி என்று புகழ் பெற்றவர். முஸ்லிம் கவிஞர் உமருப் புலவரும், இவரது ஆதரவைப் பெற்றிருந்தார். உமருப் புலவரின், சீறாப்புராணத்தில் ஐயாயிரம் பாடல்கள் அடங்கிய மூன்று காண்டங்களில், முகமது நபி நாயகத்தின் வாழ்க்கை எடுத்துக் கூறப்பட்டிருக்கிறது. நூல் நல்ல இலக்கியத் தரமானது.

தொண்டைமண்டல சதகத்தைப் போல சிறந்த முறையில் அமைந்தது, ஆத்மநாத தேசிகர் இயற்றிய சோழ மண்டல சதகம் ஆகும். மக்களிடையே அதிகமாகப் பரவியிருந்த மற்றொரு நூல், திரிகூட ராஜப்ப கவிராயர் இயற்றிய குற்றாலக் குறவஞ்சி, வீதி நாடகம், அல்லது தெருக்கூத்து முறையில், இசையுடன் அமைக்கப்பட்ட இந்தக் குறவஞ்சியில் தத்துவ நெறிகளும் அடங்கியிருக்கின்றன. ஜீவாத்மா, பரமாத்மாவுடன் ஐக்கியமாவ தற்கு முயலுவதை ஒரு கதை ரூபத்தில் இந்த நூலில் கவிஞர் அமைத்திருக்கிறார். குறிசொல்லும் குறத்தி இந்த நூலில்தான் முதன் முதலில், ஒரு பாத்திரமாகத் தோன்றினாள். பின்னர் எழுதப் பட்ட குறவஞ்சிகளில் எல்லாம், குறவன் குறத்தி முக்கிய பாத்தி ரங்களாக விளங்கினார்கள். அப்பொழுது தஞ்சாவூரில் ஆட்சி புரிந்த மகாராஷ்டிர மன்னன், இந்த நூலின் சிறப்புக்கு அஞ்சலி செலுத்தும் முறையில், அதற்கு ஒரு மான்யம் ஏற்படுத்தி, நவ ராத்திரி விழாக் காலங்களில், தஞ்சாவூர் பெரிய கோவிலில் இந்தக் குறவஞ்சி நாடகத்தை நடத்துவதற்கு ஏற்பாடு செய்தான். தமிழ்நாட்டு சைவ சமயத்தின் நெறிகளை அதிகாரபூர்வமான முறையில் விளக்கும் சிவஞான போதத்திற்கு விளக்கம் தரும் முறையில், சிவஞான முனிவர் என்பவர், திராவிட மாபாடியம் என்ற நூலை இந்தக் காலத்தில் இயற்றினார்.

1732-ஆம் ஆண்டில் கத்தோலிக்க பாதிரி பெஸ்சி என்பவர் இயற்றிய சதுரகராதி எனும் நூல், இந்திய மொழிகள் மேற்கத்திய தொடர்பினால் எவ்வாறு பாதிக்கப்பட்டன என்பதை நன்றாக எடுத்துக்காட்டுகிறது. பெஸ்சி பாதிரி 'வீரமா முனிவர்' என்ற தமிழ்ப் பெயரை ஏற்று, இந்த நூலை இயற்றியிருக்கிறார். அகர வரிசையில் சொற்கள் அமைக்கப்பட்ட இந்த நூலில், சாதாரண வழக்கிலான சொற்களுக்கும் பொருள் கொடுக்கப்பட்டிருக்கிறது. நான்கு பிரிவுகளாக அமைந்திருப்பதால், இதற்கு சதுரகராதி என்ற பெயர் ஏற்பட்டது. பழைய இரண்டு முறையும் இதில் காணப்படுகின்றன. பெஸ்சி பாதிரி, தமிழ்-லத்தீன் அகராதி ஒன்றும், தமிழ் - பிரெஞ்சு அகராதி ஒன்றும், போர்ச்சுகீசிய - தமிழ் - லத்தீன் அகராதி ஒன்றும் இயற்றினார். சதுரகராதி மக்க ளிடையே வெகுவாகப் பரவி, ஓலைச் சுவடிகளிலும் பல பிரதி கள் எடுக்கப்பட்டன.

மொழி ரீதியிலும், இலக்கிய ரீதியிலும், சிறப்பு அடைந்த ஒரு நூல் ஆனந்தரங்கம் பிள்ளையின் நாள் குறிப்புகளாகும். பிரெஞ்சு தளபதி டூப்ளே ஆஸ்தானத்தில் பதவி வகித்து வந்த ஆனந்தரங்கம்பிள்ளை 1707-1760 ஆண்டு வரையில் நடைபெற்ற சம்பவங்களைப் பற்றி, இந்தக் குறிப்பில் எழுதி வைத்திருக் கிறார். பின்னர், அவருடைய மருமகன் திருவேங்கடம் பிள்ளை என்பவர், இந்த நாள் குறிப்பைப் பத்து வருஷ காலத்திற்குத் தொடர்ந்து எழுதி வைத்தார். ஆனால் அந்தக் குறிப்புகளில், ஆனந்தரங்கம் பிள்ளையின் குறிப்புகளில் காணும் சிறப்பு காணப் படவில்லை.

தஞ்சாவூர் மாவட்டம் சீர்காழியைச் சேர்ந்த அருணாசலக் கவிராயர் 1772-ஆம் ஆண்டில் ராமகதையை, ராமநாடகம் என்ற பெயரில் ஒரு இசை நாடகமாக இயற்றினார். இந்த நாடகம் இப் பொழுது மேடையில் நடிக்கப்படாவிட்டாலும், இதனுடைய பாடல்கள் இன்றும் இசைக் கச்சேரிகளில் வெகுவாகப் பாடப் பட்டு வருகின்றன. பதினெட்டாம் நூற்றாண்டின் இறுதியில் வாழ்ந்த மஸ்தான் சாஹேப் என்ற முஸ்லீம் மஹான், தம்முடைய மெய்ப்பொருள் அறிவு நிலை அனுபவங்களை பாடல்கள் மூலம் வெளியிட்டு, சமயங்களின் ஒற்றுமையை எடுத்துக்காட்டி, குறுகிய மனப்பான்மையைப் புறக்கணித்தார். இலக்கியத் திறனும், இசைத் தரமும் நிறைந்த காதல் பாடல்களாகிய பதங்களைப் பாடிய கவிகுஞ்சரம் என்பவரையும் குறிப்பிட வேண்டும்.

பிரிட்டிஷ் ஆட்சி நிறுவப்பட்டதையடுத்து ஏற்பட்ட அமைதி, ஸ்திரமான நிர்வாகம், மேற்கத்திய நாடுகளிலிருந்து கொண்டுவரப்பட்ட பண்பாட்டு அம்சங்கள், அச்சுத் தொழில் இவை எங்கும் பரவின. தஞ்சாவூர் சர்போஜி போன்ற சமஸ் தானாதிபதிகள் இலக்கியத்தைப் போஷித்து வந்த பின்னர், பிரிட் டிஷ் ஆட்சியும் இவ்வகையில் சிரத்தை எடுத்துக் கொண்டது. மற்றும் மேற்கத்திய கல்வி முறையில் பயிற்சிபெற்ற ஒரு நடுத்தர வகுப்பினர் வளர்ச்சி அடைந்தது முதலிய காரணங்கள், பதி னேழாம் நூற்றாண்டில் இலக்கிய வளர்ச்சிக்கு அடிகோலின. இவைகள் எல்லாம் இணைந்ததன் பயனாக, அந்த நூற்றாண்டின் இறுதிப் பகுதியில் தேசிய இயக்கம் உருவெடுத்தது. இந்த அம்சங் கள் எல்லாம் சேர்ந்து, தென்னக மொழிகளைப் பாசித்ததால், பழைய இலக்கிய நூல்கள் அச்சிடப்பட்டு, பலரும் படித்து அனுபவிப்பதற்கு வாய்ப்புக் கிடைத்தது. பல்வேறு இலக்கிய முறைகள் கையாளப்பட்டு வந்தன. இவைகளில் மிகச் சிலவற்றை மட்டுமே குறிப்பிட முடியும்.

அந்தந்த இடத்தைப்பற்றிய வரலாறுகளை குறிப்பிடும் ஸ்தலபுராணங்கள் தொடர்ந்து இயற்றப்பட்டன. இவ்வகையில் மீனாட்சிசுந்தரம் பிள்ளை மிகவும் புகழ் பெற்று விளங்கினார். இந்தப் புதிய சகாப்தத்தில் தமிழ் இலக்கியங்களை மக்களுக்குத் தேடி எடுத்துத் தந்த வள்ளலாகிய டாக்டர் உ.வே. சுவாமிநாத ஐயர் தமிழில் எழுதிய வரலாற்று நூலில் மீனாட்சிசுந்தரம் பிள்ளை யின் வாழ்க்கை விவரிக்கப்பட்டிருக்கிறது. துதிப்பாடல்களை பாடும் மரபை ராமலிங்க சுவாமிகள் தொடர்ந்து கையாண்டு, பக்தி உணர்ச்சிப் பெருக்கெடுத்து வரும் வகையில், மிகவும் அழகான முறையில் இயற்றிய பாடல்கள்தான் அருட்பா என்று போற்றப்பட்டு வருகிறது.

பல்வேறு ஆசிரியர்கள் மேல்நாட்டு நூல்களை மொழி பெயர்த்தும், அவைகளை யொட்டித் தமிழ் நூல்களை இயற்றியும் வந்தார்கள். வசன நடையும் பொதுவாக கையாளப்பட்டு வந்தது. நாடகம், நாவல், கட்டுரை, சிறுகதை முதலிய இலக்கிய ரூபங் கள் தென்னிந்திய மொழிகளில் தோன்றின. கிறிஸ்துவ ஆசிரிய ராகிய கிருஷ்ண பிள்ளை என்பவர் பத்தொன்பதாம் நூற்றாண்டு இறுதியில், ஆங்கில ஆசிரியர் பன்யனின் 'பில்கிரிம்ஸ்ப் ரோகிரஸ்' என்பதைத் தழுவி, தமிழில் எழுதினார். தாது வருடப் பஞ்சம் என்று கூறப்படும் 1876-ஆம் ஆண்டு வறட்சி ஹாஸ்ய முறையில்

எழுதப்பட்ட ஒரு கவிதைக்குப் பொருளாயிற்று. வள்ளியப்ப பிள்ளை என்பவர், இதைப் பற்றி பஞ்ச லட்சணம் என்ற ஒரு பாடலை இயற்றினார். மராத்தி மொழியில் கையாளப்பட்ட ''அபங்'' என்ற வடிவம் கதா காலக்ஷேபமாக தமிழ்நாட்டில் உருவெடுத்தது. இந்தக் காலக்ஷேபங்களில் புராணக் கதைகள் பல எடுத்துக் கூறப்பட்டன. இவ்வகை நூல்களில் கோபால கிருஷ்ண பாரதியின் நந்தன் சரித்திரம் மிகவும் புகழ் பெற்றது. இத்தகைய நூல்களில் மத சம்பிரதாயங்கள், இசை, நாடகம் எல்லா அம்சங்களும் அடங்கியிருந்தன.

மேனாட்டு நாடக முறையைப் பின்பற்றி, சகுந்தலை நாடகம், பாரத விலாசம், முதலிய நாடகங்களை ராமச்சந்திர கவி ராயர் எழுதினார். ரங்கப்பிள்ளை எழுதிய ஹரிச்சந்திர நாடகமும் இது போன்றதுதான். தஞ்சாவூரைச் சேர்ந்த திறமைமிக்க நடிகர் கோவிந்தசாமி ராவ், இதே முறையில் சாவித்திரி நாடகத்தை எழுதி னார். மற்றும் ராமசாமிராஜு எழுதிய டம்பாச்சாரி விலாசமும் இந்த நாடக வழியைச் சேர்ந்தது. இந்த முன்னேற்றங்களைப், பின்பற்றி பலர், நூற்றுக்கணக்கான நாடகங்களை எழுதி வரு கிறார்கள். ஆயினும், இன்று நாடகங்கள் திரைப்படங்களுக் காகவே எழுதப்படுகின்றன. ஆகவே, மேடைக்காக எழுதப் படும் நாடகம் நல்ல முறையில் அமைவதில்லை. ஆயினும், சமீபத்தில் நாடக மேடை பற்றி சீர்திருத்த உணர்ச்சி ஏற்பட்டிருப் பதால், விரும்பத்தக்க முன்னேற்ற மாறுதல்கள் ஏற்படலாம். 1872-ஆம் ஆண்டில் ஷேக்ஸ்பியரின் 'வெனிஸ் நகர வர்த்தகன்' என்ற நாடகம், தமிழில் தழுவி எழுதி நடிக்கப்பட்டது. ஷேக்ஸ் பியர் நாடகப் பாணியையொட்டி, திருவனந்தபுரத்தைச் சேர்ந்த பேராசிரியர் சுந்தரம் பிள்ளை என்பவர், மனோன்மணீயம் என்ற தமிழ் நாடகத்தை எழுதினார். மேற்கத்திய நாடகம், சம்ஸ்கிருத நாடகம் இரண்டிலுமுள்ள அம்சங்களை ஒன்றாக இணைத்து, தமிழில் எழுதுவதற்கு சூர்யநாராயண சாஸ்திரி பல முயற்சி களை மேற்கொண்டார். சம்பந்த முதலியார் ஐம்பதுக்கும் மேற் பட்ட நாடகங்களை எழுதியிருக்கிறார். அவரே பல நாடகங் களில் நடித்தும் இருக்கிறார். ஆங்கில நாடக ஆசிரியர் கில்பர்ட் என்பவர் இயற்றிய நாடகம் ஒன்றைத் தழுவி, பேராசிரியர் கே. சுவாமிநாதன் 'கட்டை வண்டி' என்ற தமிழ் இசை நாடகத்தை இயற்றினார்.

ஸ்மிருதி சந்திரிகா என்ற சம்ஸ்கிருத நூலை தமிழில் தரும நூல் என்ற பெயரில், மதுரை கந்தசாமிப் புலவர் 1826-ஆம்

ஆண்டில், மொழி பெயர்த்தது, சுருக்கி மராத்தி மொழியிலிருந்து பஞ்ச தந்திரக் கதைகளை தாண்டவராய முதலியார் அதே காலத்தில் மொழிபெயர்த்தது, வால்மீகி, வியாசர், கம்பன் முதலியவர்களின் காவியங்களை மொழி பெயர்த்தும் சுருக்கியும் தமிழில் எழுதியது போன்ற முயற்சிகள் பத்தொன்பதாம் நூற்றாண்டில், தமிழ் வசன நடை வளருவதற்கு உதவியாய் இருந்தன. மேற்கத்திய நாவல்கள் போன்ற நாவல்கள் எழுதும் வழக்கமும் ஏற்பட்டது. இத்தகைய முயற்சிகளில் மிகவும் சிறந்தவை வேதநாயகம் பிள்ளையின் பிரதாமுதலியார் சரித்திரம், ராஜமய்யரின் கமலாம்பாள் சரித்திரம், மாதவய்யரின் பத்மாவதி சரித்திரம் ஆகியவை. வங்க நாவலாசிரியர் பங்கிம் சந்திரர் நாவல்களும் தமிழில் மொழிபெய்ர்க்கப்பட்டன. ஆயினும், ஆங்கிலத்திலிருந்து மிகவும் மட்டரகமான பல கதைகளும் தமிழில் மொழிபெயர்க்கப்பட்டன. மற்ற ஐரோப்பிய மொழிகளிலிருந்தும் தமிழில் மொழிபெயர்ப்புகள் வந்தன.

சிறுகதை அமைப்பு, நீதி விளக்க முயற்சிகளினால் உருக்குலைந்திருந்தது. இன்று வார, மாத சஞ்சிகைகள் முதலியவை, சிறுகதை, நாவல் முதலிய ரூபங்களுக்கு உதவியாய் இருக்கின்றன. செல்வகேசவராய முதலியார், சுப்பிரமணிய பாரதி, மாதவையா, மறைமலையடிகள் என்ற ஸ்வாமி வேதாசலம், கலியாண சுந்தர முதலியார் ஆகியோர், கட்டுரை எழுதும் கலையை நன்கு கையாண்டார்கள். மேலும் பள்ளிகளுக்கான பாடப்புத்தகங்கள், விஞ்ஞான விஷயங்களைப் பற்றிய புத்தகங்கள் முதலியவை இப்பொழுது பல்வேறு ஆசிரியர்களால் தமிழில் எழுதப்பட்டு வருகின்றன. அகராதி ஆசிரியர்களில் 1834-ஆம் ஆண்டு ராட்லர் என்பவரும், 1862-ஆம் ஆண்டு வின்ஸ்லோ என்பவரும் குறிப்பிடத்தக்கவர்கள். 1913-லிருந்து 36-ஆம் ஆண்டுவரை, சென்னைப் பல்கலைக் கழகத்தின் ஆதரவில், வையாபுரிப்பிள்ளை தொகுத்த தமிழ் சொல்லகராதி மிகவும் முக்கியமானது, இது மற்ற அகராதிகளை விட நல்ல முறையில் அமைந்துவிட்டது என்றே சொல்லலாம். மற்ற இந்திய மொழிகளைப் போலவே, தமிழ் மொழியிலும் விஞ்ஞான விஷயங்களுக்கான நூல்களில், பொதுவாக அங்கீகரிக்கப்பட்ட தொழில்நுட்பச்சொற்கள் இன்னும் ஏற்படவில்லை. இத்தகைய சொற்களை கையாளும் முறைபற்றிய அர்த்தமற்ற சர்ச்சைகளினால், இத்தகைய பணி மிகவும் சிக்கலாகி விட்டது.

தேசிய இயக்கம், இரண்டு மகா யுத்தங்கள், உலக அரசியல் விவகாரங்கள், மார்க்ஸீய தத்துவங்கள் முதலியவைகள் தோன்றியதின் விளைவாக, கவிதை, வசன நடை, நாடகம் முதலிய வடிவங்களில் புதிய முயற்சிகள் மேற் கொள்ளப்பட்டன. தேசிய இலக்கிய வளர்ச்சியில் சுப்பிரமணிய பாரதிதான் வழிகாட்டியாக விளங்குகிறார். 1922-ஆம் ஆண்டில், தம்முடைய 38-வது வயதிலேயே அவர் காலமானார். மக்களை விழிப்புறச் செய்து, சுதந்திரத்திற்காகப் போராடுவதற்கு அவருடைய பாடல்கள் உற்சாகம் அளித்தன. பரம்பரையான புராண விஷயங்களைப் பற்றி அவர் எழுதியிருக்கும் கவிதைகள் உலக இலக்கியத்திலேயே மிகவும் சிறந்த சிருஷ்டிகளாக விளங்குகின்றன. இவைகள் அவருடைய நிரந்தரமான பெருமைக்குரிய சான்றுகளாகும். பாரதியைப் பின்பற்றி எழுதுபவர்களும், அவரைப் போல் எழுத முயற்சி செய்பவர்களும் பலர் தோன்றியிருக்கிறார்கள். கன்யாகுமரி மாவட்டத்தைச் சேர்ந்த புத்தேரி தேசிக விநாயகம் பிள்ளை சிறந்த கவிதைகள் எழுதியிருக்கிறார். ஆங்கிலக் கவிதைகளிலிருந்து தழுவி எழுதப்பட்ட கவிதைகளுடன், தற்காலத்திய, சமூக அரசியல் விஷயங்களைப் பற்றியும் பல சிறந்த கவிதைகளை அவர் சிருஷ்டித்திருக்கிறார்.

தமிழ் கல்வெட்டுக்களில், சோழ மன்னர்களுடைய பிரசஸ்தியில் சில, இலக்கியத் தரம் உள்ளவையாக இருக்கின்றன. ஆயினும் அவைகளை விவரமாகக் கவனிப்பதற்கு இங்கு இடமில்லை. அவைகளைப் பற்றிய ஆதாரபூர்வமான, முறைப்படியான தொகுப்பு இன்னும் ஏற்படவில்லை.

பல நூற்றாண்டுகளாக சமீப காலம் வரை, தமிழகத்தில் தமிழ் மொழியுடன் சம்ஸ்கிருதமும் ஒரு இலக்கிய மொழியாக வழங்கிவந்தது. தமிழ் இலக்கிய வடிவங்களை, சம்ஸ்கிருத இலக்கியம் தொடர்ந்து பாதித்து வந்தது மட்டுமின்றி, சம்ஸ்கிருத மொழியிலேயே தமிழக ஆசிரியர்கள் பலர், இலக்கிய சிருஷ்டிகளையும் படைத்தனர். மற்ற மொழிகளையும், சம்ஸ்கிருதம் இவ்வாறு பாதித்து வந்தது.

சோழ, விஜயநகர சாம்ராஜ்யங்கள் நிறுவப்பட்டபோது, வேதங்களைப் பற்றிய பயிற்சிக்கு நல்ல வாய்ப்புகள் கிடைத்தன. முதலாம் சோழ பராந்தகன் காலத்தில் காவேரிக்கரையில் ஒரு கிராமத்தில் வாழ்ந்து வந்த வேங்கட மாதவன் என்ற ஆசிரியர், ரிக் வேதத்தைப் பற்றிய ஒரு வியாக்கியானம் எழுதினார். முதலாம்

புக்கன், மற்றும் பல விஜயநகர மன்னர்களுடைய ஆதரவில் ஒரு பெரும் புலவர் குழு, சாயனர் என்ற அறிஞரின், தலைமையில் நான்கு வேதங்களின் சம்ஹிதைகளுக்கும் வியாக்கியானம் எழுதும் பணியை ஏற்றுக்கொண்டது. மற்றும், பல்வேறு பிராம்மணங்கள், ஆரண்யகங்கள் முதலியவை பற்றியும் வியாக்கியானங்கள் எழுதப்பட்டன. மூல நூல்கள் இயற்றப்பட்ட நெடுங்காலத்திற்கு பிறகு, இந்த வியாக்கியானங்கள் எழுதப்பட்டதால், இந்த அறிஞர் கள் கொடுத்த வியாக்கியானம் சரியான முறையில் இருந்தது என்று சொல்வதற்கில்லை. ஆயினும் அந்தக் காலத்தில், தென் னிந்தியாவில் பத்தாவது நூற்றாண்டு முதல், பதினான்காவது நூற்றாண்டு வரையில், வேதங்களைப் பற்றிய விளக்கங்கள் எவ்வகையில் இருந்தன என்பதை அறிந்து கொள்வதற்கு இந்த வியாக்கியானங்கள் மிகவும் பயனளிக்கின்றன. இன்றைய மொழி நூல் அறிஞர்கள் தெரிந்து கொள்வதற்கும், அவை உதவியாய் உள்ளன.

இந்தப் பல்வேறு வியாக்கியான கருத்துக்களைப் பற்றிய விவரங்களைத் தெளிவாக எடுத்துக் கூறுவதற்கில்லை. தமிழகத் திலேயே வாழ்ந்து, இத்தகைய பணிகளில் ஈடுபட்டவர்களைப் பற்றி மட்டுமே நாம் தெளிவாகக் கூற முடியும். சாயனரும், அவருடன் சேர்ந்து உழைத்தவர்களும் மிகவும் முக்கியமான வகை யில், வியாக்கியானங்கள் இயற்றியதால், அவர்களைப் பற்றி இங்கு குறிப்பிடுகிறோம். மற்றும், அவரைச் சுற்றி இருந்த அறிஞர் குழுவில் பலர் தமிழ் நாட்டிலிருந்து சென்றவர்களாகவும் இருக்கலாம். ஆபஸ்தம்ப ஸ்ரௌதா சூத்திரம் என்ற நூலுக்கு தாளவிருந்த நிவாசின் என்பவர் வியாக்கியானம் எழுதினார். அவருடைய பெயரிலிருந்து, அவர் தஞ்சாவூர் மாவட்டத்தில், திருப்பனந்தாளைச் சேர்ந்தவர் என்று அறியப்படுகிறது. தேவராஜ ஆசிரியர், பதினான்காவது நூற்றாண்டில் ஸ்ரீரங்கத்தில், நிகண்டு வியாக்யா என்ற நூல் ஒன்றை எழுதினார். வேத நூல் வளர்ச்சியில் இந்தப் புத்தகம் ஒரு முக்கிய கட்டமாகும்.

புராணங்களில் ஒன்றான பாகவதம் தென்னிந்தியாவில் பத்தாவது நூற்றாண்டின் ஆரம்பத்தில் இயற்றப்பட்டது. ஆழ்வார் களின் பக்தி இயக்கக் கொள்கைகளை, சங்கரரின் அத்வைத தத்துவத்துடன் இணைத்துக் கூறும் முயற்சி, இந்த நூலில் மேற்கொள்ளப்பட்டது. இத்தகைய இணைப்பு முயற்சி தமிழகத் தில் மட்டும்தான், அந்தக் காலத்தில் சாத்தியமாக இருந்தது.

பன்னிரண்டாவது நூற்றாண்டில் விஷ்ணுசித்தர் என்பவர் விஷ்ணு புராணத்திற்கு, விஸிஷ்டாத்வைத முறையில் வியாக்கியானம் அளித்தார். அதே நூற்றாண்டில், ஆத்ரேய வரதராஜர் அல்லது உடாலி என்ற ஆசிரியர் ராமாயணத்தைப் பற்றிய விவேக திலகம் என்ற வியாக்கியானத்தையும் இயற்றினார். ராமானுஜருக்குப் பின் தோன்றிய இந்த ஆசிரியரைப் பற்றி, நம்மாழ்வாரின் திருவாய் மொழியைப் பற்றி ஈடு என்ற பதின்மூன்றாம் நூற்றாண்டில் எழுதப்பட்ட வியாக்கியானத்தில் மேற்கோள் காட்டப்பட்டிருக் கிறது. காஞ்சிபுரத்தில் வசித்துவந்த கோவிந்தராஜன் என்பவர், பூஷணம் என்ற நூலை இயற்றினார். இவ: விஜயநகர மன்னர்கள் கிருஷ்ணதேவ ராயர், ராமராயர் இருவருக்கம் சமகாலத்தவர். திருப்பதிக் கோவிலுக்கு சென்றிருந்த இவ்ருக்கு, இந்த நூலை எழுதுவதற்கன எண்ணம் தோன்றியதாக சொல்லப்படுகிறது. ஈடு என்ற நூலில் ராமாயணத்தைப் பற்றிய பல்வேறு குறிப்புக் கள் காணப்படுவதை, அகோபலா என்பவர் வால்மீகி ஹிருதயம் என்ற நூலாக இயற்றினார்.

பொதுவாக, இலக்கிய கட்டுரைகள் நூல்களில், சுந்தர பாண்டியனின் நீதித்விஷஷ்டிகை என்பது ஆறாவது நூற்றாண் டிற்கும் முன்னால் எழுதப்பட்டதாகும். இந்த ஆசிரியர் பற்றிய விவரங்கள் கிடைக்கவில்லை. ஆயினும், இந்த நூல் மிகவும் சிறப்பான முறையில் இயற்றப்பட்டிருக்கிறது. இந்த நூலில் உள்ள பாடல்கள் நீதி இலக்கணத்தில் மிகவும் உயர்ந்த ஸ்தானம் வகிக்கக்கூடியவை. பாரவி எழுதிய கிராதார்ஜுனியம் என்பது மற்றொரு சிறந்த காவியம். இந்தக் காவியத்தில் பாண்டவ வீரன் அர்ஜுனனுக்கும், சிவபெருமானுக்குமிடையே ஏற்பட்ட போரைப் பற்றி பதினெட்டு அத்தியாயங்களில் எடுத்துக் கூறப்படுகிறது. போர் முடிவில், சிவன் அர்ஜுனனுக்கு பாசுபாதாஸ்திரம் கொடுக் கிறார். நல்ல உருவகம், வலுப்பெற்ற சொல்லடைவு முதலிய அம்சங்கள் இந்த நூலில் காணப்படுகின்றன. இந்தக் கவிஞர் காளிதாசனைப் போல் புகழ்பெற்று விளங்கினார் என்று ஐஹோ லில் காணப்படும் 634 ஆம் ஆண்டு கல்வெட்டு குறிப்பிடுகிறது.

காஞ்சியின் பல்லவ மன்னன் விசித்திரசித்தன் என்ற முதலாம் மகேந்திரவர்மன் மத்தவிலாசம் என்ற ஹாஸ்ய நாட கத்தை இயற்றினார். அந்தக் காலத்திய பிட்சுக்கள், காபாலி கர்கள் முதலியவர்களைப் பற்றி, இந்த நூலில் அவர் வெகு வாகக் கிண்டல் செய்திருக்கிறார். அப்பொழுது நிலவி வந்த

குறுகிய மனப்பான்மைக்கு ஒரு நல்ல மாற்றாக இந்த நூல் விளங்குகிறது. அவந்தி சுந்தரி கதை என்ற நூலில் காணும் குறிப்பு சரியானதாக இருந்தால், முதலாம் பல்லவ நரசிம்ம வர்மனின் சமஸ்தானத்தில் இருந்த தண்டி, பாரவியின் நண்ப னான தாமோதரனின் கொள்ளுப்பேரன் என்பது புலப்படும். இந்த நூலின் ஒரு பகுதியாகவே தசகுமார சரிதம் என்ற கதையும் இருந்தது. தண்டி இயற்றிய காவியாதர்சம் என்ற இலக்கண நூல், சம்ஸ்கிருத இலக்கணத்தில் ஒரு முக்கிய திருப்பத்தைக் குறிக்கிறது. தமிழில் எழுதப்பட்ட தண்டியலங்காரத்துக்கும் இதுவே ஆதாரமாக விளங்கிற்று. பின்னர், பதின் மூன்றாவது நூற்றாண்டில் சாரதானயா என்ற ஒரு நூலாசிரியர் பாவப்ரகாசம் என்ற நூலை இயற்றினார். செங்கற்பட்டு மாவட்டத்தில் ஒரு அறிஞர் குடும்பத்தில் பிறந்த இவர் எழுதிய நூலில் பல்வேறு ஆசிரியர்களைப் பற்றி மேற்கோள்கள் காணப்படுகின்றன. சாரதீயம் என்ற நூல் ஒன்றையும் இவர் இயற்றினார். அதே பகுதி யில் வாழ்ந்துவந்த வைஷ்ணவ மஹான், வேங்கடநாதன் என்ற வேதாந்த தேசிகர் பல்வேறு தத்துவ நூல்களை இயற்றினார். மற்றும், யாதவாப்யுதயம் என்ற கிருஷ்ணனைப்பற்றிய இலக் கியத் தரமான காவியம் ஒன்றையும் அவர் இயற்றினார். இந்த நூலுக்கு அப்பய்ய தீக்ஷிதர் வியாக்கியானம் எழுதியிருக்கிறார். காளிதாஸனின் மேகஸந்தேசத்தின் பாணியில் வேதாந்த தேசிகர், ஹம்ஸ ஸந்தேசம் என்ற காவியத்தையும் எழுதியிருக்கிறார். மற்றும், பாதுகா சஹஸ்ரம் என்ற தோத்திரம், கிருஷ்ண மிஸ்ரா இயற்றிய ப்ரபோத சந்திரோதயம் என்ற அத்வைத தத்துவ நாடகத் திற்கு மறுப்பாக விஸிஷ்டாத்வைதத்தைப் பற்றிய சங்கல்ப சூர்யோதயம் என்ற நாடகம் ஆகியவைகளையும் எழுதியிருக் கிறார்.

விஜயநகர மன்னன் புக்கனின் இரண்டாவது புதல்வன் குமார கம்பனன், மதுரை சுல்தான்களின் ஆட்சியை முறியடித்தது பற்றி, அவருடைய மனைவி கங்காதேவி, தம்முடைய "மதுரா விஜயம்" என்ற கவிதையில் பாடியிருக்கிறார். வடாற்காடு மாவட்டத்தைச் சேர்ந்த திண்டிம குடும்பத்தார்களில் பலர், புகழ் பெற்ற ஆசிரியர்களாக இருந்தார்கள். வரலாற்றுக் குறிப்புக்கள் அடங்கிய சாளுவாப்யுதயம் என்ற செய்யுள் நூலில், ராஜநாதன் என்ற ஆசிரியர், பதினைந்தாம் நூற்றாண்டின் பிற்பகுதியில் ஆட்சி புரிந்த சாளுவ நரசிம்மனைப் பற்றிப் பாடியிருக்கிறார்.

பின்னர், பதினாறாம் நூற்றாண்டில் வாழ்ந்த மற்றொரு ராஜநாதன் என்ற ஆசிரியர் பாகவதசம்பு. அச்சுதராயாப்யுதயம் என்ற பாடல்களை எழுதிவைத்தார். அச்சுதராயன் காலத்திய பல்வேறு சம்பவங்களைப் பற்றி அறிந்து கொள்வதற்கு, பின்னால் சொல்லப் பட்ட நூல் மிகவும் உதவியாக இருக்கிறது.

அதன் பின்னர் தோன்றிய ஆசிரியர்களில் மிகவும் புகழ் பெற்றவர் அப்பய்ய தீ க்ஷிதர் (1520 - 92). சம்ஸ்கிருத அறிவு வளர்ச்சித் துறையில் அவர் நூற்றுக்கும் மேற்பட்ட நூல்களை இயற்றியிருக்கிறார். வேலூர் நாயகர்கள் முக்கியமாக சின்ன பொம்மன் இவரை ஆதரித்து வந்தான். ஏற்கனவே குறிப்பிடப் பட்ட யாதவாப்யுதயம் என்ற நூலைத் தவிர, சித்ரமீமாம்ஸம், லட்சணாவளி ஏ்ன்ற இலக்கிய விமர்சனம், கவிதா ரசனை ஆகியவை பற்றிய நூல்களை இவர் இயற்றியிருக்கிறார். ஜெயதேவருடைய சந்திராலோகம் என்ற கவிதையை அடிப்படையாகக் கொண்டு இயற்றப்பட்ட குவலயானந்தம் என்ற நூல், தனிப் பட்ட முறையில், அணி இலக்கியத்தைப் பற்றிய ஒரு முக்கியமான விளக்கமாக இருக்கிறது. சொற்களை செய்யுள்களில் எவ்வாறு உபயோகிப்பது என்பதை விருத்திவார்த்திகம் என்ற நூலில் எடுத்துக் கூறுகிறார். மற்றும், வரதராஜஸ்தவம் போன்ற பல்வேறு தோத்திரங்களையும் இவர் பாடியிருக்கிறார். அப்பய்ய தீக்ஷிதர் குடும்பத்திலும் பல திறமைமிக்க ஆசிரியர்கள் தோன்றினார்கள். இவ்வகையில் நீலகண்ட தீக்ஷிதர் மிகவும் உயர்ந்த வகையிலான சம்ஸ்கிருத கவிதைகளை இயற்றினார். நீலகண்ட விஜயசம்பு, கங்காவதரணம், நள சரித்திர நாடகம், சிவ லீலார்ணவம் ஆகிய நூல்கள் இவருடைய மேதையை நன்றாக எடுத்துக் காட்டுகின்றன. இவர் மதுரை திருமலை நாயகருக்கு அமைச்சராகவும் இருந்தார்.

ஏறக்குறைய இதே காலத்தில் தஞ்சாவூர் நாயக சமஸ்தானத்தில் செவ்வப்பநாயகன் ஆதரவில் கோவிந்த தீக்ஷிதர் இலக்கியப்பணியில் ஈடுபட்டிருந்தார். இவருடைய சாகித்ய சுதா என்ற நூலில், பின்னால் பட்டத்திற்கு வந்த அச்சுதப்பன், ரகுநாதன் ஆகிய நாயக மன்னர்களைப் பற்றிய வரலாறு காணப் படுகிறது. சங்கீதசுதாநிதி என்ற நூலையும் இவர் இயற்றினார். கோவிந்த தீக்ஷிதரின் இரண்டு புதல்வர்கள் இலக்கியத் துறையில் சிறப்பு அடைந்தார்கள். இவர்களில் ஒருவரான யக்ஞ நாராயணன் ரகுநாத நாயகனின் வாழ்க்கை பற்றி இரண்டு

நூல்களை இயற்றினார். மற்றும் சாகித்ய ரத்னாகரம் என்ற காவியம், ரகுநாதவிலாசம் என்ற நாடகம் இரண்டும் இவருடையவை தான். மற்றொரு புதல்வரான வேங்கடமதி, சாஸ்திரங்களைப் பற்றி வியாக்கியானம் எழுதுவதில் புகழ் பெற்றிருந்தார். அவர் எழுதிய காவிய சாகித்ய சாம்ராஜ்யம் என்ற நூல் இப்பொழுது கிடைக்கவில்லை. ரகுநாத நாயகனே பல நூல்களை இயற்றி னார். பாரிஜாதாபகரணம், வால்மீகி சரிதம், கஜேந்திர மோக்ஷம், நள சரித்திரம், அச்சுதேந்திராப்யுதயம் ஆகிய நூல்கள் இவருடை யவை. கடைசியில் சொல்லப்பட்டது அவருடைய தந்தை பற்றிய வாழ்க்கை வரலாறு. இந்த மன்னன் இசை பற்றியும் நூல்கள் இயற்றினார். ராமபத்ராம்பா என்பவர் இயற்றிய ரகுநாதாப் யுதயம் என்ற நூலில், நாயக மன்னன் வாழ்க்கை விவரிக்கப் பட்டிருக்கிறது. இந்தப் பெண் கவிஞனின் தீவிர பக்தியும் இந்த நூலில் வெளிப்படுகிறது.

செஞ்சி நாயகர்களின் ஆதரவில் மற்றொரு தீக்ஷிதர் குடும் பமும் இலக்கியப் புகழ் பெற்று வாழ்ந்து வந்தது. சத்தியமங்க லத்தைச் சேர்ந்த ரத்னகேத ஸ்ரீனிவாசன் என்பவர் பதினெட்டு நாடகங்களையும், 60 காவிய நூல்களையும் எழுதியிருக்கிறார். ஆயினும் இவைகளில் பெரும்பாலானவை நமக்குக் கிடைக்க வில்லை. நீதி விளக்க முறையில் எழுதப்பட்ட பாவன புரு ஷோத்தம், செவப்பநாயகன் முயற்சியால் இயற்றப்பட்டது. ருக்மிணி, கிருஷ்ணன் கலியாணத்தைப் பொருளாகக் கொண்டு பைஷ்மிபரிணயசம்பு என்ற சிறு நூலையும் இவர் இயற்றினார். ஸ்ரீனிவாசனுடைய மூன்று புதல்வர்களில் மிகவும் புகழ்பெற்றவர் ராஜசூடாமணி தீக்ஷிதர். இவர் தஞ்சாவூருக்குச் சென்று, வேங்கட மகியின் சீடர்களில் ஒருவராக வாழ்ந்தார். இவர் தமது இளம் பிராயத்திலேயே, கமலினி கலஹம்ஸா, ஆனந்தராகவர் என்ற நாடகங்களையும், ருக்மிணி கலியாணம் என்ற காவிய நூலையும், சங்கராப்யுதயம் என்ற ஆதிசங்கரர் பற்றிய வரலாற்று நூலையும் இயற்றினார். மீமாம்ஸம் போன்ற பல தத்துவங்கள் பற்றியும் இவர் எழுதியிருக்கிறார்.

தத்துவ நூல் துறையில், வரதராஜர் என்ற தர்க்க சாஸ்திரி, பன்னிரண்டாம் நூற்றாண்டில் தார்க்கிகரக்ஷா என்ற நூலையும், உதயணனின் குஸுமாஞ்சலி என்ற நூலுக்கு வியாக்கியான மாக போதினி என்ற நூல் ஒன்றையும் இயற்றினார். சித்தூர் மாவட்டத்தில் வாழ்ந்துவந்த அன்னம் பட்டர், தர்க்க சங்க்ரஹம்

என்ற நூலையும், தீபிகா என்ற வியாக்கியானத்தையும் இயற்றினார். இவ்வகையில் மற்றும் பல நூல்களுக்கும் அவர் வியாக்கியானங்கள் எழுதியிருக்கிறார். பூர்வ மீமாம்ஸ தத்துவம் பற்றிய ஆராய்ச்சிகளுக்கு அந்தக் காலத்தில் தமிழ்நாட்டில் அதிக ஆதரவு இருந்தது என்பது கல்வெட்டுக்களில் இருந்து அறியப்படுகிறது. இந்தத் தத்துவ ஆராய்ச்சிகளுக்கு அடிகோலியது, குமரிலர் என்ற தத்துவ சாஸ்திரியின் சீடரான பிரபாகரன் என்பவருக்கு பல மான்யங்கள் கொடுக்கப்பட்டன என்று கல்வெட்டுக்களில் காணப்படுகிறது. குமரிலர் ஆந்திர நாட்டைச் சேர்ந்தவர். ப்ரபாகரன் வடக்கு திருவாங்கூரைச் சேர்ந்தவர். முன்னால் சொல்லப்பட்ட வரதராஜர் என்பவர், பிரபாகரனுடைய கொள்கைகளை ந்யாயவிவேகதீபிகா என்ற தம்முடைய நூலில் விளக்கியிருக்கிறார்.

இவ்வகையில் தென்னகத்தில் மீமாம்ஸ தத்துவத்தைப் பற்றி பல நூல்கள் இயற்றப்பட்டன. தமிழகத்தில் இயற்றப்பட்ட நூல்களில் அப்பய்ய தீஷிதருடைய விளக்கங்களும், பார்த்தசாரதி மிஸ்ரா என்பவருடைய சாஸ்திர தீபகத்தின் விளக்கமான மயூகாவலி என்பதும் குறிப்பிடத்தக்கவை. மற்றும், பத்தொன்பதாவது நூற்றாண்டின் ஆரம்பத்தில், வாசுதேவ தீக்ஷிதர் இயற்றிய அத்வைதமீமாம்ஸ குதூகல விருத்தி என்ற நூலும் இவ்வகையிலானது. வேதாந்தத் துறையிலான மூன்று பெரும் பிரதிநிதிகளும் தென்னாட்டில் தான் தோற்றம் எடுத்தனர். அத்வைத தத்துவத்தின் வழிகாட்டி சங்கரரும், துவைத தத்துவத் துறையின் முதல்வர் மாத்வரும், மேற்குக் கரையிலிருந்து வந்தவர்கள். விஸிஷ்டாத்வைத தத்துவத்தைப் போதித்த ராமானுஜர் மட்டுமே தமிழ்நாட்டைச் சேர்ந்தவர். அப்பய்ய தீக்ஷிதர் பிரும்ம சூத்திரங்களுக்குத் தாம் இயற்றிய வேதாந்த கல்பதரு பரிமளா என்ற வியாக்யானத்திலும், பல்வேறு அத்வைத பிரிவுகளைப் பற்றி விளக்கம் தரும் சித்தாந்த லேஸசங்கிரஹம் என்ற நூலிலும் அத்வைத தத்துவத்தைப் பற்றி நல்ல முறையில் பெரும் பணியாற்றியிருக்கிறார்.

கி.பி. 824 - 924 வரையில் வாழ்ந்த நாதமுனி என்ற ரங்கநாத முனி இயற்றிய யோக ரகசியம், ஞானதத்துவம் என்ற நூல்கள் தான், விஸிஷ்டாத்வைத இலக்கியத்திற்கு ஆரம்பம் எனலாம். ஆழ்வார்களுக்குப் பின் வந்த வைஷ்ணவ ஆச்சாரியார்களில் நாதமுனி முதல்வர். பின்னர் பல்வேறு நூல்களை யமுனாச்சாரியார் எழுதிவைத்தார். இவர் நாதமுனியின் பேரன். சித்தித்ரயம்,

கீதார்த்தசங்கரக, ஆகமப்பிரமாண்யம் என்ற நூல்களை இவர் இயற்றினார். தோத்திரரத்தினம் என்ற துதிப்பாடல் காவியத்தையும் இவர் இயற்றினார். ஆயினும் இந்த தத்துவத்தை உண்மையில் ஸ்தாபித்தவர் ஸ்ரீ ராமானுஜர்தான். இவர் 1018-ஆம் ஆண்டில் தோன்றினார். பிரும்ம சூத்திரத்தைப் பற்றி இவர் இயற்றிய ஸ்ரீபாஷ்யம் என்ற நூல், விஸிஷ்டாத்வைத தத்துவத்தின் வேதமாக விளங்குகிறது. சங்கரருடைய தத்துவத்துக்கு மாறாக, தம்முடைய தத்துவங்களுக்குத் தான் உபநிஷத்துக்களில் ஆதாரமிருக்கிறது என்பதை நிரூபிப்பதற்கு, அவர் வேதார்த்த சங்கிரகம் என்ற நூலை இயற்றினார்.

இதன் பின்னர் பல்வேறு ஆசிரியர்கள் வேதாந்த தத்துவத்தைப் பற்றி நூல்கள் இயற்றியிருக்கிறார்கள். நடாதூர் அம்மாள் என்ற ஆசிரியர் (1155) தம்முடைய ப்ரபன்ன பாரிஜாத என்ற நூலில் பிரபத்தி என்ற சரணாகதி தத்துவத்தை விவரமாக எடுத்துக் கூறியிருக்கிறார். அவருடைய சீடர் சுதர்சன பட்டர், சுருதிப்ரகாசிகா என்ற நூலில், ராமானுஜருடைய ஸ்ரீபாஷ்யத்துக்கு வியாக்கியானம் செய்திருக்கிறார். இவர் மற்றும் பல்வேறு நூல்களையும் இயற்றியிருக்கிறார். இவருடைய மற்றொரு சீடர் புகழ் பெற்ற பிள்ளை லோகாச்சாரியாராவார். இவர் சம்ஸ்கிருதத்திலும் தமிழிலும் பல்வேறு நூல்களை இயற்றியதோடு, தென்கலை சம்பிரதாயத்தை ஸ்தாபித்தார். இன்னொரு சீடர் ஆத்ரேய ராமானுஜர் என்பவர் (1220). இவர் இயற்றிய நியாயகுலிஸம் என்ற நூலில் வேதாந்தத்தின் பொதுவான அம்சங்கள் விளக்கப்பட்டிருக்கின்றன. அத்வைதத்துக்கும், விஸிஷ்டாத்வைதத்துக்கும் உள்ள வேற்றுமைகள் சில அத்தியாயங்களில் மட்டுமே குறிப்பிடப்பட்டிருக்கின்றன. வேதாந்த தேசிகன் (1268 - 1369), ஆத்ரேய ராமானுஜரின் மருமகன், இவர் சம்ஸ்கிருதத்திலும், தமிழிலும் ஏராளமான நூல்களை இயற்றியிருக்கிறார். இவருடைய சம்ஸ்கிருத நூல்களில், ராமானுஜருடைய ஸ்ரீபாஷ்யம், கீதாபாஷ்யம் இரண்டுக்கும் விளக்கங்கள், மற்றும், நியாயசித்தாஞ்ஜனம், தத்துவ முக்தாகலாபம் என்ற நூல்கள் அடங்கியிருக்கின்றன. அத்வைதத்தை எதிர்க்கும் முறையில், தர்க்கரீதியில் எழுதப்பட்ட அவருடைய நூல் சததூஷணி என்பது. 1370-ஆம் ஆண்டில் பிறந்த மணவாள மகாமுனி ஒரு தென்கலை மஹான். அவர் தமிழிலேயே எழுதுவதில் அதிக விருப்பம் கொண்டிருந்த போதிலும், சம்ஸ்கிருதத்திலும்,

தத்வத்ரயம் ரகஸ்யத்ரயம் என்ற நூல்களை இயற்றியிருக்கிறார். விஜய நகர மன்னனின் காலத்தில் வைஷ்ணவ சம்பிரதாயத் துக்கு அதிக ஆதரவு இருந்தது. ஆயினும், இந்தத் துறையில் பல்வேறு ஆசிரியர்கள் நூல்களை இயற்றியபோதிலும் சிந்தனை வளர்ச்சிக்கு அதிக வாய்ப்பு ஏற்படவில்லை.

விசிஷ்டாத்வைதம் சைவ சமயத்தின் தத்துவமாகவும் இருந்தது. இவ்வகையில் நூல்கள் இயற்றியவர்களில் நமக்குத் தெரிந்தவரையில் 12-ஆம் நூற்றாண்டைச் சேர்ந்த ஹரதத்தாச் சாரியார் என்பவர்தான் முதல்வராவார். இவர் இயற்றிய சுருதி சுக்திமாலா என்னும் முதல் சைவ தத்துவத்தின் முக்கியமான அம்சங்களை விளக்குகிறது. இவருடைய மற்றொரு நூலான ஹரிஹரதாரதம்யம் என்பது தர்க்கரீதியில் அமைந்திருக்கிறது. இவருக்குப் பின்வந்த ஸ்ரீகண்டர் தம்முடைய பிரம்ம மீமாம்ஸ பாஷ்யம் என்ற நூலில் சைவ தத்துவ நோக்குடன் பாதராயண ருடைய சூத்திரங்களை விளக்கியிருக்கிறார். இவருடைய தத்துவ முறைக்கு சிவாத்வைதம் என்ற பெயர் உண்டு. தமிழகத்தில் வளர்ச்சியடைந்த சைவசித்தாந்த முறையும் இவருடைய முறை யும் வேறு, என்பதை எடுத்துக்காட்டவே இவ்வாறு பெயரிடப் பட்டது. பதின்மூன்றாம் நூற்றாண்டின் இறுதியிலும் பதினான் காம் நூற்றாண்டின் ஆரம்பத்திலும் வாழ்ந்த உமாபதி சிவாச் சாரியார் பௌஷ்கர ஸம்ஹிதைக்கு இயற்றிய பாஷ்யத்தில் சிவ பெருமான் மட்டுமே எல்லோரும் வழிபடுவதற்குரிய கடவுள் என்பதை வற்புறுத்தியிருக்கிறார்.

தஞ்சாவூர் மாவட்டம் சூரியனார் கோவில் மடத்தைச் சேர்ந்த ஞானசிவாச்சாரியார் சிவஞான போதத்திற்கு சைவ சித்தாந்த அடிப்படையில் விளக்க உரை இயற்றியிருக்கிறார். இந்த சிவ ஞான போதம் மெய்கண்டாருடையதல்ல; ரௌரவ ஆகமத்தின் ஒரு பிரிவே ஆகும். இவர் மேலும் சைவத்தின் பல்வேறு நிலை களைப் பற்றி ஐந்து பிரிவுகளடங்கிய சைவ பரிபாஷை என்ற நூலையும், வழிபாடு துறவு ஆகிய் அம்சங்களைப் பற்றிய சிவாக்ர பத்ததி, கிரியா தீபிகை ஆகிய நூல்களையும் இயற்றியிருக் கிறார். ஸ்ரீகண்டரைப் பற்றிய நீலகண்டர் இயற்றிய கிரியாஸாரா என்ற நூலில் இவருடைய முறைக்கும் வீரசைவர்களின் முறைக் கும் உள்ள ஒற்றுமை ஆராயப்பட்டிருக்கிறது. மற்றும் அப்பைய தீக்ஷிதரும் ஸ்ரீகண்டரைப் பற்றி இயற்றியுள்ள விளக்க உரையில் சைவ தத்துவத்திற்குச் சிறந்த பணியாற்றியிருக்கிறார்.

துவைத தத்துவமுறை பற்றிய நூல்கள் இயற்றியவர்களில் விஜயீந்திரர் முக்கியமானவர். இவர் தஞ்சாவூர் செவ்வப்ப நாயகருடைய நன்மதிப்பைப் பெற்றிருந்தார். இவர் தம்முடைய குரு வியாஸ ராயருடைய நூல்களைப் பற்றி விளக்கங்கள் எழுதியதோடு அப்பைய தீக்ஷிதருடன் விவாதத்திலும் ஈடுபட்டார்.

சட்டத்துறை பற்றிய நூல்களில் வரதராஜருடைய வியவஹார நிர்ணயம் என்பது குறிப்பிடத்தக்கது. மீமாம்ச கொள்கையின் அடிப்படையில் நீதி சம்பந்தமான விதி முறைகளைப் பற்றி இந்த நூலில் விளக்கப்பட்டிருக்கிறது. வைஷ்ணவ அறிஞர்கள் நிறைந்திருந்த செங்கற்பட்டு மாவட்டத்தைச் சேர்ந்த ஹரித வெங்கடாச்சார்யா (1450 - 1500) என்பவருடைய ஸ்மிரிதி ரத்னாகரம் இன்று கூட மதாச்சார சட்ட விளக்கமாக வைஷ்ணவர்களால் ஏற்றுக்கொள்ளப்படுகிறது. இதே வகையில் வைத்திய நாத தீக்ஷிதர் 17-ஆம் நூற்றாண்டில் இயற்றிய ஸ்மிரிதி முக்தாபலம் என்ற விளக்க நூல் ஸ்மார்த்தர்களிடையே நிலவுகிறது. நாயக மன்னர்களின் ஆட்சிக்காலத்தில் 16, 17-வது நூற்றாண்டுகளில் தர்ம சாஸ்திரத்தைப் பற்றியும் மற்ற இலக்கியத் துறைகளைப் பற்றியும் பல நூல்கள் இயற்றப்பட்டன. அகராதி இலக்கியத்தில் ராமானுஜருடைய குருவான யாதவ பிரகாசரின் வைஜயந்தி என்னும் நூல் பிற்கால ஆசிரியர்களுக்கு பெரிதும் பயன்பட்டது. பாணினியின் இலக்கண உரைப் பற்றி விளக்கம் எழுதிய தென்னக ஆசிரியர்களில் மிகவும் பழமையானவர் ஹரதத்தர் என்பவர். ஒன்பதாம் நூற்றாண்டைச் சேர்ந்த இவருடைய பதமஞ்சரி என்ற விளக்க நூல் மிகவும் சிறப்பு வாய்ந்தது.

தொன்று தொட்டு தமிழகத்தில் இசையும் நடனமும் வளர்ச்சி அடைந்துவந்தன. இக்கலைகள் பற்றிய நூல்கள் பல நமக்குக் கிடைக்காமல் போய்விட்டன. என்றாலும், கிடைத்திருக்கும் சில, ஆராய்ச்சிக்குரியவையாகும். குடுமியா மலையில் உள்ள கல்வெட்டுக்களில் தந்தி இசைக் கருவிகளில் இசை பயில்வதற்கான குறிப்புகள் அடங்கியுள்ளன. 7-வது அல்லது 8-வது நூற்றாண்டில் வாழ்ந்த ருத்ராச்சாரியார் என்ற இசைவல்லுநரின் சீடரான ஒரு சைவ மன்னன் இக்கல்வெட்டுக்களைப் பொறித்ததாகச் சொல்லப்பட்டிருக்கிறது. இந்த மன்னன் முதலாம் பல்லவ மகேந்திரவர்மன் தான் என்பது சிலர் கருத்து, ஆயினும், இதுபற்றி முடிவாக ஒன்றும் சொல்வதற்கில்லை. 7-வது 8-வது நூற்றாண்டுகளில் ஏற்பட்ட சமய மறுமலர்ச்சியில் மக்கள் ஒன்றாகச் சேர்ந்து

இசைக்கும் கோஷ்டிகானம் நல்ல இடம்பெற்றிருந்தது. சங்கீத வித்வானும் சாகித்ய கர்த்தாவுமான புகழ்பெற்ற கோபால நாயகரை அலாவுதீன் கில்ஜி வட இந்தியாவிற்கு அழைத்திருந்தான். கோபால நாயகர் இயற்றிய ராககடம்ப என்ற இசை வகை பற்றி ஒரு நூலாசிரியர் குறிப்பிட்டிருக்கிறார். ராகத்தின் நான்கு வகைகளான கீதம், பிரபந்தம், தானம், ஆலாபம் அடங்கிய சதுர்தண்டி என்ற விளக்கமுறையை கோபால நாயகர் தாம் தோற்றுவித்ததாய் சொல்லிக் கொண்டதாக வேங்கடமஹி கூறுகிறார். தஞ்சாவூர் நாயகர் சமஸ்தானத்தில் மிகவும் சிறந்த நூலாகப் போற்றப்பட்ட சதுர்தண்டிப் பிராகாசிகை என்ற நூலில் வேங்கடமஹி இதுபற்றி விரிவாக குறிப்பிட்டிருக்கிறார்.

விஜயநகர சாம்ராஜ்யம் க்ஷீணித்ததிலிருந்து தற்காலம் வரை, சம்ஸ்கிருத ஆராய்ச்சிகளும் இலக்கிய முயற்சிகளும் தொடர்ந்து நடைபெற்று வந்திருக்கின்றன. பெருமளவிலான நூல்கள் இயற்றப்பட்ட போதிலும், அவைகளின் தரம் உயர்ந்ததாக இருக்கவில்லை. புதிய நோக்குகளும், போக்குகளும் தோன்றுவதற்கு இரண்டு முக்கிய அம்சங்கள் காரணமாய் இருந்தன. மேற்கத்திய நாடுகளுடனும் ஆங்கிலத்துடனும் ஏற்பட்ட தொடர்பு இவைகளில் ஒன்றாகும். ஆங்கிலம் போதனா மொழியாக கையாளப்பட்டதன் விளைவாக தேசிய ஒற்றுமை பற்றிய புதிய உணர்வு தோன்றி, நாட்டின் பல்வேறு பாகங்களும் ஒன்று சேரும் வாய்ப்பு ஏற்பட்டது. இந்திய நாகரிகத்தின் சென்றகால வரலாறு பற்றிய அறிவு இரண்டாவது அம்சமாகும். இந்த அறிவின் பயனாக நாட்டின் பழமையைப் பற்றி பெருமைப் படும் உணர்ச்சி தோன்றிற்று. உலக வரலாற்றுச் சம்பவங்களில் சில இந்த அம்சங்களின் விளைவுக்கு வலம் கொடுத்தன. 20-ஆம் நூற்றாண்டு ஆரம்பத்தல் ரஷ்ய - ஜப்பானியப் போரில் ஜப்பான் வெற்றி கண்டதும், ஆசியாவில் ஐரோப்பிய காலனி ஆதிக்கத்திற்கு முடிவு கட்டிய உலக யுத்தங்களும், இவ்வகையிலான சம்பவங்களாகும். முதலில் சிறிது தயக்கத்துடன் ஆரம்பித்த இந்திய தேசிய இயக்கம் திலகர், காந்தி போன்ற தலைவர்களின் கீழ் அதிக வலுவடைந்தது. இந்த அம்சங்கள் எல்லாம் இந்திய மொழிகள் எல்லாவற்றையும் பாதித்தன. சம்ஸ்கிருதம் இதனால் பயனடைந்தது. பழைய இலக்கிய முறைகளான கவிதை, காவியம், முதலியவைகளுடன் பத்திரிகைக் கலை, உரைநடை, நாவல், கட்டுரை, சமூக நாடகம், இலக்கிய விமர்சனம், வரலாறு,

விஞ்ஞானம் பற்றிய எழுத்துக்கள் ஆகிய முயற்சிகளும் தொடர்ந்து நடைபெற்றன. இந்த பெருவாரியான வளர்ச்சியைப் பற்றி சுருக்க மாக ஆராய்வதற்குக் கூட இங்கு இடமில்லை.

புதிய சக்திகள் எவ்வாறு இயங்கின என்பதற்கு இரண்டு உதாரணங்களை இங்கு குறிப்பிடலாம். ஸ்ரீனிவாசகவி 1752-ஆம் ஆண்டில் இயற்றிய ஆனந்தரங்க விஜய சம்பு என்ற நூல் ஓரளவு வரலாற்றுக் குறிப்புகள் கொண்டதாகும். டூப்ளேயிடம் துபாஷாகப் பணியாற்றிய ஆனந்தரங்கம் பிள்ளையின் வாழ்க்கை பற்றியும், கர்நாடக விவகாரங்கள், ஆங்கிலேயர் பிரெஞ்சுக்காரரிடையே ஏற்பட்ட சச்சரவுகள் முதலியவை பற்றியும், சமகால் குறிப்பு களும், இந்த நூலில் காணப்படுகின்றன. 19-ஆம் நூற்றாண்டின் முற்பகுதியில் தஞ்சாவூர் மராட்டிய மன்னன் சரபோஜி ராஜா, ஷ்வார்ட்ஸ் என்ற டேனிஷ் பாதிரியிடம் பாடங்கற்று, ஆங்கி லத்தில் சிறந்த முறையிலான கடிதங்கள் எழுதிவைத்தார். மற்றும் அவர் விலையுயர்ந்த புத்தகங்கள், சிறந்த ஓவியங்கள், ஏட்டுப் பிரதிகள் முதலியவற்றை புகழ்பெற்ற சரஸ்வதி மஹால் புத்தகா லயத்தில் சேமித்து வைத்தார். நமது நாட்டின் பழைய பண் பாட்டை அவர் கைவிட்டுவிடவில்லை. தாம் காசியாத்திரை மேற்கொண்டபோது பல பண்டிதர்களைக் கொண்டு, ஸ்மிரிதி களைப் பற்றிய சுருக்கம் ஒன்று தயாரிக்கச் செய்தார். அக் காலத்தைச் சேர்ந்த சதாசிவ பிரம்மேந்திரா போன்ற சன்யாசிகள் மக்களிடையே பரவக்கூடிய பக்திரசம் நிறைந்த பாடல்களும் தத்துவ நூல்களும் இயற்றி வைத்துச் சென்றார்கள்.

* * *

6. அருங் கலைகள்

மனிதர்கள் வசிக்கக்கூடிய வசதிகள் ஏற்படுத்தும் பொருட்டு, பாறைகளில் படுக்கை போலவும் ஆசனங்கள் போலவும் செதுக்கப்பட்ட குகைகளில்தான் தமிழ்நாட்டில் மிகப் பழமையான வரலாற்றுச் சான்றுகள் இருக்கின்றன. கி.மு. இரண்டாவது நூற்றாண்டில் செதுக்கப்பட்ட இந்த தமிழ் கல்வெட்டுக்கள் பிராம்மி லிபியில் காணப்படுகின்றன. அதன் பின்னர், கி.பி. ஆறாவது நூற்றாண்டு வரை, இதுபோன்ற சான்றுகள் கிடைக்கவில்லை. சங்க நூல்களில் காணப்படும் அழகான மாளிகைகள், அரண்மனைகள், கடைத்தெருக்கள், கோவில்கள், மற்றும் குடியிருப்புகள் முதலியவை பாழடைந்த நிலையில் கூட நமக்குக் கிடைக்கவில்லை. இவைகள் முழுவதும் மறைந்து போனதற்கான காரணத்தை 610-ஆம் ஆண்டு வாக்கில் பல்லவ மகேந்திர வர்மன் நிறுவிய மண்டகப்பட்டு கல்வெட்டுக்களிலிருந்து ஒருவாறு அறியலாம். செங்கல், மரம், உலோகம், சுண்ணாம்பு முதலியவைகளின் உதவியின்றி ஒரு கோவிலை நிறுவியது பற்றி பல்லவ மன்னன் மகிழ்ச்சி தெரிவித்திருக்கிறான். இந்தக் கோவில் ஒரு பாறையில் குடையப்பட்ட ஒரு குடைதளியாகும். இதிலிருந்து, இதற்கு முன்பிருந்த கோவில்கள் விரைவில் அழியும் பொருள்களை உபயோகித்துக் கட்டப்பட்டிருந்தன என்பதை ஊகிக்கலாம். அத்தகைய கோவில்கள் இடிந்து மறைந்து போனது போலவே தான் மற்ற கட்டிடங்களும் மறைந்து போய்விட்டன என்று தோன்றுகிறது.

தமிழ்நாட்டின் பண்பாட்டு வளர்ச்சிக்கு பல்லவர்கள் பெரிதும் காரணமாக இருந்தார்கள். தென்பாரதக் கலைகளின் வரலாற்றில் பல்லவர்களின் கட்டிடக் கலையும், சிற்பக் கலையும் ஒரு ஒளிமிகுந்த கட்டமாக விளங்குகிறது. இந்தக் கலை வளர்ச்சியில் முதல் கட்டம் பாறைகளைக் குடைந்து கோவில்கள் அமைப்பது இது முதலாம் மகேந்திரவர்மன் காலத்தில் ஆரம்பமாயிற்று. தூண்கள் கொண்ட மண்டபங்களும், பின்புறச் சுவர்களில் சில அறைகளும், இந்தக் கட்டிடத்தின் அம்சங்கள். முன்புறத்திலுள்ள மண்டபத்தில் வரிசை வரிசையாகத் தூண்கள் காணப்படுகின்றன. அந்தத் தூண்களின் அடிப்பாகமும் மேல்பாகமும் சதுர

க.அ. நீலகண்ட சாஸ்திரி

வடிவில் இருக்கின்றன. நடுவில் எண்கோண வடிவத்தில் அமைந் திருக்கிறது. பெரிய மண்டபங்களில் உட்புறத்திலும் இத்தகைய தூண்களில் வரிசைகள் இருக்கின்றன. மகேந்திரவர்மனால் நிறுவப் பட்ட இத்தகைய கோவில்கள் தெற்கே திருச்சிராப்பள்ளி வரை பல இடங்களில் காணப்படுகின்றன.

நாளடைவில், கருங்கல்லை பயன்படுத்துவதில் அனுபவம் ஏற்பட்டது. தூண்கள் மிகவும் அழகாகச் செதுக்கப்பட்டு, பல்லவப் பாணிக்கு அடையாளமாக ஒரு புதிய முறையும் கையாளப்பட்டது. மகேந்திரவர்மனுடைய புதல்வனும், அவனுக் குப் பின் பட்டத்துக்கு வந்தவனுமான நரசிம்மவர்மன் மகா மல்லன் காலத்தில் இத்தகைய பாணி கையாளப்பட்டது. தூண் களின் அடிப்பாகத்தில் யாளியின் உருவம் ஒன்றை அமைக்கும் மாறுதல் இவன் காலத்தில்தான் மேற்கொள்ளப் பட்டது. ராஜ சிம்மன் காலத்தில் இந்த யாளி அமர்ந்த நிலைக்குப் பதிலாக, பாயும் சிங்கத்தின் உருவம் அமைக்கப்பட்டது. இந்தக் கட்டிட அமைப்பின் ஆரம்பத்தில், தூண்களின் மேல் கபோதங்கள் (கொடுங்கை) அமையவில்லை. பின்னர், பல்லாவரத்தில் காணப் படுவதைப் போன்ற ஒரு சுருள் அமைப்பு தோன்றியது. பின்னர் ஏற்பட்ட மாறுதல்களில், இந்த கபோதங்களில் அங்கங்கே கூடு சேர்க்கப்பட்டது. இந்தக் கூடு பௌத்த சிற்பக்கலையில் காணப் படும் சைத்தியம் என்ற சாளர அமைப்பின் மாறுதலாகும்.

மகாமல்லனுடைய ஆட்சிக் காலத்தில் நிறுவப்பட்ட கோவில்கள் எல்லாம் மகாபலிபுரம் எனப்படும் மாமல்லபுரத்தில் தான் இருக்கின்றன. சென்னையிலிருந்து 35 மைல் தூரத்தில், பாலாறு முகத்துவாரத்திற்கு அருகில், இந்த மாமல்லபுரம், அமைந் திருக்கிறது. பல்லவர்கள் காலத்தில் மாமல்லபுரம் தென் பாரதத் தின் துறைமுகங்களில் முக்கியமானதாக இருந்தது. இந்தத் துறைமுகத்தின் வழியாக, பாரத பண்பாட்டு அம்சங்கள், இந்தோ னேஷியா, இந்தோ - சைனா முதலிய நாடுகளுக்கு பரவி, அங்கு ஹிந்து குடியேற்றத்தை உருவாக்கின. பாலாறு நதியிலிருந்து குடிதண்ணீர் கொணருவதற்கான சிறந்த ஏற்பாடு ஒன்றும் இருந் தது என்பதை எடுத்துக்காட்டும் சான்றுகள், மாமல்லபுரத்தில் இன்றும் காணப்படுகின்றன.

அர்ச்சுனன் தவம் என்றும், பகீரதன் தவம் என்றும் சொல்லப் படும் பெரிய சிற்பம் இந்தக் குடிதண்ணீர் அமைப்பின் ஒரு

பாகமாகவே இருந்தது என்று கூடச் சொல்லலாம். இந்தச் சிற்பம் 90 அடி நீளமும், 23 அடி உயரமும் கொண்டது. ஒரு பெரும் பாறையின் முகப்பு முழுவதிலும் செதுக்கப்பட்டிருக்கிறது. இந்தப் பாறையின் நடுவில் உள்ள ஒரு பிளவில், தண்ணீர் வந்து விழும் அமைப்பு ஏற்பாடு செய்யப்பட்டிருக்கிறது. அந்த இடத்தில் நாகர்கள், நாக கன்னிகைகள் ஆகியோர்களுடைய சிற்பங்கள் செதுக்கப்பட்டிருப்பது, அங்கு புனித நீர் பொழிவதற்கு அடையாளமாக இருக்கிறது. இந்தப் பிளவுக்கு இரண்டு பக்கங்களிலும், தேவதைகள், மனித உருவங்கள், பல்வேறு பிராணிகள், எல்லோரும் இந்தப் பெருக்காற்றின் வீழ்ச்சியை நோக்கி பணிவுடன் விரைந்து வரும் வகையில் செதுக்கப் பட்டிருக்கின்றன. இதைப் பற்றி பிரெஞ்சு சிற்பக்கலை விமர்சகரான ரெனி குரு ஸோனே க்ரஸ்ஸட் என்பவர் பின்வருமாறு கூறுகிறார்: ''நம் முன்னால் இருப்பது ஒரு பெரும் கல்லோவியம். ஒரே சிற்ப வடிவில் அமைந்திருக்கும் இந்தப் பெரும் சிற்பக்கோவை, புராதன சிற்பக்கலையின் மிகச் சிறந்த அம்சத்தை எடுத்துக் காட்டுகிறது. சிற்பங்களின் சிறந்த அமைப்பு, அவைகளை உருவாக்கிய சிற்பிகளின் ஆத்மார்த்த உணர்ச்சி, ஜீவன்கள் எல்லாமே புனல் நோக்கி ஒன்று சேருவது, இயற்கையின் எழிலுக்கு எல்லோரும் அஞ்சலி செலுத்துவது முதலிய அம்சங்கள் எல்லாம் மிகவும் நன்றாக எடுத்துக் காட்டப்பட்டிருக்கின்றன.''

நீர்ப் பொழிவின் இடது புறத்திலுள்ள ஒரு சிறு ஆலயத்தில் சிவபெருமான் நின்ற திருக்கோலம் காணப்படுகின்றது. அந்த ஆலயத்தின் அருகில் மிகவும் மெலிந்துபோன பகீரதனின் உருவம் காணப்படுகிறது. ஆலயத்தின் மேலே மற்றொரு இடத்தில் பகீரதன் கைகளைத் தூக்கி நின்று தவம் செய்யும் காட்சி இருக்கிறது. இந்தச் சிற்பக் கோவையில் காணப்படும் பிராணிகளும் வலது பக்கத்தில் இருக்கும் பெரும் யானை உருவங்களும், பகீரதனைப் பார்த்துத் தானும் தவக் கோலம் கொண்ட ஒரு பூனையும், அந்தப் பூனைக்கு அருகே பயமின்றி ஓடி விளையாடும் சுண்டெலிகளும் குறிப்பிடத்தக்கவை. அதே போல இடது பக்கத்தில், ஒரு குகையின் வாயிலிலிருந்து இரண்டு மான்கள் பூர்த்துக் கொண்டிருக்கும் காட்சி, ஒரு அழகான அம்சம். இந்தச் சிற்பக் கோவையின் பக்கத்தில் தனிப்பட்டு நிற்கும் ஓர் சிற்பத்தில், ஆண் குரங்கு பெண் குரங்கின் தலையிலிருந்து பேன் எடுக்கும் காட்சியும் வியக்கத்தக்க முறையில் தத்ரூபமாக அமைந்திருக்கிறது.

மகாமல்லனின் பாணியில் இங்கு மொத்தம் பத்து மண்டபங்கள் இருக்கின்றன. முன்புறத்தில் 25 அடி அகலமும் 15 முதல் 20 அடி உயரமும், 25 அடி உட்புறமும் கொண்ட இந்த மண்டபங்களில் உள்ள தூண்கள் ஒன்பது அடி உயரம் உள்ளன. மிகவும் அகலமான இடத்தில் அவை, ஒன்று முதல் இரண்டு அடி அளவு கனமாக இருக்கின்றன. நல்ல முறையில் அமைக்கப்பட்ட இரண்டு தூண்கள் மகிஷாசுர மண்டபத்தில் இருக்கின்றன. இந்த மண்டபங்களில் உள்ள சிற்பங்களில் மிகவும் சிறந்தவை: கம்பீரத்தோற்றமுடைய வராக அவதாரம், திரிவிக்கிரம அவதாரம், மற்றும் சூரியன், துர்க்கை, கஜலட்சுமி முதலிவைகளாகும். இவைகளைத் தவிர சிம்மவிஷ்ணுவும், மகேந்திரவர்மனும், தங்களுடைய பட்ட மகிஷிகளுடன் வராக குகையில் காட்சி அளிக்கும் இரண்டு சிற்பங்கள் குறிப்பிடத்தக்கவை. மகிஷாசுர மண்டபத்தில் காணப்படும் அனந்தசயன விஷ்ணு, மிகஷனுடன் போர் புரியும் துர்க்கை, ஆகிய தோற்றங்களையும் எடுத்துக்காட்டும் சிற்பங்கள், வராக அவதார குகைகளில் காணப்படும் வடிவங்கள் போலவே, மிகவும் சிறந்த முறையில் உருவாக்கப்பட்டிருக்கின்றன.

மண்டபங்கள் பாணியிலே அமைக்கப்பட்ட ஒற்றைகக் கல் ரதங்கள், மரத்தினால் செய்யப்பட்ட ரதங்களைப் பின்பற்றி அமைக்கப்பட்டவை. இந்த ரதங்களின் உட்புறத்தில் வேலைப்பாடுகள் காணப்படவில்லை. இவ்வகையில் எட்டு ரதங்கள் இருக்கின்றன. தென் புறத்திலுள்ள ஐந்து ரதங்களும், திரௌபதி, அர்ஜுனன், பீமன், தர்மராஜன், சகாதேவன் ஆகிய பஞ்ச பாண்டவர்களின் பெயர்களைக் கொண்டிருக்கின்றன. வடபுறத்தில் இருக்கும் மூன்றும் கணேசர் ரதம், பிடாரி ரதம், வளையான் குட்டை ரதம் என்ற பெயர்கள் கொண்டிருக்கின்றன. இந்த ரதங்களில் மிகப் பெரியது 42 அடி நீளம், 35 அடி அகலம், 40 அடி உயரம் கொண்டதாக இருக்கிறது. திரௌபதி ரதத்தைத் தவிர, மற்றவை எல்லாம் புத்த விஹாரத்தையோ அல்லது சைத்தியத்தையோ பின்பற்றி அமைக்கப்பட்டவை. விஹார ரூபத்தில் அமைந்தவை, சதுரமாகவும் மேலே போகப் போக கோபுர வடிவிலும் அமைந்திருக்கின்றன. சைத்திய வடிவில் அமைக்கப்பட்ட ரதம் நீண்ட சதுரவடிவில் அமைக்கப்பட்டு, மேலே போகப் போக குறுகியும், இரண்டு மூன்று மாடிகள் கொண்டும் உள்ளன. பிற்காலத்தில் கோபுரங்கள் இதைத்தான் அடிப்படையாக கொண்டு

வளர்ந்தன. விஹார ரூபத்தில் அமைந்தவைகளில் தர்மராஜ ரதம் மிகவும் சிறந்த உதாரணம். சைத்திய ரூபத்தில் அமைந்த ரதங் களில் கணேச ரதம் குறிப்பிடத்தக்கது. இதே சைத்திய ரூபத் தில் அமைக்கப்பட்ட சகாதேவ ரதம் தூங்கானை வடிவம் கொண் டது. இந்த ரதங்கள் எல்லாம் சைவக்கோவில்கள் ஆகும். இந்த ரதங்களில் மேலும் தேவதைகள், மனித உருவங்கள் எல்லாம் மிகவும் வசீகரமான முறையில் வடிக்கப்பட்டிருக்கின்றன. பிராணி கள் வடிவங்களும் வியக்கத்தக்க முறையில் அமைந்திருக்கின்றன.

பல்லவ கட்டிடக் கலையின் அடுத்த கட்டம், கற்களால் கட்டப்பட்ட கோவில்களாகும். இவைகளும் இரண்டு பிரிவு களாக அமைந்திருக்கின்றன. இவைகளில் முதல் பிரிவு கி.பி. 700 முதல் 800 ஆண்டு வரையில் வளர்ச்சி பெற்ற ராஜசிம்மன் பாணியைச் சேர்ந்தவையாகும். மிகப் பெரியதல்லாமலும், சிறியது அல்லாமலும் அமைந்த இந்தக் கோவில்கள் ஆறு இருக்கின் றன. இவைகளில் மூன்று மகாபலிபுரத்திலும் ஒன்று பனமலை யிலும் இருக்கின்றன. மகாபலிபுரத்தில் இருக்கும் மூன்று கோவில் களில் ஒன்று கடற்கரைக்கோவில். இவ்வகையிலான மற்றும் இரண்டு கோவில்கள், காஞ்சீபுரத்திலுள்ள கைலாசநாதர் ஆலய மும், வைகுந்தபெருமாள் ஆலயமும் ஆகும். இவைகளில் மிகவும் பழமையான கடற்கரைக் கோவில், தர்மராஜ ரத வடிவத்தில் இருந்து வளர்ச்சி அடைந்த அமைப்பாகும். சிங்க வடிவை கையாளும் பாணி இங்கு உறுதியாக அமைந்துவிட்டது. காஞ்சீ புரத்திலுள்ள இரண்டு ஆலயங்களும் இந்தப் பாணியில் மிகவும வளர்ச்சி பெற்ற சான்றுகளாகும். இந்தக் கோவில்களில் உள்ள சிற்பங்களும் மிகச் சிறந்தவை. வைகுந்த பெருமாள் கோவிலின் உட்புறத்தில், சுவர்களில் முழுவதும் காணப்படும் சிற்பக்கோவை கள் பல்லவ வம்சத்தின் வரலாற்றை, பல்லவ மன்னன் இரண் டாம் நந்திவர்மன் காலம் வரை சித்திரிக்கின்றன என்று சொல்லப் படுகிறது. கற்களால் கட்டப்பட்ட கோவில்கள் இரண்டாவது பிரிவு; அதாவது கி.பி 800 முதல் 900 ஆண்டு வரையில், நந்தி வர்மன் பாணி என்று சொல்லப்படுவது. இவைகளில் பெரும் பாலனவை சிறிய கோவில்கள் தான். இவைகள் பல்லவ ஆட்சி யின் வீழ்ச்சியை எடுத்துக் காட்டுகின்றன. இதற்கு முன்னால் கையாளப்பட்ட பாணியின் வளர்ச்சியை இந்தக் கோவில்களில் காண முடியவில்லை. காஞ்சீபுரத்திலுள்ள முக்தேஸ்வரம், மதங் கேஸ்வரம் ஆலயங்களும், செங்கற்பட்டுக்கு அருகே ஓரகடம்

என்ற இடத்தில் உள்ள மல்லீஸ்வரர் ஆலயமும், குடிமல்லத்தில் பரசுராமேஸ்வர ஆலயமும், இந்தப் பிரிவைச் சேர்ந்தவை.

பாண்டிய நாட்டில் மதுரைக்கருகே திருப்பரங்குன்றத்திலும், மற்றும் சில இடங்களிலுமுள்ள குகைக் கோவில்கள் பல்லவ நாட்டில் காணப்படும் மண்டபங்களைப் போல பிரசித்தி அடையவில்லை. திருமலைபுரம் என்ற இடத்திலுள்ள குகைக் கோவிலில் பிரும்மா, நடனம் ஆடும் சிவபெருமான், விஷ்ணு, கணேசர், ஆகிய தேவதைகளின் சிற்பங்கள் காணப்படுகின்றன. இந்தச் சிற்ப வடிவங்கள் எல்லாம் அந்தக் காலத்திய பல்லவ சிற்பப் பாணியிலேயே அமைந்திருக்கின்றன. இந்தக் குகையிலும், மற்ற பாண்டியகால குகைகளில் உள்ள துவாரபாலகன் வடிவங்கள் கூட, பல்லவ பாணியில் தான் அமைந்திருக்கின்றன. கழுகுமலையில் உள்ள குகைக் கோவில் மிகவும் அற்புதமான முறையில் அமைந்த சிற்ப வடிவங்கள் கலைச்சிறப்பு மிகுந்தவைகளாக விளங்குகின்றன. உமாசகித சிவன், மிருதங்கம் வாசிக்கும் தட்சிணாமூர்த்தி, நரசிம்மன், பிரும்மா, ஸ்கந்தன் ஆகிய பல்வேறு தேவதைகள் மிகவும் அழகாக வடிக்கப்பட்டிருக்கின்றன. மற்றும், சிறு சிறு மாடங்களில் அப்ஸரஸ்களின் வடிவங்களும் செதுக்கப்பட்டிருக்கின்றன.

பல்லவர்களின் கலைப்பண்பாட்டை சோழர்கள் தொடர்ந்து நீடித்து, வளர்ச்சியுறச் செய்தார்கள். சோழர்களின் கோவில்கள் முழுவதும் கற்களாலேயே அமைந்தவை. இவைகளில் பல, புதுக்கோட்டைப் பகுதியில் இன்னும் நல்ல முறையிலேயே காணப்படுகின்றன. நார்த்தா மலையில் உள்ள விஜயாலய சோழீஸ்வரம் என்னும் கோவில் இவ்வகையில் மிகவும் பழமையானது ஆகும். சதுர வடிவில் அமைந்த பிராகாரத்தில், உட்புறத்தில் வட்ட வடிவில் கர்ப்பக்கிரஹம் இருக்கிறது. இது வழக்கத்திற்கு மாறான அமைப்பு. இதைத் தவிர, அந்த ஆலயத்தைச் சுற்றி சிறிய அளவில் ஏழு சிறிய கோவில்களும், அமைக்கப்பட்டு இருக்கின்றன.

அதே காலத்தில் நிறுவப்பட்ட நாகேஸ்வரர் ஆலயம் கும்பகோணத்தில் இருக்கிறது. இந்தக் கோவிலின் கர்ப்பக்கிரஹத்தின் வெளிபுறத்தில் அமைந்துள்ள மனித உருவங்கள் மிகப் பிரசித்தி பெற்றவை, மனித சிற்பங்களில் இவை மிகச் சிறந்த உதாரணங்களாக விளங்குகின்றன. திருச்சிராப்பள்ளி மாவட்டத்தைச் சேர்ந்த

ஸ்ரீனிவாச நல்லூரிலுள்ள கொரங்கநாதர் ஆலயம், முதலாம் பராந்தகன் காலத்தில் நிறுவப்பட்டது. இரண்டாம் பராந்தகன் காலத்தில் புதுக்கோட்டைப் பகுதியில் அமைக்கப்பட்ட கொடும்பாளூர் மூவர் கோவிலும், இந்த ஆலயமும், ஆதி சோழர்களின் கட்டிடக் கலைக்கும் சிற்பக் கலைக்கும் சிறந்த சான்றுகளாக விளங்குகின்றன. கொரங்கநாதர் ஆலயத்தில் உட்புறத்திலுள்ள தூண்கள் சோழர் பாணியில் மிகவும் புகழ் பெற்றவை. முதலாம் ராஜராஜனின் ஆட்சி ஆரம்பகாலத்தில் அமைந்த நடுத்தர அளவு உள்ள கோவில்களில் ஒன்றான திருவல்லீஸ்வரம் என்பது திருநெல்வேலி மாவட்டத்தில் பிரும்மதேசத்தில் அமைந்திருக்கிறது. சோழ ராஜ்யம் வளர்ச்சி அடைந்து வந்ததை இந்தக் கோவில் நன்கு எடுத்துக்காட்டுகிறது. இந்தக் கோவிலின் இரண்டு மாடிகள் அமைந்த விமானம், அங்குள்ள சிற்பங்கள், விக்கிரகங்கள் முதலியவைகள் மிகவும் அழகான முறையில் அமைந்திருக்கின்றன.

சோழர்களின் கலைச் சிற்பத்துக்கு அழியாத சின்னங்களாக விளங்குபவை, தஞ்சாவூரில் உள்ள ராஜராஜேஸ்வரர் ஆலயமும், கங்கைகொண்ட சோழபுரத்திலுள்ள கோவிலும் ஆகும். தஞ்சைக் கோவில், முதலாம் ராஜராஜன் காலத்திலும், கங்கை கொண்ட சோழபுரம் கோவில் முதலாம் ராஜேந்திரன் காலத்திலும் நிறுவப்பட்டவை. தஞ்சைக் கோவில் 1009-ஆம் ஆண்டில் கட்டி முடிக்கப்பட்டது. 800 அடி நீளம், 250 அடி அகலம் உள்ள ஒரு நிலப்பரப்பில் இந்தக் கோவில் நிறுவப்பட்டிருக்கிறது. கிழக்குப் புறத்தில் கோபுர வாயில் அமைந்திருக்கிறது. 82 அடி நீளமும் அகலமுமுள்ள சதுர அடிப்படையில் நிறுவப்பட்ட 200 அடி உயரமுள்ள விமானம், இந்தக் கோவில் அமைப்புக்கே ஒரு பெருமையைத் தருகிறது. இந்த விமானம் படிப்படியாக குறைந்த அளவில் உயர்ந்து, 13 மாடிகளைக் கொண்டது. இந்த மாடிகள் ஒவ்வொன்றிலும் கலைச் சிறப்பு மிகுந்த சிற்பங்கள் நிறைந்திருக்கின்றன. விமானத்தின் உச்சியில் உள்ள சிகரம் ஒரு பெரிய ஒன்றைக் கல்லால் அமைந்து கம்பீரம் நிறைந்த அழகு கொடுக்கிறது. கங்கை கொண்ட சோழபுரத்தில் அமைந்திருக்கும் ஆலயமும், தஞ்சாவூர் ஆலயத்தின் கட்டிட முறையைப் பின்பற்றியே அமைக்கப்பட்டதாகும். இந்தக் கோவிலின் விமானத்தில் அமைந்துள்ள சிற்பங்களும், சிற்பக்கலையின் வளர்ச்சியை நன்கு எடுத்துக்காட்டுகின்றன.

இந்த இரண்டு கோவில்களின் விமானங்களையும் ஒப்பிட்டுப் பேசும்போது, பெர்ஸி பிரௌன் எனும் கலை வரலாற்று

ஆசிரியர் பின்வருமாறு கூறுகிறார்: ''இந்த விமானங்கள் ஒவ்வொன்றும், அதை நிறுவியவர்களின் கலை உணர்ச்சியை எடுத்துக்காட்டுகிறது. ஒன்று, சோழ ராஜ்யத்தின் பராக்கிரமத்தை எடுத்துக்காட்டுகின்றது. மற்றொன்று உணர்ச்சியின் மென்மையை எடுத்துக் காட்டுகின்றது. இரண்டுமே கலை வழிபாட்டில் காணப்படும் தெய்வீக அம்சத்துக்குச் சான்றுகளாக விளங்குகின்றன.'' இந்தக் கோவில்கள் இரண்டிலும் மதில்களில் காணப்படும் வேலைப்பாடுகளும், சிற்பங்களும் ஒரே முறையில்தான் அமைந்திருக்கின்றன. மிகவும் நல்ல முறையில் கண்கவரும் வகையில் தோற்றமளிக்கின்றன. இதே கலை அம்சங்கள், இரண்டாம் ராஜ ராஜன் காலத்தில் தாராசுரத்திலுள்ள ஐராவதேஸ்வரர் கோவிலும், மூன்றாம் குலோத்துங்கன் காலத்தில் கும்பகோணத்திற்கு அருகே திருபுவனத்தில் அமைந்த கம்ப ஹரேஸ்வரர் கோவிலிலும் தொடர்ந்திருப்பதைக் காணலாம். இதைத் தவிர, அந்தக் காலத்தில் பல்வேறு இடங்களில் நிறுவப்பட்ட சிறிய கோவில்களிலும் இந்த அம்சங்கள் காணப்படுகின்றன. முக்கியமாக, சிதம்பரம், ஸ்ரீரங்கம் ஆகிய இடங்களில் உள்ள ஆலயங்களில் இந்தப் பண்பாடு நன்றாக விளங்குகிறது.

சோழர்களின் ஆட்சிக் காலத்தில், எல்லையற்ற அழகு மிக்க பல செப்பு விக்கிரகங்கள் வார்க்கப்பட்டது ஒரு விசேஷம். இவைகளில் நடராஜர் விக்கிரகம் மிகவும் புகழ் பெற்றது. சிவபெருமானின் பல்வேறு ரூபங்களும், மற்றும் பிரும்மா, லக்ஷ்மி பூதேவி, சகித விஷ்ணு, ராமன், சீதை, கிருஷ்ணன் சைவ நாயன்மார்கள், முதலிய ரூபங்களும் செப்பு விக்கிரகங்களாக வடிக்கப்பட்டன. கல்வெட்டுக்களில் குறிப்பிடப்பட்டிருக்கும் பல்வேறு செப்பு விக்கிரகங்கள் மறைந்து விட்டன. ஆயினும், நமக்குக் கிடைத்திருக்கும் விக்கிரகங்களிலிருந்து சோழர் காலத்தில் இக் கலையைக் கையாண்ட கலைஞர்களின் திறமை நன்றாகத் தெரிகிறது.

பிற்காலப் பாண்டியர்கள், கோவிலின் வெளிப்புறத்தை அழகுபடுத்துவதை முக்கியப் பணியாக கொண்டார்கள். கோவில்களுக்கு நுழைவாயிலாக அமைந்திருக்கும் கோபுரங்களில் எழில் மிக்க சிற்பங்களை அமைத்தது, இவர்களுடைய கலை வளர்ச்சியில் ஒரு முக்கியமான கட்டம். ஏற்கனவே அமைக்கப்பட்ட கோவில்களுக்கு பாண்டியர்கள், சிற்றாலயங்களையும், மண்டபங்களையும் அமைத்தார்கள். 12-ஆம் நூற்றாண்டில் திருவானைக்கா ஜம்புகேஸ்வரத்தில் அமைக்கப்பட்ட கோபுரமும், 13-ஆம்

நூற்றாண்டில் சிதம்பரத்தில் கட்டப்பட்ட கிழக்குப்புற கோபுரமும் கட்டிட வளர்ச்சியை எடுத்துக்காட்டுகின்றன. சோழர்களுடைய கலைச்சிறப்புக்கும் விஜயநகரக் கலையின் ஆடம்பரமான, அழகு நிறைந்த பாணிக்கும் இடையே ஏற்பட்ட மாறுதலை பாண்டியர்களின் கலை எடுத்துக்காட்டுகிறது.

விஜயநகர ஆட்சியின்கீழ் தென் பாரதக் கலை முழுமை அடைந்து, கலை வளர்ச்சியில் ஸ்வாதீனம் பெற்றது. இஸ்லாம், நாட்டில் பரவி வருவதை தடுத்து நிறுத்தி, ஹிந்து மதத்தையும், அதன் பல்வேறு அம்சங்களையும் பராமரித்து பாதுகாக்கும் பெரும் பணியில் ஏற்பட்ட ஒரு புத்துணர்ச்சிக்கு ஏற்ப கலை வழிபாடும் மேற்கொள்ளப்பட்டது. இந்தக் காலத்தில் கோவில்களின் அமைப்பு மிகவும் பரந்த முறையில் மேற்கொள்ளப்பட்டது. பழைய கோவில்களுக்குப் பல தூண்கள் கொண்ட மண்டபங்கள் சேர்க்கப்பட்டன. இவைகளில் மிகவும் முக்கியமானது, கோவில்களுக்குள் நுழையும் போது இடது பக்க கோவில் முற்றத்தில் அமைந்திருக்கும் கல்யாண மண்டபமாகும். இந்தக் கல்யாண மண்டபம் பலவித அழகான வேலைப்பாடுகள் கொண்ட தூண்கள் நிறைந்தது. நடுவில் ஒரு உயர்ந்த மேடை காணப்படுகிறது. இந்த மேடையில் உத்சவ காலத்தில், உத்சவ விக்கிரகத்தைக் கொண்டு வைத்து, திருக்கல்யாண வைபவம் நடத்தப்பட்டது.

நாளடைவில் கோவில்களில் அம்மனுக்கு தனிக் கோவில் அமைக்கப்பட்டது. பிற்காலத்திய சோழர் ஆட்சியில்தான் இந்த வழக்கம் ஆரம்பமாயிற்று. கோவில் அமைப்பு வளர்ச்சியில் மற்றொரு அம்சம், ஆயிரக்கால் மண்டபம் என்ற கட்டிடமாகும். பல தூண்வரிசைகள் அமைந்த மண்டபங்கள் இவ்வகையில் அமைக்கப்பட்டன. விஜயநகர பாணியை பின்பற்றி, தூண்கள் பல்வேறு வரிசைகளிலும் வேலைப் பாடுகளுடனும் நிறுவப்பட்டன. போர்க் குதிரை, யாளி, போன்ற பல்வேறு வடிவங்களையும், மற்றும் மனித ரூபங்களையும், தூண்களைச் சுற்றி ஒரே கல்லில் செதுக்கினார்கள். நடுவில் ஒரு தூணைச் சுற்றிப் பல சிறிய தூண்கள் செதுக்கப்பட்டு அமைந்த தூண்களில் சில, இசையின் ஏழு ஸ்வரங்களை எழுப்பும் முறையில் அமைக்கப்பட்டிருந்தன. இன்னும் பல்வேறு முறையில் தூண்கள் செதுக்கப்பட்டு, அழகுமிக்க வளைவுகளுடன் அமைக்கப்பட்டன. தூண்களில் உச்சியில் அமைந்த அலங்கார வளைவுகளை யொட்டி, தாமரை மொட்டு அமைப்புகள் உருவாயின. இந்தக் காலத்திலும் நுழைவாயிலில் கோபுரங்கள் தொடர்ந்து கட்டப்பட்டன.

அந்தக் காலத்து கட்டிடங்கள் துங்கபத்ரா நதிக்கு தெற்கே பல இடங்களில் பரவிக்கிடக்கின்றன. இவைகளில் மிகச் சிறந்த அமைப்புகள், இப்பொழுது பாழடைந்து கிடக்கும் விஜயநகரப் பகுதியில்தான் அமைந்தன. விஜயநகர சாம்ராஜ்யத்தின் மற்றப் பகுதிகளான வேலூர், கும்பகோணம், காஞ்சீபுரம், தாட்பத்ரி, ஸ்ரீரங்கம் ஆகிய இடங்களில் அக்காலத்துப் பாணியில் கட்டப் பட்ட ஆலயங்கள் சிறந்து விளங்குகின்றன. வேலூர் கோவிலில் உள்ள கல்யாண மண்டபம் அத்தகைய அமைப்பில் எழில் மிக நிறைந்தது என்று கருதப்படுகிறது. வட ஆற்காடு மாவட்டத்தில், விரிஞ்சி புரத்திலுள்ள மார்க்க சகேஸ்வரர் கோவிலில் உள்ள இது போன்ற மண்டபம் ஒன்றும் அழகு நிறைந்ததாகும். காஞ்சீ புரத்தில் உள்ள ஏகாம்பரநாதர் கோவில், வரதராஜர் கோவில் இரண்டிலும், பெருமளவிலான மண்டபங்கள் அமைக்கப்பட் டிருக்கின்றன. அந்த மண்டபங்களில் உள்ள தூண்கள் ஒரு விநோதமான கற்பனைக்குச் சின்னமாக விளங்குகின்றன. தாட் பத்ரியிலுள்ள ராமேஸ்வரர் கோவிலில் இரண்டு கோபுரங்களி லும் அழகான சிற்பங்கள் நிறைந்திருக்கின்றன. இங்கு சிற்பங் கள், இப்பாணியிலுள்ள மற்றெல்லா சிற்பங்களைக் காட்டிலும் மிகவும் நல்ல முறையில் அமைந்திருக்கின்றன என்று பெர்குஸன் கூறியிருக்கிறார். ஸ்ரீரங்கத்திலுள்ள கோவிலில் உள்ள சேஷகிரி மண்டபம் என்று சொல்லப்படும் அஸ்வ மண்டபத்தில் அமைந்த தூண்கள் ஒவ்வொன்றிலும் ஒன்பது அடி உயரமுள்ள போர்க் குதிரைகளின் உருவங்கள் செதுக்கப்பட்டிருக்கின்றன. "இந்த வடிவங்கள் செதுக்கப்பட்டிருக்கும் முறை, இவைகள் கல்லில் செதுக்கப்பட்டவையல்ல, உருக்கினால் ஆனவை எனத் தோற்று விக்கிறது" என்று பிரௌன் கூறியிருக்கிறார்.

விஜயநகர சாம்ராஜ்யத்தில், கட்டிடக்கலையின் பிற்காலம் மதுரைப் பாணி என்று வழங்கப்பட்டது. இந்தப் பாணியை மதுரை யில் ஆண்ட நாயகர்கள் அதிகமாகப் பராமரித்து வந்ததால், இதற்கு இப்பெயர் ஏற்பட்டது. இந்தப் பாணி ஒரு வகையில், பாண்டியர்களுடைய கட்டிடக் கலையின் முழு வளர்ச்சி என்று தான் சொல்ல வேண்டும். இந்தக் கலைப் பாணியில் பழைய கோவில்களுக்கு, புதிய பகுதிகளை சேர்த்துக் கட்டுவதுதான் முக்கிய அம்சமாக இருந்தது. ஏற்கனவேயுள்ள பிராகாரங்களுடன், அவைகளைச் சுற்றிச் சுற்றி மேலும் பல பிராகாரங்களை அமைப்பது, ஒவ்வொரு பிராகாரத்திலும் மதில்களும், நான்கு

திக்குகளிலும் கோபுரங்களும் அமைப்பது, மற்றும் கோவிலில் சில முக்கிய பகுதிகளில் ஆயிரக்கால் மண்டபம் போன்ற அமைப்பு களைச் சேர்ப்பது, தோட்டங்கள், தடாகங்கள் அமைப்பது, இந்தப் பாணியின் முக்கிய அம்சங்களாகும். உதாரணமாக, ஸ்ரீரங்கத்தி லுள்ள கோவிலில் இம்மாதிரியான ஏழு பிராகாரங்கள் அமைந் துள்ளன. மற்றும், மேலும் அதிகமாகத் தூண்களை அமைப்பது, இந்தப் பாணியின் ஒரு அம்சமாக இருந்தது. இந்தத் தூண் களில் தேவதைகள், மன்னர்கள், கோவில் திருப்பணிக்கு உதவிய வள்ளல்கள் முதலியவர்களின் சிலைகள் செதுக்கப்பட்டன.

அந்தக் காலத்திய மிக முக்கியமான கோவில்களில் மதுரை, ஸ்ரீரங்கம், ஜம்புகேஸ்வரம், திருவாரூர், ராமேஸ்வரம், சிதம்பரம், திருநெல்வேலி, திருவண்ணாமலை, ஸ்ரீவில்லிபுத்தூர் ஆகிய இடங்களில் உள்ள கோவில்களைக் குறிப்பிடலாம். மதுரையில் உள்ள கோவில்தான் இவைகளில் மிகவும் முக்கியமானதாகும். இந்தக் கோவிலின் பெரும் பகுதி, ஒரே காலத்தில கட்டப்பட்டது. இரண்டு ஆலயங்கள் சேர்ந்த இந்த அமைப்பில், சுந்தரேஸ்வர ருக்கு ஒரு ஆலயமும், மீனாக்ஷி அம்மனுக்கு ஒரு ஆலயமும் அமைக்கப்பட்டிருக்கின்றன. 850 அடி நீளமும், 725 அடி அகல மும், உள்ள ஒரு பெரும் நிலப்பரப்பில், உயர்ந்த மதில்கள் சூழ்ந்த அமைப்பில், இரண்டு ஆலயங்களும் இரு பெரும் பகுதி களாக விளங்குகின்றன. அதைச் சுற்றியுள்ள பெரிய மதில்களில் நான்கு பக்கங்களிலும், நான்கு நுழைவாயில் கோபுரங்கள் அமைந் திருக்கின்றன. கர்ப்பக்கிரஹத்தின் மேல் உள்ள விமானம் ஓங்கி நின்று தோற்றமளிக்கின்றது. மீனாக்ஷி ஆலயமும், இந்தக் கோவி லின் தென்புறத்தில் அமைந்திருக்கிறது. மூலஸ்தான கோவிலின் அமைப்பில், இது பாதி அளவுதான் இருக்கிறது. சுந்தரேஸ்வரர் கோவிலில் இருப்பது போலவே, இங்கும் கர்ப்பக்கிரஹத்தின் மீது ஒரு விமானம் காணப்படுகிறது.

மீனாக்ஷியம்மன் கோவிலின் முன்புறத்திலுள்ள பொற் றாமரைக்குளம் 160 அடி நீளமும், 120 அடி அகலமும் கொண்டது. இந்தக் குளத்தின் நான்கு புறங்களிலும் படிக்கட்டுகள் அமைந் திருக்கின்றன. பக்கங்களில் தூண்களோடு அமைந்த கோபுரங் களும் இருக்கின்றன. இந்தக் குளத்தின் வனப்பு மிக்க தோற்றம், பின்னணியில் காணும் 150 அடி உயரமுள்ள தெற்குக் கோபுரம் நீரில் பிரதிபலிப்பதால், மிக அழகான காட்சியாக விளங்குகிறது. வெளிப் பிராகாரத்தில் வடகிழக்கு மூலையில் அமைந்துள்ள ஆயிரக்கால் மண்டபம், 200 அடி அகலமும், 250 அடி நீளமும்

கொண்டது. தெற்கு நோக்கிய இந்த மண்டபத்தின் முகப்பு கோவிலின் நுழைவாயில் மண்டபத்தையொட்டி அமைந்துள்ளது. இந்த மண்டபத்தின் உட்புறம் மிகவும் ஒழுங்கான வரிசைகளில் அமைக்கப்பட்ட தூண்களால் நிறைந்திருக்கிறது. மண்டபத்தின் நடுவிலுள்ள தூண் வரிசை வழியே சென்றால், வடக்குக் கோடியில், ''சபாபதி'' மண்டபத்தை அடையலாம். இந்த மண்டபத்தின் தூண்களைப் பற்றி வர்ணிக்கும்போது, பெர்குஸன் இவ்வாறு கூறுகிறார்: ''நான் பார்த்த மண்டபங்கள் எல்லாவற்றையும் விட, இந்த மண்டபம் மிகவும் அழகாக விளங்குகிறது.'' இந்தக் கோவிலுக்கு வெளியே, கிழக்குப் புறத்திற்கு சரியாக எதிரே புது மண்டபம் அமைக்கப்பட்டிருக்கிறது. இதற்கு 'திருமலை சத்திரம்' என்றும் பெயருண்டு. 350 அடி நீளமும், 105 அடி அகலமும் உள்ள இந்தப் பெரிய மண்டபத்தின் இரு புறங்களிலும் இரு வரிசைத் தூண்கள் அமைந்துள்ளன. இந்தத் தூண்கள் ஒவ்வொன்றிலும் மிக அழகான வேலைப்பாடுகள் நிறைந்திருக்கின்றன. மண்டபத்தின் நடுவிலுள்ள தூண்களில், மதுரை நாயக மன்னர்களின் உருவச் சிற்பங்கள் செதுக்கப்பட்டிருக்கின்றன. இந்த மண்டபத்தை அமைத்த திருமலை நாயகரின் உருவமும், இந்தத் தூண்களில் காணப்படுகிறது.

ஸ்ரீரங்கம் ரங்கநாதர் கோவிலுக்கு மதுரை நாயகர்கள் அமைத்த கட்டிடங்களின் பயனாக, அக்கோவில் தென்னிந்திய ஆலயங்களில் மிகப் பெரிய ஆலயமாக விளங்குகிறது. இந்தக் கோவிலின் வெளிப்புற பிராகாரம் 2,880 அடி நீளமும், 2475 அடி அகலமும் கொண்டது. இதற்கு உட்புறத்தில் ஆறு பிரகாரங்கள் இருக்கின்றன. கோவிலுக்கு வெளிப்புறத்தில் உள்ள மூன்று பிராகாரங்கள் ஸ்ரீரங்க நகரத்தின் பகுதிகளாக விளங்குகின்றன. இவைகளில் அமைந்துள்ள கோபுரங்கள் மிகச் சிறந்தவை. வெளிப்புற மதிலில் உள்ள பூர்த்தியாகாத கோபுரங்களில் தெற்குப் புறத்தில் காணப்படுவது திட்டமிட்டபடி கட்டி முடிக்கப்பட்டிருந்தால், 300 அடி உயரம் ஓங்கி வளர்ந்திருக்கும். கோவிலின் முக்கிய பகுதி நாலாவது ப்ராகாரத்தில் ஆரம்பிக்கிறது என்று சொல்லலாம். இந்தப் ப்ராகாரத்தின் வெளி மதில், 1235 அடி நீளமும், 849 அடி அகலமும் கொண்டது. வடக்கு, தெற்கு, கிழக்கு, மூன்று திக்குகளிலும், இந்த மதிலில் கோபுரங்கள் அமைந்துள்ளன. கிழக்குப் புறத்தில் உள்ள கோபுரம் தான் அழகிலும் உயரத்திலும் மிகச் சிறந்தது. இந்தக் கோபுரத்திற்கு அருகே வடகிழக்கு மூலையில் ஆயிரக்கால் மண்டபம் அமைந்துள்ளது. இது 500 அடி நீளமும்,

160 அடி அகலமும் கொண்டது. புகழ்பெற்ற குதிரை மண்டம், இந்தப் ப்ராகாரத்தில்தான் அமைந்திருக்கிறது.

இதற்கு உட்புறத்திலுள்ள மூன்றாவது ப்ராகாரத்தில் வடக்கிலும் தெற்கிலும் கோபுரங்கள் அமைந்திருக்கின்றன. தெற்கிலுள்ள கோபுரத்தின் நுழைவாயில் வழியாகச் சென்றால், முக்கிய நுழை வாயிலான கருட மண்டபத்தை அடையலாம். இந்த ப்ராகாரத்திற்குள், சூரிய புஷ்கரணி, சந்திர புஷ்கரணி என்ற இரண்டு தடாகங்கள் இருக்கின்றன. இரண்டாவது ப்ராகாரம், மேலே கல்லால் வேய்ந்த மண்டபம் ஆகும். இந்தப் ப்ராகாரத்தின் நெடுகிலும் தூண்கள் அமைந்துள்ளன. மேற்குப் பக்கத்தில் உற்சவ காலங்களில் பயன்படும் மண்டபம் இருக்கிறது. இதற்கு வடக்கிலும், தெற்கிலும் நுழை வாயில்கள் உண்டு. இதற்கு உட்புறத்தில்தான், கோவிலின் கர்ப்பக்கிரஹம் இருக்கிறது. 240 அடி நீளம், 181 அடி அகலம், உள்ள இந்த அமைப்புக்குத் தென் புறத்தில் நுழை வாயில் அமைந்து இருக்கிறது. கர்ப்பக் கிரஹம் ஒரு சதுரமான அமைப்புக்குள் கட்டப்பட்டு, வட்ட வடிவமாக அமைந்திருக்கிறது. இதைச் சுற்றி, நீண்ட சதுர வடிவில் மண்டபம் இருக்கிறது. இந்த மண்டபத்தின் மேல்புறத்தில் ஓங்கி நின்று காட்சி அளிக்கும் பொன் விமானம், கர்ப்பக்கிரஹத்தைக் குறிப்பிடுகிறது.

மதுரைக் கோவிலைப் போல் அமைந்துள்ள ராமேஸ்வரம் கோவிலும் தூண்கள் நிறைந்த சுற்றுப் பிரகாரத்துக்கு பெயர் பெற்றது. 17 அடி முதல் 21 அடி அகலம் உள்ள இந்தப் பெரிய கூடங்களின் மொத்த நீளம் மூவாயிரம் அடி என்று கணக்கிடப்பட்டிருக்கிறது.

சோழர்கள் காலத்தில் செழித்து விளங்கிய செப்பு விக்கிரகங்கள் வார்க்கும் கலை விஜயநகர சாம்ராஜ்ய காலத்திலும், அந்த சாம்ராஜ்யத்தின் குறுநில மன்னர்கள் பகுதியிலும், நல்ல முறையில் தொடர்ந்து பராமரிக்கப்பட்டு வந்தது. சிற்பங்களின் ரூபங்கள், சிற்பக் கலையின் நுணுக்கம் முதலியவை முன் மாதிரியே தொடர்ந்து கையாளப்பட்டு வந்தன. ஆனால், இந்தக் காலப்பகுதியில் தான், உண்மையான மனித வடிவ அளவில் அமைந்த விக்கிரகங்கள் வார்க்கப்பட்டன. திருப்பதி கோவிலில் உள்ள கிருஷ்ண தேவராயர், அவருடைய இரண்டு பத்தினிகள், முதலாம் வேங்கட மன்னன் முதலியவர்களுடைய செப்புச் சிலைகள் இதற்கு உதாரணமாகும். 1520-ஆம் ஆண்டில் கிருஷ்ண தேவராயர் சிதம்பரத்தில் கட்டிய கோவிலின் வடபுறத்தில் உள்ள

கோபுர நுழை வாயிலில், ஒரு மாடத்தில் அமைந்துள்ள அவருடைய கற்சிலையையும் இங்கு குறிப்பிடலாம்.

பிரிட்டிஷ் ஆதிக்கத்தினால் பாரதக் கட்டிடக் கலையோ, சிற்பக் கலையோ சிறிதும் பாதிக்கப்படவில்லை. கால்வாய்கள், சாலைகள், ரயில் பாதைகள் முதலிய வசதிகளைத் திறம்பட அமைப்பதன் மூலம் பிரிட்டிஷ் ஆட்சி நம் நாட்டில், தன்னுடைய பெயரை நிலை நாட்டிற்று. ஆனால், வருங்காலத்திற்கான அழியாச் சின்னங்களை அமைப்பதில் பிரிட்டிஷார் நாட்டங் கொள்ளவில்லை. கிறிஸ்துவக் கோவில்கள், அரசாங்க அதிகாரிகளின் பெரிய கட்டிடங்கள், பங்களாக்கள் போன்ற வசதிமிக்க வாசஸ்தலங்கள், முதலியவைகளை நிர்மாணித்த அக்காலத்திய பொறியியல் நிபுணர்கள், பாரதப் பண்பாட்டைப் பற்றிச் சிறிதும் அறிந்துகொள்ளவில்லை. சரிகை வேலை நிறைந்த துணிகள், பெரிய ஜமுக்காளங்கள், வேலைப்பாடுகள் நிறைந்த சிறிய கலைப் பொருள்கள் முதலிவைகள்தான், பாரதக் கலைகளின் சின்னங்கள் என்று அவர்கள் நினைத்தார்கள். தொல் பொருள் ஆராய்ச்சி நிபுணர்களுக்கும், உல்லாசப் பிரயாணிகளுக்கும் வசீகரம் அளித்து வந்த தொன்மைமிக்க கட்டிடக் கலை புகழ் பெற்றதாயிருந்தாலும், அன்றாட வாழ்வுக்குப் பயனற்றது என்று அவர்கள் கருதினார்கள்.

1857-ஆம் ஆண்டுக்குப் பிறகுதான், பொதுப் பணித்துறை செயல்படத் தொடங்கிற்று. அப்பொழுது வைஸ்ராயாக இருந்த கர்ஸான் பாரதக் கலையைத் தொல்பொருள் ஆராய்ச்சி விஷயமாகவே கருதிவந்தார். ரூர்க்கியில் அமைந்திருந்த பொறியியல் கல்லூரியில் கைத்திறன் நிபுணர்களுக்குப் பயிற்சி அளிக்கப்பட்டு வந்தது. ஆனால், அங்கு பாரதக் கட்டிடக் கலையைப் பற்றி அவர்களுக்கு வெறுப்புணர்ச்சிதான் போதிக்கப்பட்டது. ஆங்கிலக் கட்டிடக் கலையின் நுணுக்கங்கள் பற்றியும், அவர்கள் போதிய அறிவு பெற்றிருக்கவில்லை. இக்கொள்கையின் காரணமாக, பாரதத்திலுள்ள சமஸ்தானங்களுக்கு வெளியே பாரதக் கலையின் பண்பாட்டுக்குச் சிறிதும் இடம் இல்லாமலே போய்விட்டது. சமஸ்தானங்களில் மட்டுமே, பரம்பரையாகத் தொழில் கற்றுவந்த கலைஞர்கள் மாளிகைகளிலும், கோவில்களிலும், தனவந்தர்களின் வாசஸ்தலங்களிலும், தங்களுடைய திறமையைக் காண்பிக்க முடிந்தது. இவைகளின் பயனாக, பத்தொன்பதாம் நூற்றாண்டு முழுவதிலும், ஐரோப்பிய பயிற்சி சிறிதும்

இல்லாமலேயே பாரதக் கட்டிடக் கலைஞர்கள், கோவில் கட்டும் கலையிலும், வீடுகள் கட்டும் கலையிலும் மிகச் சிறந்து விளங்கினார்கள். நமது நாட்டு சீதோஷ்ண நிலைக்கு உகந்தவாறும், நம் நாட்டில் கிடைக்கும் கட்டிட சாமான்களுக்குத் தகுந்தபடியும், கல்வி அறிவில் சிறந்து விளங்கிய பாரதப் பிரஜைகளின் விருப்பங்களுக்கு ஏற்றவாறும், இவர்கள் கட்டிடக் கலையைத் தொடர்ந்து பராமரித்து வந்தார்கள்.

கர்ஸான் காலத்துக்குப் பிறகு, பாரதக் கலைக்கு ஒரு புத்துயிர் உண்டாயிற்று. ஆயினும், புது டில்லியை அமைக்கும் திட்டத்தை ஆங்கிலக் கட்டிடக் கலைஞர்கள் மேற்கொண்ட பிறகுதான், பாரதக் கட்டிடக் கலை பற்றிய உண்மையான கருத்து அறியப்பட்டது. ஆகவே, புது டில்லியை மேல்நாட்டுப் பாணியில் அமைக்கும் முயற்சியைத் தடுக்க முடியவில்லை. நாடு சுதந்திரம் அடைந்ததற்குப் பிறகு, கட்டிடக் கலையிலும் சிற்பக் கலையிலும் நம் நாட்டுப் பழைய பாணிகளை மீட்கும் வகையில் பயிற்சி ஸ்தலங்கள் நிறுவப்பட்டன. ஆயினும், புது டில்லியில் மட்டும், இன்றும் மேற்கத்திய பாணிகள்தான் நிலவி வருகின்றன. அங்கு தற்சமயம் அமைக்கப்படும் கட்டிடங்கள் அமெரிக்கப் பாணியில், பல மாடிகள் அடங்கிய, வானளாவிய, அலுவலக அமைப்புக்கள்தான்.

ஓவியக் கலை மிகவும் நுட்பமானது. காலப் போக்கிலும், சீதோஷ்ண நிலையின் விளைவாகவும் இக்கலை பாதிக்கப்படும். இக்கலைக்குப் பயன்படும் கல், மற்றும் இதர பொருள்களின் இயல்பாலும் இது பாதிக்கப்படுகிறது. சில இடங்களில், மதில் மேல் இயற்றப்பட்ட ஓவியங்கள் மீது பிற்காலத்தில் பிற ஓவியங்கள் இயற்றியிருப்பதை, தஞ்சாவூர் போன்ற இடங்களில் நாம் காண்கிறோம். இதனால் பழைய காலத்திய மிகச் சிறந்த ஓவியங்கள் மறைந்துவிடுகின்றன. தமிழகத்தில் தொன்மை மிக்க ஓவியக்கலை ஒன்று தொடர்ந்து பராமரிக்கப்பட்டு வந்தது என்பதில் சிறிதும் சந்தேகமில்லை.

தொன்று தொட்டு வளரும் தமிழ் இலக்கியத்தில் அக்காலத்திய கிராமப்புறக் காட்சிகள் நிறைந்த ஓவியங்கள் நிலவியதாகச் சொல்லப்பட்டிருக்கிறது. திருமயம், மாமந்தூர் ஆகிய இடங்களில் உள்ள குகைக் கோவில்களிலும், பனமலை, காஞ்சீபுரம் முதலிய இடங்களில் உள்ள கோவில் கட்டிடங்களிலும், ரதங்களிலும்

பல்லவர் காலத்து ஓவியங்கள் இன்றும் காணப்படுகின்றன. இந்த ஓவியங்கள் கி.பி. ஏழாவது, எட்டாவது நூற்றாண்டில் தீட்டப் பெற்றவை. சித்தன்ன வாசல் குகையில் காணப்படும் மேல் தள ஓவியங்களும், திருநெல்வேலி மாவட்டத்தில் திருமலைபுரம் என்ற இடத்தில் குகைக்கோவிலில் உள்ள ஓவியங்களும், பல்லவ காலத்தவை என்று தவறாக கருதப்படுகிறது. இவை பாண்டியர் காலத்தவை; ஒன்பதாம் நூற்றாண்டில் இயற்றப்பட்டவை.

சோழர் காலத்திய ஓவியங்களில் மிக முக்கியமானவை தஞ்சாவூர்க் கோவிலின் கர்ப்பக்கிரஹத்தைச் சுற்றியுள்ள ப்ராகாரப் பாதையில், சுவரில் அமைந்திருக்கின்றன. கோவில் கட்டப்பட்ட போதே, இவை இயற்றப்பட்டு இருக்க வேண்டும். ஆகவே, முதலாம் இராஜராஜன், அவனுடைய குமாரன் ஆகியவர்களுடைய காலத்தில் இந்த ஓவியங்கள் இயற்றப்பட்டவை என்று சொல்ல லாம். அஜந்தா, சிக்ரியா, பாக், பாதாமி, எல்லோரா ஆகிய குகைக் கோவில்களில் காணப்படும் ஓவியக் கலைப் பாணிக்கும், இந்த ஓவியங்களின் பாணிக்கும் வேறுபாடு காணப்படுகிறது. இந்தக் கோவிலின் கர்ப்பக்கிரஹத்தில் வெளிப்புறத்திலுள்ள சுவர் களில், தெற்கு, மேற்கு, வடக்குப் பகுதிகளில் மூன்று வாயில்கள் அமைக்கப்பட்டு, இந்த ஓவியங்களுக்கு ஒளி கிடைக்கும் ஏற்பாடு செய்யப்பட்டிருந்தது. பதினேழாம் நூற்றாண்டின் மத்தியில், இந்த வாயில்களை விஜயராகவ நாயகன் மூடிவிட்டான். இப் பொழுது தொல்பொருள் ஆராய்ச்சித்துறை, இந்த மூடிய பகுதி களை மீண்டும் திறந்துவிட்டது.

கர்ப்பக்கிரஹத்தின் உட்புறச் சுவரில், பெரிய சிற்பங்கள் அடங்கிய மாடங்களுக்குச் சரியாக, இந்த வாயில்கள் அமைந் திருந்தன. சுவர்களையொட்டி, தூண்கள் பல அமைந்த கட்டிடப் பகுதிகளின் மூலம், இந்தப் பிரதக்ஷணப் பாதை, பதினைந்து சிறிய பகுதிகளாக அமைக்கப்பட்டிருக்கின்றது. முக்கிய வாயிலின் இரு புறங்களிலும் இவ்வகையில் அமைந்த இரண்டு சிறிய மாடங்கள் இருக்கின்றன. வடக்கிலும் தெற்கிலும், ஒவ்வொரு புறத்திலும் ஐந்து மாடங்களும். மேற்கில் மூன்றும் அமைந்துள் ளன. முக்கிய வாயிலில் தெற்குப்புறத்தில் ஆரம்பித்து, பிரதக்ஷண முறையாக வந்தால், அங்கு அமைந்திருக்கும் மூன்று மாடங் களிலும், பதினோறாம், பதினேழாம் நூற்றாண்டில் இயற்றப்பட்ட நாயகர் காலத்து ஓவியங்களைக் காணலாம். இவைகளுக்கு அடி யில் சோழர் காலத்து ஓவியங்கள் இருப்பதாகத் தெரியவில்லை.

மற்ற மாடங்களில் ஆறு பகுதிகளில் அழகு மிக்க சோழர் காலத்து ஓவியங்கள் காணப்படுகின்றன. அங்கு நாயகர் காலத்து ஓவியங்கள் உதிர்ந்து விழுந்திருக்கும் பகுதிகளில், இந்த சோழர் காலத்து ஓவியங்கள் தென்படுகின்றன. மற்றப் பகுதிகளில் உள்ள நாயகர் காலத்து ஓவியங்களை, அவைகளின் அடியில் உள்ள சோழர் காலத்து ஓவியங்கள் பாதிக்கப்படாத முறையில் எப்படி உரித்து எடுப்பது என்பதே இன்றைய பிரச்னையாகும். தஞ்சாவூர் கோவிலில் சோழர் காலத்து ஓவியங்கள், பெரிய புராணம் போன்ற நூல்களில் காணப்படும் காட்சிகளைச் சித்திரிக்கின்றன. மிகவும் நல்ல முறையில் அமைந்திருக்கும் ஓவியப் பகுதிகளில், சுந்தரமூர்த்தி நாயனார் வரலாறு சித்தரிக்கப்பட்டிருக்கிறது. அவர், தம்முடைய தோழர் சேரமான் பெருமாள் நாயனாருடன், கைலாச யாத்திரை சென்றது, சிவபெருமானுக்கும் சுந்தரமூர்த்திக்கும் திருமணத்துக்கு முன்னர் நடைபெற்ற விவாதம் முதலிய காட்சிகள் தத்துரூபமாக சித்திரிக்கப்பட்டிருக்கின்றன. மேற்குப் பகுதியில் உள்ள சுவரில் நடராஜரும் அவருடைய பக்தர்களும் அடங்கிய, மிகப் பெரிய அளவிலான காட்சியொன்று சித்திரிக்கப்பட்டிருக்கிறது. இந்தப் பகுதியின் மேலும் நாயகர் காலத்து ஓவியங்கள் தீட்டப்பட்டிருந்த போதிலும், அடியில் உள்ள காட்சி நன்றாகப் புலப்படுகிறது. இந்தக் காட்சியில், அக்காலத்திய பெருங்குடிப் பகுதியைச் சேர்ந்த பெண்கள் பலர் தோற்றமளிக்கின்றன.

இந்த ஓவியப் பகுதியில் மிகவும் சிறந்த விளங்குவது, வடக்குச் சுவரிலுள்ள திரிபுராந்தகர் சித்திரமாகும். இது ஒரு போர்க்களக் காட்சியைக் தோற்றுவிக்கிறது. சிவபெருமான் ரதத்தின் பீடத்தில் நின்று காட்சியளிக்கிறார். அவருடைய இடதுகால் மடிக்கப்பட்டிருக்கிறது. முன்நோக்கி வைக்கப்பட்டிருக்கும் வலது கால், அவருடைய தேசத்தின் கனம் முழுவதையும் சுமந்து நிற்கிறது. சிவபெருமானின் எட்டுக் கரங்களிலும், பல்வேறு ஆயுதங்கள் காணப்படுகின்றன. ஒரு கையில் வில் காணப்படுகிறது. இவ்வகையில் அமைந்துள்ள சிவபெருமானின் வடிவம், வீரம் நிறைந்த தோற்றத்தை எடுத்துக் காட்டுகிறது. நான்கு முகங்களைக் கொண்ட பிரம்மா ரதத்தின் சாரதியாக விளங்குகிறார். ரதத்தின் முன்பு, அசுரர்களின் குதிரைகள் நிற்கின்றன. சிவபெருமானையும், அவருடைய கணங்களையும் எதிர்த்து நிற்கும் இந்த அசுரர்களுக்கு இடையே பல்வேறு ஆயுதங்களைத் தாங்கியவர்கள்,

பல இடங்களில் கைகலந்து போராடும் காட்சிகள் நிறைந் திருக்கின்றன. இந்த ஓவியத்தின் மேல்புறத்தில், சிங்கத்தின் மீது அமர்ந்திருக்கும் துர்க்கை, அசுரனை வேல் கொண்டு தாக்கும் காட்சி தோன்றுகிறது.

மேற்குச் சுவரிலுள்ள ஓவியப் பகுதி ஒன்று, கனகசபை யில் நடராஜா நடனம் ஆடும் காட்சியை எடுத்துக் காட்டுகிறது. ஒரு மன்னன் தன்னுடைய அரசிகளும், பரிவாரமும் புடை சூழ, அருகில் நின்று நடராஜரை வழிபடும் காட்சியைக் காண்கிறோம். இந்த உருவம், இக்கோவிலை நிர்மாணித்த முதலாம் ராஜராஜன் தான் என்று அடையாளம் கண்டு கொள்வதில், சிரமம் எதுமில்லை. முதலாம் ராஜராஜன், சிவபாத சேகரன் என்ற பெயரைக் கொண் டிருந்தான். தான் வழிபாடும் தெய்வமான நடராஜரை ஆடவல் லான் என்று போற்றி ஒவ்வொரு அவைக்கும் அப்பெயரைக் கொடுத்தான். இவனுடைய பரிவாரத்தில் காணப்படும் பட்ட மகிஷிகள் பெரிய அளவிலும், மற்ற ராணிகள் சிறிய அளவிலும் சித்திரிக்கப்பட்டிருக்கின்றனா்.

இந்த சித்திரங்களில் உருவங்கள் வெள்ளை, சிவப்பு, அல்லது பழுப்பு வர்ணக்கோடுகளில் வரையப்பட்டு, கறுப்பு சிவந்தழுப்பு வர்ணங்கள் பூசப்பட்டிருக்கின்றன. உடல், உடை முதலியவைகளுக்கு மற்ற வர்ணங்கள் உபயோகிக்கப்பட்டு, நுண்ணிய கோடுகளால் உருவம் பூர்த்தி செய்யப்பட்டு இருக் கிறது. இந்த உருவங்களின் தோற்றத்தில் அதிக வேறுபாடுகள் இல்லையென்றாலும், ஒவ்வொரு உருவமும் ஒரே மாதிரிதான் இருக்கிறது என்று சொல்வதற்கில்லை. கந்தர்வர்கள், அப்ஸரஸ் கள் முதலியவர்களுடைய உருவங்கள் காற்றில் மிதந்து செல்வது போல, நளினமமான உடல் வளைவுடன் காணப்படுகின்றன. அமர்ந்திருக்கும் பெண்களின் உருவங்களில், நின்றிருக்கும் பெண்களின் உருவங்களில் காண்பதைவிட, அதிக வனப்பும், அழகும் தோன்றுகிறது. நடன மாதர்களின் உருவங்கள் நல்ல உயிர்த்துடிப்புடன் காணப்படுகின்றன. இந்த உருவங்களின் முகத்தோற்றங்கள் நல்ல முக அழகுடன் காணப்படுகின்றன. பெண் உருவங்களின் கூந்தல் அமைப்புக்கள் பல்வேறு வனப்பு மிக்க பாணிகளில் காணப்படுகின்றன. கூந்தல் சுருள்கள் பெண் உருவங்களின் நெற்றியில் ஊசலாடுகின்றன. தலையில் கூந்தல் முடிகளில் புஷ்பங்களும், மொட்டுகளும், பல்வேறு ஆபரணங் களும் பொறிக்கப்பட்டிருக்கின்றன.

மனித உருவங்களின் நெற்றியின் அடியிலும், தெய்வ உருவங்களின் முகங்களில் சிறிது உயரமாகவும் புருவங்கள் வரையப்பட்டு இருக்கின்றன. கண்கள் நீளமாகவும், மீன்களைப் போலவும் அமைந்திருக்கின்றன. மனித உருவங்களின் மூக்கு நீளமாகவும், நேராகவும் அமைந்திருக்கிறது. நாசி துவாரங்கள் அகலமாகவும், அசைவு காண்பிக்கும் முறையிலும் இருக்கின்றன. பெண் உருவங்கள் மீது காணப்படும் ஆபரணங்கள் பல்வேறு வகையிலும் அமைந்திருக்கின்றன. இந்த உருவங்களின் உடைகள் இடுப்பிலிருந்து கணுக்கால் வரையில் அமைந்து, நேர்த்தியான முறையில் குச்சமடிக்கப்பட்டு, மலர் வடிவங்கள் அமைந்து காணப்படுகின்றன. இடுப்பைச் சுற்றி, இந்தப் புடவை பல்வேறு வர்ணங்க்ளினால், குச்சங்களாக போர்த்தப்பட்டிருக்கிறது. ஆண் வடிவங்கள் திடகாத்திரமான உடல் அமைப்புடன், தாடி, மீசை, கூந்தல் முடி முதலியவைகளுடன் காணப்படுகின்றன. சோழர் காலத்து சித்திரங்களில், திரிபுராந்தகர், சுந்தரமூர்த்தி முதலியவைகளைத் தவிர, வேறு எங்கும் பல ரூபங்கள் சேர்ந்த ஓவியங்கள் காணப்படவில்லை. இந்தச் சித்திரங்கள் முழுவதையும் வெளியிட்டுப் பார்த்தாலன்றி, இவைகளில் அடங்கிய உருவங்கள் எவ்வாறு அமைக்கப்பட்டிருக்கின்றன என்பது பற்றி நிச்சயமாகச் சொல்வதற்கில்லை.

நார்த்தாமலையில், விஜயாலய சோழீஸ்வரம் என்ற கோவிலில் காணப்படும் சித்திரங்கள் பெரும்பாலும் மங்கிவிட்டன. அர்த்த மண்டபத்தில், வடக்கில் உள்ள இரு பெரிய உருவங்கள் பைரவ, நடராஜருடையது. அசைவற்ற நிலையில், இந்த உருவங்கள் தீட்டப்பட்டிருப்பதைப் பார்த்தால், சுவர் ஓவியங்கள் க்ஷீணித்த காலத்திலேயே இவைகள் நிறுவப்பட்டிருக்க வேண்டுமென்று தோன்றுகிறது. எதிர்ப்புறத்தில் உள்ள சுவரில் காணப்படும் உருவங்கள் தஞ்சாவூர் ஓவிய பாணியில் அமைந்திருக்கின்றன. இந்தச் சித்திரங்கள் எல்லாம் சோழர் காலத்தின் பின் பகுதி, அதாவது 12-13ஆம் நூற்றாண்டைச் சேர்ந்தவை என்று கொள்ளலாம்.

தமிழகம் தொன்றுதொட்டு, இசையிலும் நடனத்திலும் மிகவும் முக்கியத்துவம் பெற்றிருந்தது. பழைய தமிழ் இலக்கியங்களிலும், சிலப்பதிகாரத்திலும், அதற்குப் பின்னர் இயற்றப்பட்ட நூல்களிலும் பல்வேறு வகையிலான இசை வகைகள், சம்பிரதாய நடன முறைகள், கிராமிய நடனங்கள் முதலியவைகளைப் பற்றிய

குறிப்புகள் காணப்படுகின்றன. பழைய கால இலக்கியங்களில் கூட, வட பாரத சம்ஸ்கிருத பண்பாட்டிற்கும், தமிழகத்தின் பண்பாட்டிற்கும் ஏற்பட்டிருந்த இணைப்புக்களை காண்கிறோம். ஏழாவது, எட்டாவது நூற்றாண்டுகளில் ஏற்பட்ட சமய மறுமலர்ச் சியின் பயனாக, பலர் சேர்ந்து தோத்திரங்கள் பாடும் சம்பிரதா யத்தைப் பற்றி முன்னமேயே குறிப்பிட்டிருக்கிறோம். இவ்வகை யில், அந்தக் காலத்தில் கையாளப்பட்ட மெட்டுகளைச் சரியாக மீண்டும் கையாள்வது பற்றி பல கருத்துக்கள் நிலவுகின்றன. தந்தி இசைக் கருவிகளில் இசைப்பதற்கான பாடல்களைப் பற்றி புதுக்கோட்டைப் பகுதியில் உள்ள குடுமியாமலைக் கோவிலில் உள்ள கல்வெட்டுக்களில் குறிப்புக்கள் இருக்கின்றன. இந்தக் கல்வெட்டுகள் பல்லவ மன்னன் முதலாம் மகேந்திர வர்மனுடை யது என்று குறிப்பிடப்படுகிறது. ஆனால், இதற்குப் பூரண அத்தாட்சி கிடைக்கவில்லை. இது அக்காலத்தில் மிகவும் பிரபல இசைவாணராக இருந்த ருத்ராச்சாரியார் என்பவருடைய சீடராக இருந்த ஒரு சைவ மன்னனுடையது என்று, அக்கல்வெட்டின் கடைசியில் குறிப்பு காணப்படுகிறது. இந்தக் கல்வெட்டுக்களில் காணும் இசைப் பயிற்சிகளைப் பற்றி, இன்றைய இசை நிபுணர் களிடையே கருத்து வேறுபாடு நிலவுகிறது.

விஜயநகர மன்னர்களும், அவர்களுடைய காலத்தில் இருந்த குறுநில மன்னர்களும், அருங்கலைகளை நன்றாகவே பேணி வளர்த்தார்கள். இசை ஆராய்ச்சி, இசைப்பயிற்சி, நடனக்கலை எல்லாம் நன்கு பராமரிக்கப்பட்டன. நான்கு தலைமுறை இசை நிபுணர்களைப் பற்றி நமக்குத் தகவல் கிடைத்திருக்கிறது. மதுர பக்தி பாணியில் திருப்பதி வேங்கடேச பெருமாள் மீது நூற்றுக் கணக்கான கீர்த்தனைகளை அவர்கள் இயற்றியிருந்தார்கள். பதி னாறாம் நூற்றாண்டில் இயற்றப்பட்டவை என்று சொல்லப்படும் சங்கீர்ண லக்ஷணம் என்ற இசை இலக்கியத்தையொட்டி, இந்தக் கீர்த்தனைகள் இயற்றப்பட்டிருக்கின்றன. 1600 முதல் 1634-ஆம் ஆண்டு வரையில் ஆண்டுவந்த தஞ்சாவூர் மன்னர் ரகுநாத நாயகன் பெயரில், கோவிந்த தீக்ஷிதர் இயற்றிய ''சங்கீத சுதா'' என்ற இசை நூலிலும், கோவிந்த தீக்ஷிதரின் குமாரன், வேங்கட மகி இயற்றிய ''சதுர்தண்டி ப்ரகாஸிகா'' என்ற இசை நூலிலும், கர்னாடக இசை இலக்கியத்தில் மிகவும் புகழ் பெற்றவை. அயல் நாட்டு இசைக் கருவிகளான வயலின், கிளாரினெட் முதலியவை களைக் கையாண்டதன் மூலம், இசைக் கலை வளம் பெற்று,

வளர்ந்தோங்கி, பதினெட்டாம் நூற்றாண்டின் அவலமான சூழ் நிலையிலும், பத்தொன்பதாம் நூற்றாண்டின் க்ஷீணித்த காலத்திலும் கூட தொடர்ந்து பராமரிக்கப்பட்டு வந்தது. நாடு சுதந்திரம் பெற்றதிலிருந்து நாட்டின் பல்வேறு பகுதிகளில் இசைச் சங்கங்கள் நிறுவப்பட்டதன் பயனாகவும், சங்கீத நாடக அகாடமி போன்ற அரசாங்கத் துறையிலான இசை ஆதரவு ஸ்தாபனங்களின் முயற்சியின் பயனாகவும், இசைக் கலைக்குப் புத்துயிர் ஏற்பட்டிருக்கிறது.

நடனக் கலைபற்றி இலக்கியங்களில் காணப்படும் குறிப்புக்களைத் தவிர, இக்கலை மக்களிடையே, குறிப்பாக தனவந்தர்களிடையே பெருமளவில் நிலவிவந்தது என்பதற்கு, வேறு அத்தாட்சிகளும் இருக்கின்றன. நம் நாட்டுக் கோவில்கள் பெரும்பாலானவற்றில் முக்கிய இடங்களில் எல்லாம் நடனச் சிற்பங்கள் தோற்றமளிக்கின்றன. இவைகளில் மிகவும் பிரிசித்தமானவை சிவபெருமானுடைய நடனத்தோற்றங்கள். ராஜராஜன் காலத்தில் தஞ்சாவூரில் அமைக்கப்பட்ட கோவிலின் விமானத்தின் உட்புறத்தில், சிவபெருமானின் நடனத்தோற்றச் சிலைகள் பெரிய அளவில் நிறுவப்பட்டு இருக்கின்றன. மற்றும் பதின்மூன்றாம் நூற்றாண்டில் அமைக்கப்பட்ட சிதம்பரம் கோவிலின் கோபுர நுழைவாயில் ஒன்றில் பரத நூலில் விவரிக்கப்பட்டிருக்கும் நாட்டிய காரணங்கள் சித்திரிக்கப்பட்டிருக்கின்றன. ராஜராஜன் தன்னுடைய தலைநகரான தஞ்சாவூரில் பெரிய கோவில் பணிக்காக 400 நடன மாதர்களை நியமித்து, அவர்களுக்கு குடியிருப்பு முதலிய வசதிகளையும் செய்து கொடுத்தான். தஞ்சாவூரை ஆட்சி புரிந்த மகாராஷ்டிர மன்னர்களும், நடனக் கலையை நன்றாக ஆதரித்து வந்தார்கள். தேவதாசிகள் என்ற பணி மாதர்களைப் பற்றி அயல்நாட்டுப் பிரயாணிகள் பல்வேறு குறிப்புகளை எழுதி வைத்திருக்கிறார்கள். அவர்கள் நடனக்கலை பயின்றதோடு, கோவில் பணிகளிலும் ஈடுபட்டு, விலைமாதர்களாகவும் விளங்கி வந்தார்கள். கிரேக்க நாட்டில் கோவில் பணிப்பெண்கள் போலவே இவர்களும், தங்களுக்குள் ஒரு குறிப்பிட்ட கட்டுப்பாடுகளை நியமித்துக் கொண்டு வாழ்ந்துவந்தார்கள். இவர்களுக்கும் இன்றைய நகரங்களில் காணப்படும் விலை மாதர்களுக்கும் ஒருவித ஒற்றுமையும் கிடையாது. ஹிந்து சமயத்தைப் பற்றி பத்தொன்பதாம் நூற்றாண்டில் கிறிஸ்துவ பாதிரிமார்கள் பழித்துக் கூறி வந்ததன் பயனாக, தேவதாசிகள் பயின்று வந்த நடனக்கலை

க.அ. நீலகண்ட சாஸ்திரி

க்ஷீணிக்கத் தொடங்கிற்று. பத்தொன்பதாம் நூற்றாண்டின் பிற் பகுதியில் தோன்றிய சமூக சீர்திருத்த இயக்கத்தின் பயனாக வும், நடனக்கலை மறையத் தொடங்கிற்று. தேவதாசி சம்பிர தாயத்தை சட்டபூர்வமாக ஒழித்தபோது நடனக்கலை பெரும் பாலும் மறைந்துவிட்டது. இதனால் இக்கலைக்கு ஏற்பட்ட நஷ்டம் பின்னர் உணரப் பட்டது. இன்று நடனக்கலை மீண்டும் தலைதூக்க ஆரம்பித்துவிட்டது. நடனக்கலை ஆசிரியர்கள், நடனக்கலை பள்ளிகள் பெருமளவில் வளர்ந்துவிட்டன. தமிழ் நாட்டில் இயங்கிவரும் நடனக்கலை, முக்கியமாக பரத நாட்டியம் தான். தஞ்சாவூரில் மகாராஷ்டிர மன்னர்கள் வளர்த்து வந்த முறை யில், இக்கலை இப்பொழுது வளர்ச்சி அடைந்து வருகிறது.

நடனக்கலையின் சமயச் சார்பான அம்சம், இரண்டு பாணி களில் வளர்ந்து வந்தது. ஆனால், இந்தப் பாணிகள் இரண்டும் இன்று. அறியாமையின் பயனாகவும், ஆதரவின்மையின் காரண மாகவும் மறைந்து வருகின்றன. இவைகளில் ஒன்று, திவ்வியப் ப்ரபந்தத்தை, அபிநயம் மூலம் எடுத்து உருவாக்கும் ஸ்ரீரங்கம் பாணி. மற்றொன்று, தஞ்சாவூர் மாவட்டத்தில் வளர்ந்துவந்த பாகவத மேளா பாணி இவ்விரண்டு பாணிகளிலும், நடனக் கலையைக் கண்டுகளிப்போர் மனத்தில் மகிழ்ச்சியும், தெய்வ பக்தியும் உண்டாகும் முறையில், பரத நாட்டிய முத்திரைகள் கையாளப்பட்டு வந்தன.